झड–झिंबड

कृष्णात खोत यांचे इतर प्रकाशित साहित्य

कादंबरी

गावठाण

रौंदाळा

रिंगण

झड-झिंबड

कृष्णात खोत

पॉप्युलर प्रकाशन, मुंबई

झड-झिंबड
(म-१२१०)
पॉप्युलर प्रकाशन
ISBN 978-81-7185-553-7

पहिली आवृत्ती : २०१२/१९३४
तिसरे पुनर्मुद्रण : २०२१/१९४२

मुखपृष्ठ : राजू देशपांडे

प्रकाशक
हर्ष भटकळ
पॉप्युलर प्रकाशन प्रा.लि.
३०१, महालक्ष्मी चेंबर्स
२२, भुलाभाई देसाई रोड
मुंबई ४०० ०२६

अक्षरजुळणी
एसएमएस टाइपसेटिंग
पुणे

ZAD-ZIMBAD
(Marathi : Novel)
Krishnat Khot

पाऊसभिजक्या डोळ्यांना...

इमं मे वरुण श्रुधी हवमद्या च मृडय। त्वामवस्युरा चके।।१।।
तत्त्वा यामि ब्रह्मणा वन्दमानस्तदा शास्ते यजमानो हविर्भिः।
अहेडमानो वरुणेह बोध्यरुशꣳस मा नऽआयुः प्र मोषीः।।२।।

(वरुण प्रार्थना, यजुर्वेद एकविसावा अध्याय)

हे वरुणा, तूं आमचें आवाहन ऐक. मी स्वतःच्या रक्षणाची इच्छा करतो. तूं आम्हांला सुख प्रदान कर. यजमानाला इष्ट असलेले धनपुत्रादि मी प्रार्थितो. मला तें तूं दे. तीनही वेदांच्या मंत्रानीं मी तुझी स्तुती करतो. स्तुतीनें संतुष्ट झालेल्या वरुणा, तूं माझ्यावर रागवूं नकोस. या ठिकाणीं स्थिर होऊन माझी स्तुती ऐक. माझ्या आयुष्याचा नाश करूं नकोस.

.. १ ..

पाण्यात गळ टाकून हमीद नदीच्या काठावर बसला होता. नदीत फारसं पाणी नव्हतं. पण पूर्वी वाळूत खड्डं मारावं लागत. त्यात पाणी साठंल ते पिकांना कसंबसं जगवायचं. आता नदीवर गेळवडं, पोबरं अशी छोटी छोटी धरणं झाली. नदीचं कोरडंपण संपलं. बारमाही नदी ओलंपण जपू लागली. नदीचं डोह सदा भरलेलं; त्यात हमीद गळ टाकून मासं पकडायचा. भर पावसात कांड्याळ पेरायचा. पाणी कमी आसलं की खोण लावायचा. जाळं लावायचा नि आख्खी नदी आडवायचा. मासं, खेकडी धरायचा, विकायचा. कधी फुकट द्यायचा.

उन्हाचा तडाखा लागत होता. घामानं गळत होता.

'धाड्धाड्' डोहातनं आवाज आला. तो हालला. त्याला त्या डोहात शिरलेला रेडा दिसला. शामा जाधव रेड्याला पाण्यात घालून थंडगार झाल्यागत उभा होता. त्याचं हमीदकडं लक्ष गेलं. तो हमीदजवळ गेला. थंड झालेला रेडा पाण्यातनं मान वर काढून त्यांच्याकडं बघत पाण्यात बसला होता. ''यवढ्या उनाचा कशाला रेड्याला घेवून आलास?'' हमीदनं शामाला विचारलं. शामा त्याच्या शेजारी बसत सांगू लागला, ''सक्काळधरनं रेड्याला उमज न्हाई, माळापुडं किसरुळ, भोगावबस्नं म्हशी मर्दा. लोक म्हनत्यात, डेरीच्या डाकटरनं भरिवलेली यक म्हस गाब धरीना. आनि चार गावांत रेडा कुनाचा हाय?''

हमीदनं गळ हालिवला. ''डेरीच्या डाक्टरांचा काय दोस? संघवाल्यानी दोन नंबरच्या भरवायच्या कांड्या खरेदी केल्याव कशाला ढोर गाब धरत्यात. त्यात पयसं खायाला मिळाल्याव तुमच्या ढोरास्नी गाब धरू दे न्हाईतर वांझ ऱ्हाईनात कायमची, कांड्या घेवून फिराय लागल्याव लोकांनी बी रेडं इकलं. त्येंचा खर्च तरी भागाय पायजे.''

भागात डेअरीच्या डॉक्टरनं भरवलेल्या जनावरांना लगेच महिन्याभरात भरवावं लागतं अशी बातमी उमटली. शामाच्या रेड्याची चलती झाली.

पंधरा तीन आठवड्यानं कधीतरी एखादी म्हैस यायची. या महिन्यात रोज एखाददुसरी येऊ लागली. आपल्या म्हैशीला पहिल्या झोट रेडा मिळावा म्हणून माणसं तांबडं फुटायच्या आधी रेड्याकडं म्हैशींना घेवून येऊ लागली. तरी दिवसातनं तीन चार म्हैशींवर शामाला रेडा सोडावा लागत असे. त्यानं रेड्याला खुराक वाढवला. त्याच्या उगंनिगंतच त्याचा दिवस जाऊ लागला. नदीच्या या डोहात त्याला तो रोज पवणी पाडून नेऊ लागला; पवणी पाडल्याव तब्बेत चांगली टिकते असं तो मानत होता.

गावापासून नदी लांब नव्हती. मात्र नदीवर पूल बांधला आणि नदीकडं गावातनं जाणारी थेट वाट वळसं वळसं घेत लांब झाली. डमरूतल्या 'ड' सारखा आता रस्ता झाला. अंतर वाढलं. रस्त्याला ये-जा वाढली 'गाव रस्त्यावर आलं' लोक म्हणू लागले. पावसाळा सगळा चिखल तुडवत नावंनं या-जायाला लागायचं. बारमाही नाव नदीत चालायची. अलगद आणायची, सोडायची. भर पावसात आडल्या नडल्यांना, पावण्या पैना रात दिवस तिचा आधार होता.

नावाड्या असो नसो. शामा, हमीद येळं काळाला गावातल्यांना, पैपावण्यांना नावंनं आणत सोडत असत.

नदीत रेडा रवंथ करत पडलेला. शामाला पूल बांधायच्या वेळच्या गोष्टी आठवाय लागल्या; पूल नसलेली नदी. नदीचा पाणवठा तरंगाय लागला; पाणवठ्यावरनं थेट गावचं मंदिर दिसायचं. वाटही थेट थोराताच्या मळ्यातनं मंदिराम्होरं निघायची. नाव तीराला लागली की माणसं नावंतनं खाली उडी टाकायची. नदीतल्या पाण्यानं हात-पाय धुवायची. चूळ भरायची. मागं फिरून काठावरनंच देवळाच्या शिखराचं दर्शन घ्यायची. धूळ भरल्या गाडीवाटंनं थोराताच्या मळ्यातनं गाव गाठायची. पावसाळ्यात बैलगाडीची ही वाट तो पायवाटच ठेवायचा. माणसं कशीबशी गुडघाभर चिखलातनं यायची-जायची. तरी त्याची तक्रार असायची, गावासाठी माझा सगळा शिवार पाडलाय मी. किती नुकसान होतंय माझं. मग तो त्या चिखल वाटेवर कसली-बसली काटेरी शिरी टाकायचा. चिखलातला काटा पाय पडला की जागा व्हायचा. चिखलातनं पायात. लोकं सहन करत होती. पण त्याला ती वाट सहन होत नव्हती.

रेड्यानं पाण्यात डोकं बुडवलं. डुबुक असा आवाज आला. शामा जागा झाल्यागत झाला. हमीद त्याच्या शेजारनं उठून दुसरीकडं गळ लावून बसला होता. शामानं दगड घेतला. रेड्याला हाणला. रेडा दगड चुकवून पोहता झाला. शामा म्हणाला, "हमीद, जातो गड्या, आजून जेवल्यालो न्हाई." तसा हमीद गळ काढून, "चल मी बी येतो. आज काय दिवस वांझच हाय," असं म्हणत उठला.

शामानं रेड्याला हाक दिली. रेड्यानं डोकं वर काढून परत पाण्यात डुबकी मारली. ती दोघं रस्त्यावर आली. रेड्याला दिसेनाशी झाली. तसा रेडा ओरडत पाण्यातनं बाहेर पडला. त्यांच्या पाठीमागनं आला. त्यानं त्यांना गाठलं.

शामानं त्याचा लोळणारा कासरा हातात घेतला. भिजलेला आणि मातीनं भरलेला कासरा दुमता करून डांबरी रस्त्यावर दोन-तीन वेळा आपटला. कासरा हातात धरला. रेड्याला पुढं घालून ती त्याच्या मागनं निघाली. रस्त्याचं दोन वळसं झालं. तिसऱ्या वळश्याला रस्त्याला असणाऱ्या झुडपाच्या सावलीला रेडा थांबला. शामानं हातातला कासरा दुमता करून रेड्याच्या पाठीवर हाणला. त्याचा वळ त्याच्या अंगावर उठला. तरी तो सावली सोडीना. शामाला ती जागा, तिथं थांबणं नको वाटतं. रेडा मात्र त्या झुडपाच्या सावलीला थांबल्याशिवाय जात नाही.

त्या झुडपाच्या लगतचा रस्ता त्याच्याकडं असणाऱ्या जमिनीच्या तुकड्यातनं गेलेला. हमखास पिकणारं त्याचं ते रान. पूल बांधताना थोरातानं आपला मळा शाबूत राखून गावातल्या गोर-गरिबांची असणारी जमीन रस्त्यात घालवली. शामानं थोराताला बराच विरोध केला. थोरातानं शामाला एकाकी पाडला. शामाचा आडमुठेपणा, थोरातानं आणि त्यानं दत्तक घेतलेल्या, गावचा सरपंच असलेल्या, कधीतरी गावाकडं सणवार, जत्राखेत्रा आणि कसलीही निवडणूक आसली की येणाऱ्या त्याच्या पोरानं पढवून आणलेल्या इंजिनिअरनी गाव जाहीर सांगितला. शामालाच गावातली माणसं टोचू लागली; पूल परत जाईल. अगोदरच बरेचदा कॉलम पडलेले, ते पडून गेले. खडी वाळू वाहून गेली. पूल आला वाहून गेला. आताही तसंच होईल. कसाही कुठंही असू दे पूल, रस्ता झाला की गावाचं हाल संपेल. शामाचा विरोध पुलाला नव्हता. पुलाच्या ठिकाणाला होता. थोरातानं नि त्याच्या मुलानं, गावभर शामाचा विरोध पुलाला म्हणून उठवलं. सगळं गाव शामाला शिव्या घालू लागलं. शामाला सगळ्या गावाम्होरं उघडा पाडला. थोरातानं आपल्या मळ्यातनं जाणारा रस्ता सतरा जणांच्या मळ्यातन काढला. पुलाच्या कठड्यावर मंत्र्याच्या नावाच्या पाटीवर मंत्र्याच्या नावाबरोबर आपलंही नाव कोरलं.

शामानं परत रेड्याला जोरानं दुमता कासरा हाणला. रेडा झुडपाच्या सावलीतनं बाहेर पडला. वाटंला लागला. भिजका कासरा मातीनं भरल्यागत शामाचं मन भरून गेलं.

''शामादा, रेड्याला भुईमुंगाची पेंड आणून घाल. त्येच्यात ताकद लय आस्तीया.'' हमीदनं त्याला सांगितलं. तो म्हणाला, ''तू म्हंतोस त्ये खरं हाय.

पर आता तेल्याच्या घाण्यावर पयल्यागत पेंड कोन ठेवीत न्हाई. रोजगार करणाऱ्यांचीबी दुदाची दोन ढोरं हायत. भाताचा कोंडा ठेवीनात मानसं. पर हमीद, त्येला कणीक चारतोय मी.''

''कणीक बी चालतीय, खरं पेंडीत लय ताकत.''

''म सांगतो की, भोगावातल्या दुकानदाराला. कपरी पेंडच आणतो पोतंभर. खरं तर हमीद हुलगंच पायजे हुतं, पर आता त्येचं बीच मोडलं. तुला सांगतो, पावसाळा सुरू झाल्यावं रोपच्या बैलास्नी हुलगं घालायची मानसं आणि आमीबी भाजून हुलगं खायचो खिसं भरून, लय ताकत हुलग्याला.''

''हा, मग काय बेस्टच, रेड्याची हायगय करून चालणार न्हाई, रोज चार म्हशी म्हंजे लय भारी पडणार हाय त्येला.'' हमीद.

ती गावात आलीत. भर उनात बायका डोक्यावरनी घागरी घेऊन पिण्याचं पाणी आणायला नदीला निघाल्या होत्या. वीज नसल्यामुळं गावातल्या चाव्यांना चार दिवसातून पाणी येत होतं. त्यांना कधी एकदाचा पाऊस लागंल असं झालं होतं. उनात आभाळाकडं डोळं लावलं तर पाण्यानं डोळं भरत होतं. 'कर बाबा एकदाची सुरुवात. नाईतर आमच्या डोस्क्याची केसं ऱ्हायाची नाईत,' पावसाला हात जोडून त्या सांगत होत्या.

शामाचं पोरगं त्येंच्याकडं पळत आलेलं शामाला दिसलं. ''आण्णा, आयीनं सांगिटलंय लवकर याला. थोरातांची म्हस आलीया,'' शामाचं पोरगं सांगू लागलं. शामाला राग आला. थोराताच्या वाड्याजवळच ती आता होती. गावात आल्याआल्या वाडा लागतो. तो वाड्याकडं बघतच म्हणू लागला, ''तुझ्या आयीची काय दातखिळी बसली हुती काय? त्येंच्या म्हशीवर सोडायला आमचा रेडा न्हाई म्हनून सांगायला?'' पोरगं काहीच बोललं नाही. हमीदही बुचकाळल्यागत झाला. शामाच्या पोरानं शामाच्या हातातला रेड्याचा कासरा आपल्या हातात घेतला.

हमीद आपल्या घराकडं गेला.

शामा रेड्याच्या मागनं निघाला; हेंच्या मायला ही मोठी मानसं ग्वॉड बोलून कवा चढून गेल्यालीबी कळत न्हाईत. कामापुरती कुनापुढं बी नाक घासतील मात्र आपलं सादून घेतील. एवढं होवूनही थोरात आपल्याला बळंच बोलवतो. 'आरं जल्माला येवून काय मिळवायचं हाय, सगळं इथंच सोडून जायाचं हाय, मानसानं कसं बोलून चालून आसावं' असं बोलत राहतो. तोच थोरात स्वत: वांझुटा म्हनून पोरगा दत्तक घेवून एवढ्या इस्टेटीचं काय करायचं म्हनून मळ्यातनं वावभर जागा जाऊने म्हनून इतरांच्यातनं वाट काढाय लावतो. 'ज्याला गावातला 'ग' का

शिवारातला 'शि' ठावं नाही तो आपला सरपंच' असं नाना पांगे गावभर बडबडला तरी थोराताचा पोरगा म्हणून तो सरपंच झालाच.

'शामा' त्याच्या कानावर दशरथचा आवाज पडला. तो थांबला. रेड्याला घेऊन पोरगं गेलं.

"ये, जाचील. भर उनाचा रेडा पाण्याव नेलतास?" दशरथ दुकानदार जेवून पान खाऊन, पान थुंकायला बाहेर आला होता.

शामाचं पाय दुकानाकडं वळलं. "आजून जेवायचा हाय मर्दा."

ती दोघं दुकानात गेली. दशरथनं घरातच दुकान काढलेलं. दुकानाच्याम्होरं छप्परी. त्यात बाकडं टाकलेलं. शामा उनानं घाम्याघुम झालेला. तो दुकानातनं परत बाहेर आला. बाकड्यावर बसला. "दुपार उनानं टाळा फोडाय लागल्यागत करतीया. आंगच सोलून निगतंया. असल्या उनात बायका डोस्क्याची केसं जाईस्तवर नदीस्नं पानी वढत्यात."

दशरथ सुपारी कातरीत दुकानाच्या काऊंटरवर पालथा पडला. त्यानं कातरलेली सुपारी शामाला दिली. "आपल्याकडं येवढं तर देसात कसं आसंल?" विचारलं नि पान द्याला लागला.

शामानं सुपारी घेत सांगितलं, "पान नको गड्या." सुपारी तोंडात टाकली नि तो दशरथला सांगू लागला, "थोराताची म्हस आलीया रेडा दावायला. दशरथ, काय म्हन लाज मुढं नि सदा पुढं म्हनत्यात तसा ह्यो मानुस हाय बघ."

"तरच त्ये तीन फुटाचं लाडं गेलं व्हय थोराताच्या म्हशीला घेवून वरतीकडं."

"भिक्या?"

"तर आनि कोन."

"मलाबी बायकूनं पोराला पाठवून दिलतं म्हणून ठावं."

"शामा, मोठी तेवढी खोटी बघ, सादायचं आसंल तर पादायचं थांबतील." दशरथ बोलला आणि शामा हसतच म्हणाला, "आरं तुझ्या माझ्या सारखीच मानानं जगत्यात; ही मानसं कवाबी नि कुठबी वाकत्यात, लव्हाळ्यागत."

"खरं हाय तुझं. तू ऊठ जेव जा बी नि तेवढंच शंभर रुपय. बघ जा." दशरथनं दुकानदारीचं गणित मांडलं. तसा शामा म्हणाला, "थांबू दे की जरा, लगीच काय दमतोय व्हय भिक्या. का थोराताची म्हस दमतीया?"

"शंभर रुपये घेटल्याबिगार रेडा सोडू नगोस हं. जातीचं जळता जळत न्हाई तरी फुकट खायाला मिळालं की सोडीत नाई. नुसतं गॉड बोलून घोडं लावणारी."

''हां खुळा का काय तू. मी रेडाच सोडनार न्हाई म्हनीत हुतो.''

''आरं तसं करायचं न्हाई, आपल्याला हेच कळत नाई. रेडा काय फुकट सोडायचा हाय?'' दशरथ.

''फुकट? थोराताचा बा आला तरी मी सोडनार न्हाई. त्या भिक्याला मी सांगनारच हाय. पयलं शंभर रुपयं आन जा. मग बघू ऊन खाली झाल्यावं. रेडा पाण्यावनं आणलाय आताच.'' शामा बोलत बोलतच गेला.

त्याला बघून भिक्याला हरकल्यागतच झालं. ''कवाच्यानं वाट बघतोय मर्दा शामा तुझी.''

''का?'' शामानं माहीत नसल्यागतच भिकाला विचारलं.

''तुजं पोरगं तुला बोल्लं न्हाई?'' भिकानं विचारलं.

''हां रेड्याचं व्हय? दावूया की रेडा, पयसं घेवून आलायास न्हवं?'' शामानं असं विचारल्यावर हरकून गेलेल्या भिकाचा चेहरा करपून गेल्यागत झाला. तो सांगू लागला, ''मालकानं सांगिटलंय देतो म्हनून. मी म्हसीला बांधून आणून देतो की.''

''आता ऊन खाली हुदे. आनि मी बी जेवतो तवर. म्हस घाटलीयास न्हवं खोड्यात? म आनजा तवर पयसं.'' शामा.

''आवं दील की आनून'' - शामाची बायको म्हणाली नि शामा उनानं हालगी तडकावी तसा तडकला,

''तू मला इकतचा शानपना सिकवू नगो, हातातनं सुटंना नि बाजारातनं उठना अशी मानसं हायत ही.''

''भिक्या, उगच वाढच्यार लावून माझं डोस्कं फिरवू नकोस. तू आपला मी आसं म्हनतोय ते तुज्या मालकाला सांग जा. पयसं आनलंस की रेडा दावतोच. मी काय त्येला दावायसाठीच ठेवलाय. जा तू. तवर रेड्यालाबी दोन पेंड्या खावू दे, जरा बसू दे घटकाभर.'' शामानं भिकाला वाटंला लावला.

भिका गेला आणि शामा बायकोकडे रागाने बघतच जेवू लागला.

ती जेवाय वाढून गप बसली.

उनाच्या रखातनं भिका गल्लीतनं चेंडवागत निघाला. थोरातापेक्षा तेच्या बायकोलाच सांगून पैसे आणावं. नाहीतर आपली गत ढोलागत व्हायची. शामा एकीकडं नि थोरात दुसरीकडं बडवत बसतील.

तो वाड्यात शिरला.

चौकात आला. आपण मागच्या दारानं आत जायाचं सोडून पुढनं आलो ही चूक झोपाळ्यावर बसून पेपरातली अक्षरन् अक्षर फोडून वाचत बसल्याल्या

थोराताकडं बघून त्याच्या लक्षात आली. तो आत निघालेला, त्याला थांबवत थोरातानं विचारलं ''आणलीस का रं म्हस?''

''न्हाई'' त्याला वाटलं सांगावं शामा बोलल्यालं. तो थांबला. म्हणाला, ''आनतो, ऊन खाली हुदे म्हनलाय शामा.'' त्याला स्वत:चं सुचलेलं शहाणपण शामाच्या शहाणपणापेक्षाही थोर वाटलं. तो आत गेला. मालकिणीला सांगितलं. शंभर रुपये घेतलं. वाड्यातनं बाहेर पडला, गेलं पहिलं दिवस. फुकट पायलीला पाचशेर राबवून घ्याचं. शामाला त्यानं मनातल्या मनात शंभरच्या शंभर मार्क दिलं.

दशरथच्या दुकानात आता बाकड्यावर चार-पाच जणं पेपरचं एक एक पान घेऊन डोकी घालून बसली होती. दशरथनं त्यांना थोराताच्या म्हशीची गोष्ट सांगितली होती.

भिका दुकानाच्या दारावरून निघाला. त्यातल्या एकाचं लक्ष त्याच्याकडं गेलं. त्यानं त्याला बोलवलं. भिकाला तेवढंच पाहिजे होतं. तो गेला.

''का रं? दुपार फासावर टांगल्यागत करतीया उनानं नि तू रं का तळमळतोयास?''

''सुख लागलंय, तळमळायला, तूच तेवढा इंचारायचा न्हायला हुतास'' भिका त्यांच्यात मिसळून गेला.

''आरं या गावात कोन सुखी हाय? आता तुजा मालक गावचा जमीनदार, प्वॉट पानी पिकंना म्हनून घेटलं सुख लावील म्हनून पोरगं दत्तक. तर ते कोल्लापुरात. तिथं बसून गावचं पुढारपण करतंय. धड 'बा'ला सुख न्हाई नि गावाला सुख लावतंय?'' भिकाला हे गावातल्यांच्याकडं ऐकायची सवय लागलेली. तो त्याचा विचार न करता तिथं असलेल्या वाळवकराच्या अजितला विचारू लागला. ''पेपरात काय आलंय ते सांग, न्हाई तर वाच, रोज गावात वाचल्यालं काय आयकाचं हाय.'' तसा अजित त्याला सांगू लागला. ''पावसानं थोराताचा मळा वाहून जातेला त्याच्या भिकाजी नावाच्या इमानी गड्यानं वाचवला. थोरातनं त्याला बक्षीस म्हनून कापलिंगाचा डोंगूर दिला.'' तशी सगळी हसाय लागली.

भिका म्हणाला, ''पावसाचं खाली पडणं नि मानसाचं इथनं वर नियणं कुनीच सांगूने. यका घटकत पडायला लागला तर पिरतीमीला बुडवील. आरं दशरथला इचारा. पूल न्हवता तवा सा म्हैनं या गावाला यकदम बाजारहाट करायला लागायचा. दोन दोन इरली कुजायची. मिरगानं यकदा डोळा उघडला की यक सारखा डोळा बंदच नसायचा. परं आता पातुर यकांददुसरा वळीव पडायचा त्याचाबी पत्या न्हाई. यंदा मानसाला कामाधंद्याला बरं पडलं आसतं.''

दशरथ रंगल्या तोंडानं भिकाला म्हणाला, ''बाकीचं पोरांचं सोड, पावसाचं

आता पयल्यागत नाई. पडला म्हंजी पडंल नि उडला म्हंजी उडल पण. या वर्षी लवकरच मान्सून येनार हाय भिका.''

''याला पायजे. त्याबिगार कायली थांबायची न्हाई. शिवाराची नि गावाचीबी. किच्चंबी वरनं पाज आईच्या दुदाची सर येतीया व्हय? तसंच हाय. योक पाऊस पडला की चार फेऱ्या पाजल्यागत हायता. आमचा मालक सक्काळी वाचून दाखवीत हुता. तवा म्हनलं इचारावं,'' भिका म्हणाला.

''तर, त्येला लागलं आसंल पावसाळ्याच्या आदीची कामं आटपून घ्याचं?'' त्यातला एकजण म्हणाला.

''कामाचं काय आटपायलाच पायजे पर भलतं गरामातय, घरात बसू वाटंना का बाईर ऊन बघू वाटंना का रातीला दार लावून डोळा लागंना.'' भिका म्हणाला. तसा त्यातला एकजण त्याला म्हणाला, ''आता तुला दार लावून निजायची काय गरज?'' तशी सगळीच हसाय लागली. दशरथ दुकानदाराच्या वर्गीतलाच भिका. पण भिकाचं लग्नच झालं नाही. त्याची उंची तीन फूट. आईवडील लहानपणीच गेलेले.

''भिका गरामातय खरं तू म्हंतोयस तसं. आतापातूर यक दोन वळीव ढासळलाय पायजे होता. नुसतच आतल्या आत गदमादतोय.'' दशरथ गिऱ्हाईक करता करता म्हणाला. तसं ते गिऱ्हाईक माल घेता घेताच म्हणू लागलं ''बरं झालं पूल झाला त्यो न्हाईतर आता या वक्ताला पावसाळ्याची खर्ची आणून ठेवायला लागायची न्हाई?''

''खर्ची, या म्हैन्यात सगळ्यांची तीच धांदल. सगळी कामं बाजूला ठेवून उस्न-पास्नं करून सा म्हैनं पुरल यवढं मीठ-मिरची सकट जमा कराय लागायचं. आता त्याची चिंता न्हाई. रोज लागंल तस्सं मानसानी आणून खाल्लं तरी चालतंय.'' दुकानदारानं चूळ भरली आणि त्याला आठवलं ''आता माझी पोरगी आलीया बाळतपणाला. तिच्या जन्माच्या येळी मी आनि शामानं भर पावसातनं पुरातनं नावंनं तिला भोगावच्या दवाखान्यात नेली. दोन तास नावंला लागली. चिखलातनं नि पावसातनं. जिवात जीव न्हवता. कसं बसं पोचलो दवाखान्यात. नावंतनं खुळ्या बघू वाटत न्हवतं पाण्याकडं. नावाडे रातीचं भ्यालं. शामा आला. त्याचं धाडस न्यारं. मी तर डोळं झाकलं होतं. आणि या भिकाच्या आईचं काय झालं? तिला नावत घातली. भिका बारका. आई तेची बाळंतपणात आढली. पुरानं येडा घातल्याला. नाववालं कूक दम्याला आलेलं. वाऱ्यानं नाव भलतीकडंच जायाची. भोगावाच्या गवंडाला नाव गेली. भिकाच्या आईचा जीव गेला. त्येच्या हाबकीनं भिकाचा 'बा' मेला.'' दशरथ बोलता बोलता बोलून

गेला. भिकाला गलबलून आलं. तो तसाच उठला. भरलं डोळं त्याचं उनात गळू लागलं. दशरथला आपली चूक लक्षात आली.

भिकाचा 'बा' थोरातांच्यातच कामाला असायचा. गावात बारकसं खोपाट. त्यात ती राह्याची. त्याला कळत नसताना तो निराधार झाला. कसाबसा जगला. कुणाच्यातही पडंल ते काम तो करू लागला. पोटावारी राबू लागला. थोराताला आयताच माणूस मिळाला. मात्र थोरातांच्या बायकोनं त्याच्यावर पोरागत जीव लावला.

भिका गेला. अजित म्हणाला, ''काय न्हाई यकायकाचं जगणं. दशूदा तू भिकाला नको ती आठवण करून दिलीस.''

दशरथनं सहजगत्या बोललेलं. दशरथलाही ते गलबलल्यागत झालं.

भिकानं शामाला शंभर रुपये दिलं. ''शामा पटलं बरं का तुजं. ही बडी मानसं म्हंजी बडं बोलनं नि करनं ना धरनं. त्यास्नी आशीच म्हशीला खोड्यात घालून लावत्यात तसाच रेडा लावला पायजे. त्या बिगार त्यांचा माज जिरत न्हाई.'' भिकाच्या बोलण्यावर शामा हसला.

खोड्यातनं म्हैस काढली. भिकानं वाड्याकडं आणली.

शामाचा आज चांगलाच धंदा झाला होता. त्यानं भोगावला जाऊन रेड्यासाठी पेंढ आणली. कपरी पेंढसाठी पैसे दिले.

सांज झाली. रात्र पडली.

शामा दशरथच्या दुकानाकडं आला.

वीज गेलेली. दशरथच्या दुकानात गॅसबत्तीचा तेवढाच उजेड. दुपारी बारा वाजता गेलेली वीज आता रात्री एक वाजता येणार होती.

गाव सगळं आठ नऊ वाजताच गुडूप होतं. पाऊस जेवढा लवकर सुरू होईल तेवढ्या लवकर भारनियमन कमी होईल, असं प्रत्येकाला वाटत होतं.

दुकानाला चुकापाड गिऱ्हाईक ठेचकाळत येत होतं. चुकून बॅटरी असणारं, गॅसबत्तीच्या उजेडात आलं की आपली बॅटरी लगेच बंद करत होतं.

शामा साखरेच्या पोत्यावर बसला.

''मग भिक्याला लगेच पिटाळलंस म्हण पैसे आणाय.'' दशरथ.

''तुला म्हंडलो न्हवतो माप झाली मेहरबानी हेंची.''

''म्हातारं पैसे मागितल्यावर भिक्यावर सुटलं आसंल जोरात.'' दशरथ.

''मी कशाला इचारतोय, पयसं आणल्यावर दिला रेडा सोडून.''

''हां तेच म्हंतोय, आपल्याला काय व्यवहार चोख पायजे. गावातल्या लुच्यांनी त्येंच थॅर केल्यात नाईतर ती लय लवकर गावातल्यांचं पाय धरतील.'' दशरथ.

''गावातल्यास्नी कळंल. गेल्या वर्सी पुलावर पानी गुळण्या टाकीत हुतं. आनि जरा पावूस वाढला आस्ता कनाय मग कळालं आस्तं. मला सांग पयल्या पाणूठ्यावर तवा किच्च पानी हुतं. पुरुषभर पानी तिथं कमीच हुतं. इंजनेर सांगतोय ढगरं. जल्म गेला त्या पाण्यात खेळून. केलं ते केलं आजून चार-पाच फूट उंची वाढायला पायजे व्हती. म्हंजी सजासजी पानी आलं नसतं. तर काय म्हनं बजेट वाढतंय म्हनं. खायाचं कमी पडंल आल्याल्यातलं. मग कुठलं पुरंल? त्या टायमाला चार पाच जण बोलतासा कनाय तरी थोराताचा नांगा मोडत हुता. मी पडलो यकटा. तुमाला वाटलं पूल जाणार परत. आनि शामा पूल परत घालिवतोय. तेवढंच त्येनी राजीगऱ्याचं बी फेकावं तसं गावभर फेकलं नि गावबी भुललं. आरं त्या खेकडी नि मासं धरणाऱ्या हमीदला जेवढं कळतंय तेवढं जरी त्या इंजनेरला कळालं आस्त तरी त्येनं पुलाची जागा मी सांगितो तीच ठायीक केली आसती. आता मला सांग थोराताचा पोरगा म्हनणारा कुठला कोन. या गावचा नि इथल्या मानसांचा त्याचा काय संमंध? त्ये आनि इंजनेरनं नदीचं पानी कुठं कवा आसतंय त्ये बघिटलं आसतं तर त्येच्यावर इस्वास ठेवला आसता तर मी म्हंडलो आसतो ठेवा. त्या डोंगरावरनं गावा शिवारावर नदीवाऱ्यावर नदार ठेवणाऱ्या काळूबाईला ठावं. त्यो इंजनेरच हुता का थोराताच्या पोरग्याचा दोस्त हुता त्ये.''

शामाला थोराताचं नाव निघालं की सगळं भाडभाड बोलून घ्यावं असं वाटायचं. तो सलग बोलत राह्याचा. त्याला थोराताचा गेल्या साली मळा निचळ ऱ्हायलेला नि पुलामुळं गावाच्या शिवारात तुंबी गेल्याली आठवलं. शामा म्हणत होता ते गावाच्या लक्षात आलं होतं. थोराताचं कोष्टक शामाला कळालं होतं. आपण त्याला साथ दिली नाही हे आता कळून उपयोग नव्हता. शामा एकटा थोराताला वाकडा. थोरात विसरला आपलं साधल्यावर. शामाला ते विसरता येण्यासारखं नव्हतं. जेव्हा जेव्हा आठवंल तेव्हा त्याला उकूळ आल्यागत व्हायचं. तो सळसळ उकळायचाच.

सपकाळाचा दिना बॅटरीच्या उजेडात दशरथच्या दुकानासमोर आला. बत्तीच्या उजेडात पाऊल पडलं नि त्यानं बॅटरीचा उजेड बंद केला.

''दसूदा तू उद्याबिद्या कोल्लापूरला जानार हायस का?'' त्यानं विचारलं.

''उद्याच असं नाई पर जानार हाय या दोन दिवसांत. पावसापाण्याचं दिवस आलं. माल भरायला पायजे दुकानात. माल सपलाय. का, तू येनार हायस?'' दशरथ.

''मी कुठला येतोय. भाताचा तरवा पेराय नगो? नवीन कुठलं यकादं बी आलं आसंल तर आण म्हणून दादानं तुलाच सांगिटलंय. गुदस्ता तू आणल्यालं

'बी' खुळ्या गावाला खूळ लावलं पिकानं. सगळं गाव बघून जाईत,'' दिनानं त्याला सांगितलं.

''तरवं पेटीवलं न्हवं कुनी कुनी आज.'' शामा.

''आगा पेटवायलाच पायजेत. मिरुग तोंडावर आला. यकदम घाई उडायची सगळ्याचीच. वैरणकाडी जळाणकाटूक बघायलाच पायजे आता.'' दिना.

''मलाबी आणाय पायजे'' दशरथ, ''शामा तू आणलंस?''

''मी घरातलंच पेरणार. पड्यालल्या वर्सी मला दणका बसल्याठावनं मी बंदच केलं संघातनं बी आणायचं. पाक बाद बी. इचाराय गेलो तर भांडण दुकानदारासंगं, दाद लागू दिली नाई. सरकारी बियाणं हाय, इचार जा सरकारला म्हणाला. खुळ्या, परत आलो गप.'' शामा.

''म्हनूनच तरवा टाकायचा मिरगाच्या आदी. खोट निगाली तर आवदी आसावी. तू कवाबी जा दसूदा, पयसं घेवून जा आनि 'बी' आण तेवढं.'' दिना.

''शामा ब्याचं काय हाय, चांगलं 'बी' उडाप हुतंय. मग आसंल ते घेवून याला लागतंय. त्यातच 'बी' बाद लागतय.'' दशरथन आपलं स्वत:चं गणित मांडलं.

''मी आलो आसतो, खरं सूर्यफुलाची काढणी केल्यालं रान, त्याचं खूट काढून टाकतो. उद्या रोपंच्या येळी चिखूल करताना त्येचा तरास हुतोय. त्यो सड लागल्याला बळावतोय. गेल्या साली म्हाताऱ्याला लागल्याला चांगलाच बळावला. सगळा पावसाळा त्यात गेला. जखम बरी झाली नाई.'' दिना सांगाय लागला. तसा शामा म्हणाला, ''दिना, म्हातारा लयच ठकलाय. परवाच्या दिवशी आलता म्हस घेवून तवा गाठ पडलीती.''

''शामादा, आगा त्येला साखर वाढलीया. त्येनं खाणंच कमी केलंया.'' दिनानं सांगितलं.

''आता ह्यो रोग बी शेरातनं खेड्यात आला. साखर वाढलेल्या माणसाची जखम बरी व्हत नाई,'' दशरथ म्हणाला नि त्येनं दिनाला सांगितलं, ''पावूसबी यंदा लवकर येतोय. मी जातान तुला सांगतो. आसली सवड तर तू ये माझ्या संगं. नाईतर मी आणतो.''

''पावूस लवकर हाय?'' शामानं दशरथला विचारलं. मग दशरथनं बत्तीच्या उजेडात काऊंटरवर पडलेला पेपर उलटा-पालटा करून त्याला पेपरात आलेली पावसाच्या आगमनाची बातमी वाचून दाखवली. तसा दिना म्हणाला, ''लागू दे गा, काव आलाय पाणी पाजून उसाला. दोन दिसानं फेर द्यायला लागतोय. त्यात लायटीचा ह्यो ख्योळ. माणसं घाईला आल्यात मोटारीकडं येरझाऱ्या मारून. मग हायगय नकोच करायला. तू आणच 'बी', मी जातो.'' दिना उठला.

“मी आणतो ‘बी’, सांग दादाला. तू जा,” दशरथ म्हणाला नि दिना गेला.

दशरथ दुकानात बघत म्हणाला, “माल भरायला पायजे. पोराला पैसेबी दिल्यालं नाईत ते देवून याला पायजे.” दशरथचा पोरगा कोल्हापूरला शिकायला होता.

दशरथ आणि शामा एकाच वर्गात. भोगावला पाचवीच्या वर्गात गेली. शामानं शाळा सोडली. दशरथ दहावीत नापास झाला. मग कोल्हापुरात किराणा दुकानात काम केलं. नंतर गावात दुकान घातलं. त्याचं बघून गावात चार-पाच दुकानं झाली. दशरथ, शामा आणि हमीद ठायीक दिवसातनं तास घटका एकत्र असतात. हमीद शेरडं-मासं-खेकड्यावर गुजराण करतो. हमीद आला नाही म्हणून शामानं विचारलं, “हमीद आला न्हाई कुटं?”

“काय माहीत. त्येला तेवढं शेरडांचं सप्पार सरळ कर म्हणावं, भर पावसात दर वर्साला त्येचं काम निगतंय.” दशरथ.

“आता तूच सांग. मी वर्साला सांगतोय.” शामा

“तू हुटी घातलीस?”

“घातली की, वैरण दास्तानी लागली की दगदग न्हाई. आता लाकडं तेवढी भरायची हायत बघ. तेवढी उद्या भरतो.” शामा.

“तेच म्हनलं, पावनेर चुकीवलास का काय?”

“पावनेर उद्या यकदमच. तुला काल हुटी घालताना पिंजार गवात वढायला न्याला पायजे हुता.”

“मग बलवायचं न्हाईस, मला काय पिंजार गवात माहीत न्हाई व्हय?” दशरथ म्हणाला नि शामा सांगाय लागला, “हमीदचा बी लाकडाचा पावनेर करायचा हुता. कुटं आला न्हाई? न्हाईतर त्यो बी उद्याची जोडणी करायचा.”
“लाकडं करायला, लाकडं हायत का रं काळूबाईच्या डोंगरात?” दशरथनं विचारलं. गावात एकाएकाच्या दारात ट्रालीभर लाकडाचं ढीग. घराच्या माळ्या दोन माळ्या लोक भरून ठेवत. पावसाळाभर चुली ढणढण पेटत्या असत.

“लाकडं आता पयल्यागत न्हाईत. लय आत जायाला लागतंय.” शामानं असं सांगून तो फारेस्टरांची गोष्ट दशरथला सांगू लागला, “आरं तुला फारिस्टराची गोस्ट कळाली का न्हाई.”

“काय झालं? गावातलं कोन गावलं का काय?” दरवर्षी फारेस्टर या दिवसात गावातल्या एका दोघाला धरून पैसे उकळून सोडून देतात. दशरथला तेच घडलं असं वाटू लागलं.

“गावल्यालं न्हाई कोन, मानसांनी लाकडं केल्यात कनाय त्यातली निम्मी लाकडं परतेकानं गायमाळाला आणून टाकाय सांगिटल्यात. आणि परतेकाला

दोनशे रुपय दंड. आनि जो कोन टाकनार न्हाई त्येचावर केस करणार म्हनून सांगिटल्यावर पाक वाशी पडसाळीकडं धार लागलीया गावमाळाकडं.''

''मग आपल्या गावातबी येनार की रं.''

''येनार तर, न्हात्यात व्हय. म्हनून मानसं दारातलं ढीग रातध्याड घरात भरून टाकाय लागल्यात.''

''ही भारीच आयड्या काढलीया.''

''आयड्या, गावातलं, फुडारी गेलतं इचारायला फारीस्टांना. फारीस्टानं सांगितलं. वरचा सायब आलाता. डोंगरात फिरून गेला. त्येनं तोडलेली झाडं बघून पाक गावंल ते लाकूड जप्त कराय सांगितलंय. न्हाईतर सायब सोता गावागावात फिरणार म्हनून सांगून गेलाय,'' शामानं सविस्तर सांगितलं.

''म्हनून हेनी अशी जप्ती केलीत.'' दशरथ.

''जप्ती हेला म्हंत्यात व्हय? कसली जप्ती नि काय. जमल्याली धावीस ट्रक लाकडं टाकतील इकून, परतेकी दोनशे आनि हायतच खिशातच. जप्ती करायची आस्ती तर सगळीच कराय नगो हुती?'' शामा.

''नोकऱ्या म्हनायच्या हेंच्या आयीला हेंच्या, तुला सांगतो या नोकरदार मानसांनी देश खाल्ला, गावंल तसा चावून.'' दशरथला आपण शिकलो नसल्याची बऱ्याचदा अशी खंत वाटते.

''म्हनून उद्या दारात लाकडं ठेवून उपेग न्हाई. कवाबी धाड टाकतील फारीस्टर.'' शामाला चिंता वाटली. डोंगरातली सगळी मोठी झाडं संपली. फारेस्टर आणि काही भागातल्या लोकांनी दुर्मीळ जुनी झाडं वाटंला लावली. मग आत गवं राहिलंत ते शिवारात गावात उतरलं. मागच्या उन्हाळ्यात डोंगरातला गवा गावात राच्च्याला आला नि दारात झोपलेल्या रामा बंगाराला तुडवून गेला. आतडी बाहेर आलेला रामा दवाखान्याच्या वाटेवर मेला. आणि जंगलात आता प्राणी नाहीत. त्यांच्या भीतीच संपलं. पण या खाकी ड्रेसवाल्या प्राण्याचीच भीती. ती जनावरापेक्षा वाईट. त्याचा नेम नाही. राखण्यानं पीक खाल्लं.

''हमीदला बी सांग. न्हाईतर ते आस्तय मासं धरीत. बसंल फारीस्टाच्या गळाला आडकून,'' दशरथनं सांगितलं.

''सांगतो, आनि आता टायीम हाय व्हय. आकिरीचं दिवस. उद्या यकदा पावूस बसला बिसला म्हंजे. लाकडं नि वैरण न्हायलीच म्हनून समज. बाकीची कामं चालतील कशीबी कराय. खरं ही कामं आता थांबवून भागत न्हाई.'' शामा उठतच सांगू लागला. अंधारात बाहेर बघून म्हणाला, ''जातो गड्या. उगच बत्ती जाळीत बसून उपेग न्हाई. या लायटीवाल्यांची सगळ्यांनी यकदा जप्ती कराय पायजे.''

''त्यास्नी काय करून उपेग. अंधारात काठी फिरवल्यागत हाय त्ये. सरकारच जप्त व्हायला पायजे. रात दिवस पंख्याचा वारा घेत बसल्याल्या पुढाऱ्यांना कुठला अंधार नि कुठला घाम मर्दा. त्यास्नी इथल्या मातीतल्या मानसांची काळजी न्हाई. नोटावाल्यांची त्यास्नी काळजी.'' दशरथ असा म्हणाला आणि अंधारातनं त्यांच्या कानावर कोणाचा तरी आवाज आला. दशरथ बोलत असताना थांबला. कानावरचा आवाज ती धडपणे ऐकू लागली. शामा छप्परीत आला. तसा दशरथही मागोमाग. शामा सांगू लागला. ''पांगेच्या घराकडं आवाज येतोय. त्येच्यात आज पावनेर हुता.''

दोघं तिथंच थांबली.

गाव सगळं अंधार अंगावर घेऊन कधीच निजलं होतं.

''नाना तू मला नुस्त सांगायचस. लगीच बघ, गाडी कशी पल्टी करतो ती. त्ये झवणं लांडं भिक्या, मला काय म्हंतय ठावं हाय? मालकाची हुटी रचाय घे. मी काय म्हंडलो ठावं हाय?'' नाना पांगे अंधारातनच हुटी रचाय आलेल्या कावणे आबाला धरून त्याच्या घराकडं घालवायला निघाला होता. गावात नावजिक हुटी रचणारा कावणे आबा होता. हुटी पावनेरात तो पुरा बिघडला होता. इतर वेळी एक शब्द दोन जागी न बोलणारा आबा दारू पिला की सगळं ओकत, फुकत असतो. थोरात नाना पांगेचा विरोधक म्हणून तो थोराताला आपण कसं बोललो ते सगळं सांगत, कधी तरी पाऊल उचलत निघालेला. नाना पांगेला त्याला एकदा कधी घरात ढकलील झालेलं. आबाचं मात्र नानाला थांबवून परत परत चाललेलं. ''मी काय म्हंडलो ठावं हाय? तूच सांग, मी काय म्हंडलो आसंल.'' नानाला आपण काय बोलावं ते कळत नव्हतं. आबा दोन पावलं गेला की परत विचारी ''सांग की, – तू गावातला फुडारीच कनाय? मग तुला कळाय पायजं. तुला आमी कवा सोडलाय? मग मी काय म्हनालो आसंल त्ये सांगावं तर का भितोस?''

अंधारात वाजत ती दोघं दशरथच्या दुकानाम्होरं आलीत. दुकानातल्या गॅसबत्तीचा उजेडाचा झोत रस्त्यावर आलेला. आबाला अंधारात उजेडल्यागत वाटलं. तो नानाला म्हणाला, ''मला सोड. थांब वाईच.'' तो झोलं देत दुकानाच्याच्या छप्परीत आला. दशरथ शामाला निरिखली. ''कोन शामा, दशरथऽ.'' तसा त्याला चेव चढला. नाना पांगे म्हणाला, ''आबा, आगा मानसं सारी निजल्यात चल.''

''थांब जरा, मी काय म्हंडलो सांगतो. तुला सांगाय याचं न्हाई. मी म्हंडलो थोराताला हुटी रचूया तुजी पुलावर म्हंजी भिजायची न्हाई. त्येच्या मायला, हून जावू दे.''

दशरथ आणि शामा गप्प होती. आबासंगं एक शब्द बोललं तर तो आता दहा शब्द बोलणार हे त्यांना माहीत होतं. नाना पांगेनं सिगारेट घेऊन पेटवली. झुरका मारून चिटकी मारली. ''या मानसास्नी दारू प्याल्यावर पुलाचं आठवतंय. तवा एकटा शामा गावाला वाईट. मिळालं थोडं पैसे म्हनून गप बसलीत.'' नाना पांगेनं परत एक झुरका मारला.

''जावा ह्येला सोडा जावा घरात. उगच फुकटची बदलामी नगो. सारं केलं नि मसणात गेलं. आता काय बोलून उपेग त्येचा.'' शामा बोलला तसा नाना पांगेनं बसलेल्या आबाला उठवला. आबा शामाकडं बघत ''मला तरी शामा तू असं म्हनूनेस. मसणात गावानं घालिवलंय. मी खवण्या यकटा तुज्यासंगं हुतो.''

''चल गाऽ झालं आता.'' नाना त्याला बावळ्याला धरून नेऊ लागला.

आबा डोळे गॅसबत्तीच्या उजेडात मिचकावत दशरथला विचारू लागला, ''दशू तुजी हुटी घालायची हाय काय?''

''मी घाटली. पावूस सुरू व्हील उद्या.'' दशरथ.

''हुदे, पावूस काय करतोय? आसं किच्य पावसुळं बघिटल्यात, त्येंची दाद न्हाई.'' नानानं आबाला बळंनच नेत अंधारात घातला तरी आबाचं चालूच. ''नाना मला पावसाचं भ्या? या खवण्याला तू सांग. मला भ्या घालतोय ह्यो दसू, तुला पटलं?''

''न्हाई आबा,'' नानानं आता अंधारातनं आबाला ओढतच नेला. ''चल तुला सोडतो.'' नाना म्हणाला आणि आबा म्हणू लागला. ''का मला जायाला ईत न्हाई व्हय? का चालाय ईत न्हाई? का भ्या वाटतंय? दशरथ काय म्हंतोय, पावूस लागणार. लागू दे. आता काय माझ्या नानाची हुटी घाटलीया. लाकडं बी भरल्यात. आता आमी डरत न्हाई. काय नाना?''

''व्हय,'' येवढंच बोलत नाना पांगेनं अंधारात सिगारेट संपवली.

थोराताचा वाडा आला. आबा थांबला. ''मी काय म्हंतो-''

नाना पांगेनं आबाला सांगितलं ''आबा, उगच भांडणाला कार नगो, चल, सगळ गाव निजलंय.''

''बरं - चल -'' आबा निघाला. नानाच्या जिवात जीव आला.

या दिवसांत गावात असलं पावनेर चालायचं. आबासारखी माणसं मनातलं साचलेलं पाक बाहीर काढायची. गवत, कडबा, पिंजाराची एकत्र हुटी घराजवळच घालून पावसाळ्यासाठी जनावरांची सोय करून माणसं ठेवायची. दारू-मटण म्हणलं की माणसं पावनेराला धावायची. आबासारख्यांना तर या दिवसांत लय जपायची.

कावणे आबाचं घर आलं.

आबा पेंगतच तरंगत होता, ''आलं न्हवं घर, जावा, पडू दे पावूस, येवूदे पूर, कैकदा पवलोय हुब्या पुरात, दसू सांगतोय, न्हवं दशरथा, केसाव फुगं येनार न्हाईत तुमचं दशरथा. आसलं लय बघिटल्यात पावसाळं.''

''त्यांना काय माहीत हाय, तू नीज जा. सकाळ बघू,'' नाना म्हणाला. तसा आबाला वावच गावला. ''म बोलुने मानसानं, पावसाचं भ्या मला? हेच्या 'बा'च्या आदीचा मी. मला, मला पावसाच्या कहाण्या सांगतोय. पेपरात आलंय म्हंतोय. नाना पेपरात पावसाचं गावतंय व्हय? पडायचं म्हनल्याव इथं आता हुबं हाय कनाय इथनं हालू द्याचा न्हाई.'' त्याची लांबड संपता संपत नव्हती. आता अंधारात भुतासंगं असल्यागत नानाला वाटू लागलं. भूत बडबडल्यात तो बडबडत होता. दारातनं आत ढकलला की चिंता नाही. नानाला उंड्रीच्या पावण्याचा पावनेरातल्यागत झालं म्हंजे काय असं वाटत होतं. पावनेरात एक म्हातारा आबाच्या वयाचा वरलोढ प्याला. जेवताजेवताच ताटावर आडवा झाला. तो उठलाच नाही. पावण्यांना पावनेर चांगलाच पडला. पण माणसं मिळत नसल्यानं करावं लागतंय म्हणून नाना हे करत होता. आबाला त्याच्या घरात घालवला की त्याची चिंता मिटणार होती.

''त्यास्नी कळाय आजून बरंच पावसाळं बघायला पायजेत आनि पावसाळ्यात पावूस लागायचा न्हाई तर कवा लागायचा? छापून आलं आनि न्हाई आलं म्हनून काय पावूस लागायचा थांबतोय व्हय?'' नाना समजुतीनं त्याला घालवायचं बघत होता.

''हां, मला त्येच म्हनायचं हाय. आता तुझ्या डोस्क्यात आलं. तुमी छापल्यावर त्यो येनार, त्यो काय खुळ्या मानूस हाय व्हय?'' आबाचं बोलणं ऐकत आबाची बायको अंधारातच चौकटीत उभी होती. लांबड संपना म्हणून ती म्हणाली, ''बास झालं पावसाचं किरतन. उद्याच्याला थोडंबुत आसू दे. सगळंच पावूस लागायच्या आधी संपवून काय करायचं?'' तसा आबा उजेडानं अंधाराला पळवल्यागत आत घरात गेला. नाना पांगेला उजेड पडल्यागत वाटलं. तो बॅटरी लावून घराकडं निघाला.

गाव सगळं सामसूम.

तो घराजवळ आला. लाईट आली. सामसूम गाव दिवस उगावल्यागत जागं झालं. गल्लीतनं चार चौघं खांद्यावर खोरी मारून उसाला पाणी पाजायला निघाली. ''बायला या लायटीनं जीव मेटाकुटीला आणलाय. कवा यकदा ह्यो बाबा ढासाळतोय नि पानी पाजायची झडती थांबतीया कुनाला दखल.'' त्यातला एकजण म्हणाला.

‘‘आशी पापणीत पापणी आडाकतीया तवर भाक्दिशी लायीट आली नि चाट्दिशी बायको उठली नि म्हनाली, जावा-जावा, चार दिव्स चार सऱ्या पाजतायसा त्या आज तरी पुऱ्या करा जावा.’’ दुसरा.

‘‘तिचं काय चुकलं सांग की, पानी बी वाटेला नि पाणक्या बी वाटेला. शेतात गेलं-गेलं तवर लायीट गेलीच.’’ तिसरा म्हणाला आणि पंधरातासानं आलेली लाईट गेली. ती तिथंच थांबली. जावावं का नको ते त्यांनाच सुचंना. मग खालनं वर दिल्लीपर्यंतच्या सगळ्यांना शिव्या घालत मागं फिरली. शंभर एक पावलं मागं आलीत तोवर लाईट आली. ‘‘कशाचं पानी नि कशाचं पीक, लाग बाबा लवकर,’’ पावसाला म्हणत शिवाराकडं गेली.

नाना पांगेनं दार लावलं.

नदीत पाणी नव्हतं तवा लाईट होती. आता पाणी भरून नदी तर लाईट नाही. अंथरुणावर पडून त्यानं पेपर उघडला. पेपर वाचत झोपायची सवय. या वर्षी सरासरीपेक्षा जास्त पाऊस पडणार. एक बातमी डोळ्याखालनं गेली. ‘बरं झालं, मोठी धरणं भरल्याशिवाय लाईटीचा प्रश्न सुटणार नाही.’ असं म्हणतो तोवर त्याच पानावर बातमी. लाईट बोर्डावर मोर्चा. दुसरी बातमी. तिसरी बातमी. पाण्यासाठी वणवण फिरताहेत जिल्ह्यातली निम्मी गावं. डोक्यावर घागरी घेतलेल्या करपून गेलेल्या बायकांची चित्रं, तर दुसऱ्या चित्रात खोल गेलेली विहिरीतली घागर आणि तिथं घागर कुडचून भरणारी मुलं. सगळं अंगावर येणारं. खेड्यातलं भारनियमन आणखी चार तासांनी वाढवणार. चौथी बातमी वाचली आणि त्यानं पेपर ठेवला. लाईट घालवून झोपावं म्हणून तो उठला. तेवढ्यात लाईट गेली.

पावश्या, पावश्या घुम.

पावश्या, पावश्या घुम.

०००

.. २ ..

शेरडांचं सपार सरळ कराय हमीदला मिरगाचाच दिवस उजाडला.

तेही त्यानं काळूबाईच्या डोंगरावरनं आभाळभरून ढग उमटाय लागलं म्हणून मनावर घेतलं. दर वर्षाला त्याचं पावसाळा चालू झाला की हे काम; सपरावरचा कुजलेला पाला काढायचा. वासं मोडलेलं, कुजलेलं बदलायचं, नवीन कूड घ्याचा.

गावातली बरीच बेघर इथं. जागा मिळालेल्या जागेवर सपरं मारलेली. हमीदला बेघरातलंच घर मिळालेलं. तो घराला मागच्या मावळत्या बाजूलाच शेरडासाठी सपार घालून राहिलेला. घराच्या नि गावच्या शाळेच्या मधनं वर काळूबाईच्या डोंगरात वाट गेलेली. हाकंच्या अंतरावर वाळवकराचं सपार भलं मोठं. खंडी दीडखंडी त्याची शेरडं. तो दिवसभर शेरडं घेऊन डोंगरात फिरायचा. डोंगरात जाताना थोराताची डाग बेघरमाळाची हाद् संपली की लागते. शाळंच्या मागल्या बाजूनं पावसाळ्यात नदीगत वाहाणारा ओढा डोंगरातनं येऊन गावाच्या दक्षिण बाजूनं नदीला मिळाला होता.

हमीदनं वाळवकरांच्या शेरडातनं आपली शेरडं घालवली होती. तो बऱ्याचदा असंच करतो. वाळवकर नेहमीच दिवस उगवायला डोंगरात जातो. हमीद मासं, खेकडी वाळवकराला देतो. त्याचं कधी पैसे दिलं तरी घेत नाही.

झांजड पडली. शेरडं आली. नवीन धड केलेल्या सपरात त्यानं बांधली.

तो गावात आला. शामाकडं गेला.

शामा घमेलपाटीतनं रेड्याला पेंड भिजवलेली कालवून ठेवत होता. ''केलंस सपार धड? झाला बघ पावूस चालू.'' त्यानं पेंडीचा हात धुतला.

''केलं की, दिवसभर जरासुदिक फिराकलास न्हाईस. तुला कुठली सवड गावतीया म्हणा. रेड्यामुळं.''

''न्हाई, आज दोनच गिऱ्हाईकं हुती. म्हटलं पावसापाण्याच्या आदी बोडून घ्यावा रेड्याला.'' शामा.

''मग काय तूच बोडलास का काय?'' हमीदनं विचारलं.

''मग कोन बोडायचं? गावातल्या न्हाव्याची पोरं आता कोल्हापूरच्या दुकानातनी सिकून आलेली ती ढोरं बोडायला धजत न्हाईत.'' शामा.

''तुला यक इचारतो; थोरातानं दोन गडी पाठवून दिलतं जत्रंला यक पालवं दे म्हनून. वर्साला वाळवकरांच्यातनं नेतोय पालवं नि या वर्सीच का माझ्याकडं गडी लावून दिल्यात कुनाला दखल?'' हमीदनं शंका बोलून दाखवली.

''हं गड्यांचं गणित आसंल ते. काय म्हंत्यात की बामणांची जत्रा नि कारभारी सत्रा. थोरात धा पंध्रा जणांना बोलला आसंल जत्रा करू या. बघा पालवं. वर्साच्या कामाचं यकदमच देवबी भागिवतोय नि मानसंबी लाजिवतोय त्यो. आणि कवातरी आवसं पुनवला त्येचा पोरगा आला की माप जमत्यात पायलीला पाशेर. मग दिवस दिवसभर नुसत्या च्याच्या पान्यावर न्हाईतर वाटीभर रस्स्यावर झुलत्यात ह्येच्या मागनं. त्यातलीच आली आसतील एक दोघं तुझ्याकडं?'' शामानं सविस्तर हमीदला सांगितलं. नि म्हणाला, ''ह्या हातात पयसं नि त्या हातात पालवं द्याचं. पयश्या बिगार पालव्याचं दावं सोडायचं न्हाई. घटकाभर राग आला तरी चालंल. पदरचं द्या नि त्यालाच आण्णा म्हणा, नगो मागनं. मी केला की सळ्ळा म्हस घेवून आलता. तवा, भिक्या, चट पयसं घेवून आलं. दे जा पालवं. खरं आसं! नवं पानी आलं की त्येंची जत्रा आस्तीया मळ्यात.''

हमीदला शामाचं पटलं.

तो उठला. ''मी हाय दुकानात, ये,'' असं म्हणून तो निघाला. आपण पालवं दिलं नाही तर तो वाळवकरांच्यातनं पालवं आणणारच. उगाच नाही म्हणलो तर मोठ्या माणसाला राग यायचा. हाणता मारता त्येच्या डागत आपली शेरडं जात्यात. तो अंधारातनं निघालेला; आपण थोराताकडून चार पोती भाताचीच मागू. घरात खायालाबी तांदूळ नाहीत. त्यात पालव्याचं पैसं फिटतील. तो दुकानातल्या बत्तीच्या उजेडात आला. तिथं नेहमीची पेपर चाळीत बाकड्यावर बसलेली होती. बत्तीच्या उजेडात तेवढंच काम.

बाकड्यावर बसलेली असली की बाई माणसं काऊंटरवर थेट न जाता घराच्या चौकटीतन आत जात. आणि आतल्या बाजूनं माल येत. हमीद तसाच आत गेला. दशरथच्या शेजारी दुकानात बसला.

त्यानं शामाला सांगितलेला पालव्याचा विषय त्याला सांगितला. शामाचं मतही सांगितलं. आणि आपल्याला अंधारातनं येताना सुचलेलं भाताच्या पोत्याचंही सांगितलं.

दशरथनं सांगितलं, ''तू पैसे मागूच नकोस. पालवं देतानाच सांग, चार पोती भाताची द्या म्हणून, नाई तर पैसे द्या म्हणायचं. पावसाळ्यात खायाला तांदूळ

आणायचे हायत ते आणतो. उगच कशाला त्येला तू दुखीवतोयस?''

हमीदला हा सगळ्यात चांगला मार्ग वाटला.

जेवण वेळ झाली. बाहेरची बाकड्यावरची गेली.

दशरथच्या बायकोनं हमीदलाही दशरथबरोबर पाण्याचा तांब्या दिला.

''वैनी मी न्हाई जेवत,'' उठतच हमीद म्हणाला.

''आज मासं न्हाईत न्हवं घरात? का गेलतास?''

''पाक झांजड पडली खुळ्या. आनि माशाला कवा जावू?''

''म चल. जेव, मासळी केलीया.'' दसूनं हमीदला घेतला नि ती दोघं मधघरात गेली.

जेवाय बसली. गार वाऱ्याची झुळूक आली. दिवा गेला. दशरथच्या बायकोनं दिवा लावला नि वारं सुटलं म्हणून गल्लीकडचं दार बंद केलं. म्हणाली, ''पावूस गळायला लागलाय.''

''बरं झालं सपार धड केलंस ते,'' दशरथ म्हणाला.

''न्हाईतर आज रातभर पावूस चालू झालाय म्हनल्याव बायकूनं निजू दिलं नस्तं.'' हमीद.

''पावूस चालू झाला की सगळी घाण हुती. वाळक्यापणी झालेलं चांगलं.'' दशरथनं हात धुतला. ती दुकानात आलीत.

''सरवाट चांगलंच आलं हं,'' दशरथ अंदाज घेत म्हणाला.

हमीद बाहेर छप्परीत गेला. दशरथ त्याला म्हणाला, ''थांब थोडा वेळ, भिजत कुठं जातो?'' त्यानं पानाचा डबा घेतला. हमीदला त्यानं बिडी दिली. सरवाट थांबायची वाट बघत ती थांबली.

सरवाट थांबलं. हमीद उठला.

''जा-जा लवकर. घरात वाट बघीत थांबली आस्तील जेवायची.'' दशरथ.

हमीद गेला.

दशरथनं आणावयाच्या मालाचं टिपण बघितलं. नजर फिरवली. पूल नव्हतं तेव्हा आपण ट्रकनं माल आणत असे. तेव्हा एकच दुकान आपलं. आता भरपावसात भोगावातनं रिक्षा केली की माल घरात.

टिपण पैसे एकत्र ठेवण्यासाठी तो कपाटाच्या चाव्या घेऊ लागला. दारात चपलाचा आवाज आला. नाना पांगे. गाव झोपलं की जेवणारा. रात्री उशिरा येणारं एका सिगारेटचं गिऱ्हाईक. अर्धा तास बत्ती जळणार. दशरथ सिगारेट देऊन पैसे टिपण ठेवून आला.

नानानं सिगारेटचा झुरका मारून विचारलं, ''कोल्लापूरला जाणार असचिल

तर माझं एक काम करचील?''

''काय काम हाय?''

''तसा मी बी जायाचा हाय, पर जाईल आसंबी न्हाई. तुला मी पत्ता देतो, केळीस्नी मर लागलीया तेवढं अवशीद आणायचं. मी गेलो तर काय आणतोच. तू कवासा जानार हायस?'' सिगारेट तोंडाला लावून थांबला.

''मी लवकरच जानार हाय. पोरग्याला भेटून येनार हाय. पोरगीला बाळंतपणाला आणलीया तिचं आणि काय लागंल ते आणायचं हाय. म दुकानाचा माल. आता काय पयल्यागत लय भरीत न्हाई. तरी नेहमीचा भराय पायजे. भोगावातनं कमीजास्त आणायचा. पूल झाल्याठावनं मी लागंल तसा माल आणतोय. निघालोयच तर ठराविक आयटम आणायचं.'' दशरथ.

''लायीटचं काय म्हनायचं? आज आस्ती न्हवं संध्याकाळची म कुठाय? आता आली तर पावूस पडतोय म्हनून लगीच जाईल.'' नानाची सिगारेट संपली नि एकदम नानानं विचारलं, ''भाताचा तरवा पेरलास?''

''मी भाताचं रान दिलंय सगळंच करायला. कोन करायचं ते?'' दशरथनं सांगितलं नि म्हणाला, ''तुमचं सगळंच केळीला ठेवलंसा?''

''न्हाई, मी बी घरात खायाला पुरंल यवढं भाताला ठेवलंय. त्येला तरवा टाकलाय वाटकऱ्यानं. पुढंला सगळ्याच केळी करतो. म्हंजे एकमार्गी बघायला येईल. बघितल्यास आमच्या केळी? नवा प्रयोग हाय. गाव सगळं बघून येतंय. एकसारखा सगळा सताठ एकराचा पट्टा नजर लागंल असा दिसतोय.'' नाना.

''बघितल्या तर, तुमचं बघून सगळं गाव हुदाकलय. पुढंला बरीच करणार हायत,'' दशरथनं सांगितलं.

''करतील पर तेवढी कव पायजे, सजासजी खर्च पेलणारा न्हाई. उत्पन्न मिळणार पर भांडवाल आडकायची कव पायजे,'' नाना पांगे म्हणाला. लाईट आली. नाना उठला.

पाऊस झिमझिम चालू होता. तरीही नाना घराकडं गेला.

पावसाची एकसारखी रिपरिप बघून गाव सगळं राहिल्या सुरल्या कामात गुंतलं होतं; कोण शेतातल्या कामात गुंतलं होतं. कोण स्वत:च घराची डागडुजी करत होतं. कौलं, पावसाची चांदीची झड, दारासमोरच्या झडीसाठी छप्परी मारत होतं. गवंडी आणि सुतार लोक तुला मला करू लागले होते. उजडायला त्यांच्या घराचं उंबरं झिजवू लागले होते.

दुपार झाली. पावसानं जोर धरला. शेताकडं गेलेली माणसं हातातलं काम

आटपून घराकडं आली. घरात आल्यावर गळणारं घर, जनावरांचं सपार धड करायलाच पाहिजे हे लक्षात आलं. ती या कामात लागली. ‘उनाळभर बसा आणि आता घासा’ असं त्यांना वाटू लागलं. गवंड्याला नि सुताराला रात्र पडली तरी कोण सोडीना झालं. पावळणीच्या पाण्यानं बादल्या भांडी भरू लागल्या.

दशरथ दुपारीच रिक्षा करून दुकानाचा माल घेऊन आला.

येणारं गिऱ्हाईक पावळणीच्या पाण्यात पाय बुचकाळून आत येऊ लागलं.

छप्परीतली गर्दी पावसाळ्यात वाढते ती आज लगेच जाणवू लागली.

भिका पळतच तसल्या पावसातनं आला. आत येऊन पावळणीला लावलेल्या बादलीत पाय धुऊ लागला. बाकड्यावर बसलेला दिना त्याला म्हणाला, “बास कर की आता, का फुकटचं गावलं म्हनून पायावरचा उनाळभर साठलेला मळ काढीत बसलास. दसूदा त्याला साबणाची वडी तरी दे –”

“त्ये का? कापडंच काढ की म्हणावं. नि ऱ्हा पावळणीला हुभा. मालकाच्यात त्येच्या पानी कुठाय? घालू या की साबण लावून अंघुळ.” तिथला एकजण.

पाय चोळीत, टाचा घाशीत भिका म्हणाला, “घाला बाबानू तुमी तरी घाला, मालक वर्साला म्हंतोय या वर्सी घालतो. त्येची वर्सावर वर्सं गेली. त्येच्यानं जमंना. तुमच्यानं जमतंय का बघा. यका पायाव हुभा ऱ्हातो.” तो पायाचं शिक्कं उठवत बसलेल्यांच्यात आला. मिसळला.

पावसाची सर मोठी आली. दिनानं परत दशरथला आठवण करून दिली. “तू प्लॅस्टिकचं कागद आणलं न्हाईस. ह्ये आण तेवढं. आमच्या चांदीलाबी या वर्सी मारायचं म्हतोय – आनि सपार शेकराय गावलेलं न्हाई त्येच्यावर बी घालायचं म्हंतोय. त्याचं चार वासं मोडलेलं मारत्या सुताराला बसीव म्हटलं तर ते कालधरनं येतोय म्हंतय.”

“त्येला बतावण्या सांगायला ठेव जा. गेलं त्याच्या बासंगं या दिसात सुतारशाळा भरायची. रातदिवस त्येचा ‘बा’ कामं करून द्याचा. हेला येतंय ते बी धड येळंवर नाई,” तिथं बसलेला एकजण म्हणाला.

“दिना, आलंय का तरू लावायला? रोपा लावा जावा,” भिका बाहेर बघत म्हणाला.

“तुझ्या मालकाला सांग जा, रोपं लावायला त्येनं सगळ्या गावाच्या आदी तरवा टाकलाय.” दिना.

“आमी काय लावणारच हाय की – आमचा तरवा आलायाच लावायला.” भिका.

‘‘लाव लाव यकदा मंजी रिकामा झालास. मालकाला झोकं घालीत कथाण्या सांगीत बसायला.’’ दशरथ.

‘‘तू कमी सांगतोयास कथाण्या. सगळ्या गावाच्या कथाण्या तुझ्याकडंच की. आनि या चार वर्सांत दिना कवा बघिटलास ह्येला शेतात? चल की जरा चिखलात मग कसं अंगावरचं मास उतरतंया लगीच बघ,’’ भिका म्हणाला नि दशरथ सांगाय लागला, ‘‘आरं मी काय केल्यालं न्हाई म्हण की शेतात काम.’’

‘‘केलंस की, आठराशे सत्तावनच्या बंडातलं कशाला सांगतोयास कापडं संभाळली म्हनून. आताचं बोल.’’ भिका.

‘‘पोरगीचं लगीन झालं. पोरगं कोल्हापूरला गेलं दोन वर्स झाली, आता हाताखालीच माणूस नसल्याव काय करणार? माप वाटतंय, दुकानातनं बाईरच पडायला मिळंना म काय करतोस?’’

‘‘मग उगच दुसऱ्याची मापं काढायची न्हाईत. कांवटरवर हुभा ऱ्हावून.’’ भिका.

‘‘तुझं माप मालकाला गावंना तेच बघ आदी.’’ दिना.

‘‘त्येचा मालक माप बघाय माप धडपडतोय खरं उपेग नाई.’’ त्यातला एकजण.

‘‘धडपडतोय का नुसता धडपडल्यागत करतोय, त्ये मालकालाच ठावं.’’ दशरथ.

‘‘आता गेला सीझन, पावूस सुरू झाला.’’ दिना.

‘‘त्येला सीझन लागत नाई. आनि आता तर पूल झालाय. भर पावसात वऱ्हाडगाड्या याची आडचण नाई.’’ नाई तर आमच्या पोरीच्या लग्नात जून महिन्यातला मवतूर धरलाता. जे पावसानं चालू केलं ते बंदच न्हाई. नावंनं थोडी माणसं आणि कशीबशी पोरगीला घेऊन गेलो. जावायाला गावाकडं याच्चं धाडस झालं न्हाई. गडी दिवाळीलाच पावूस उघडल्यावरच आला. आता काय आडचण न्हाई. दारात वाहनं येतात. आनि सपकाळाच्या पोराचं लगीन हाय न्हवं वीस जूनला.’’ दशरथनं आपल्या बाळंतपणासाठी आलेल्या पोरीच्या लग्नाची आठवण सांगून पुलामुळं आता अडचण नसल्याचं सांगून टाकलं.

‘‘आनि शिंद्याच्या पोरगीचं ठरलंय काल. बोरगावात दिली. पावूस म्हनून ते थांबतंय व्हय?’’ दिनानं सांगितलं. भिकानं विषय बदलावा म्हणून, ‘‘नव्या पाण्यासंगं लाकडाच्या गंढऱ्या वाहून आल्या अस्तीला त्या धरायला चान्स हाय बघ. मगाशी मी आलो तवा आसल्या आसल्या,’’ हातानं दाखवत, ‘‘गंढऱ्या वाहून गेल्या पुलाखालनं.’’

‘‘धरणारी रेट धरत्यात खरं लाकडाला फासका टाकायचा म्हनल्याव त्येच्याजवळ जायाला तरी पायजे.’’ दिना.

''पुलाच्या मच्याला थटलेल्या लाकडाला फासका टाकायला सोप्पं.'' भिका, ''यात शामाचं धाडस दांडगं.''

''त्येचा नि हमीदचा नाद करायचा न्हाई गावात तरी. त्येनी धरलेल्या लाकडावर गावात कितीतरी घरास्नी लाकडं वापरली नि कैक जणास्नी घरं बांधायला लाकडं धरून दिली.'' दशरथनं सांगितलं.

''गावात सोड, या धा गावांत शामासारखा पवणारा न्हाई म्हंत्यात. चार पायलीच्या गठळ्याला पाण्याचा ठेंब लागू न देता डोक्यावरनं तो पलीकडं पवून जातोय म्हटल्यावर म बघ.'' तिथं बसलेला एकजण सांगू लागला.

''शामा आमच्याबरोबर शाळंला आसल्यापास्नं तसा हाय बरं का. झाडाच्या शेंड्याचा आंबा काढणार, नदीत बुडला की सगळीजण आता हे मेलं म्हणून वरढायची नि त्यो वर यायचा.'' दशरथनं सांगितलं.

पावसाची चिपळी वाजत आली. पाणी पाणी करून गेली.

''पावूस यकदमबी लागी न्हाई, लयच दुपारबस्न चेकाळलाय.'' दिना म्हणाला.

''चेकळू दे. पावसाला सुरुवात झाली न्हाई तवर तुमचं चालू झालं,'' असं म्हणून भिकानं दशरथकडं तंबाखूसाठी हात पसरला. दशरथनं पत्र्याचा डबा पुढं केला. भिकानं त्यातली एक चिमट घेतली. तिथंच असणाऱ्या चुन्याच्या गाडग्यातनं चुना घेऊन पावसाकडं बघत तो तंबाखू मळू लागला.

''बरका दिना, पावूस किच्चाबी लागू दे खरं, मगाधरनं वारं सुटलंय तसं नगो.''

''मधी बघिटलंस न्हवं कोल्हापुरात वळवाच्या पावसानं किच्ची झाडं घरावरती पडली. वाऱ्यानं केवढं नुकसान केलं,'' दशरथनं सांगितलं.

''लायटीचं डांब बी वाकलं हुतं म्हनं. आता पावसाळा चालू झालाच दशरथ.'' त्यातला एकजण.

''न्हाई पर, वर्सासारखा ह्यो पावूस मुरवणीचा असा कालधरनं लागत न्हाईच. यकदमच वाऱ्यासंग येतंय. खळं भरून जातंय,'' दशरथ पावसाकडं बघत म्हणाला.

वाळवकरांची आणि हमीदची शेरडं त्यांनी डोंगरातनं न हाणताच घराकडं पळून आली.

वाळवकराच्या सपराचा मालवासा मोडलेला. त्या जागी जास्तच आज गळाय लागलं. मारत्या सुताराकडं तो गेला. मारत्या उद्या बघू म्हटल्यावं त्याला राग आला. मारत्याला सतरादा बोलवून उद्या उद्या करतोय म्हणून त्यानं शिव्या

दिल्या. तसा मारत्या 'तुझ्या 'बा'चं काय कर्ज काढल्यालं नाही' म्हणाला आणि वाळवकर त्याच्या अंगावर धावून गेला. "ह्याला गाव सारं दिसतंय मी या गावचा न्हवं?' लय मानाचा लागून गेलाय त्येला दावतो कर्जाचं" म्हणू लागला. हमीदनं वाळवकराची समजूत घातली. मी मालवासा मारतो चल म्हणाला. तरी वाळवकर तणतणत राहिला. सगळ्यांची एकच घाई उसळली होती. मारत्या 'पावूस काय आसाच बसतोय व्ही? मानसास्नी दम निघंना' म्हणू लागला.

पावसाची उघडीप बघून शेरडांना घेऊन जावं लागणार होतं. वाळवकर त्यासाठी आपल्या शेतातलं मक्कं ठेवून गावातलं मक्कं घेत असे. हमीदही मासं खेकडी देवून मक्कं घेत असे.

पावसात भिजून आलेल्या शेरडांना थोडं मक्कं घालून हमीद चहा प्याला. टापर बांधून त्यानं झांजड पडल्यावर बॅटरी घेऊन शाळेच्या जवळचा ओढा गाठला. ओढ्याला असणारी खेकड्याची बिळं भरल्यानं खेकडी बिळातनं बाहेर पडून भुलल्यागत पळत होती. वाळवाण पसरावं तसं ओढ्याकडेला पसरली होती. त्याच्या जवळचं ठिक्कं भरलं, तरी खेकडी होती. वळवाच्या पावसानं या वर्षी नुसतंच ववाळलं होतं त्यामुळं ओढ्याला पाणीच आलं नव्हतं. आता आलेलं पहिलंच पाणी. त्यामुळं खेकड्यांना कुठं पळू झालं होतं. काळी करंद पाठ असलेली खेकडी घेऊन तो पाठीला ठिक्कं लावून आला.

खेकडी बघून त्याची बायको आणि पोरं हरकून गेली.

घरात ठेवली एक दोन आणि तो दुकानाकडं तसाच पळाला. तिथं सताठजण असतातच. ती सगळीच त्याच्यावर तुटून पडली. शामाला आणि दशरथला त्यानं अगोदरच चार चार काढून ठेवली. तसल्या पावसात समजंल तशी माणसं त्येच्याकडं येऊ लागली. तासाभरात सगळी खेकडी उडाप झाली.

"आता खेकड्याचा रस्सा खावूनच जा." दशरथची बायको त्याला म्हणू लागली. तो नाही म्हणून पावसाची उघडीप बघून घराला गेला. रस्त्यावरचा बलांचा उजेड मिणमिणत्या दिव्यागत होता.

तो घरात आला. वारा सुटला. लाईट गेली. पावसाची धारच लागली. बायको म्हणाली, "सपार शेकरलं आणि नवा पाला घालून गळाय कसं लागलंय म्हणायचं? तरी तुमाला म्हनीत हुतो सुताराला तासभर बलवा तर-"

"त्येला आंग खांजळाय सवड न्हाई. मगाशी वाळवकराचं नि त्येचं लागलं ते सोडीवताना पुरं झालं" हमीद.

रस्स्याचा वास घरभर सुटलेला. तो उठला. दिवा घेतला. सपरात गेला. शेरडं उठून उभी राहिली. बायको आली. शेरडं त्याच्याकडं तिरक्या नदरनं बघू लागली.

त्याला दिसलं. कुडाच्या मेढीवरनं गळत होतं. "हे मेढीवरचं पानी येतंय जगलेल्या. त्याला उद्या कागूद गुंडळाय पायजे." दोन वर्षांपूर्वी मेढ रोवलेली डोंगरातनं आणून. ती ओली होती ती जगलेली. तिची पालवी फुटलेली. सपराच्या छप्परीच्या वर गेलेली. तिच्यावरनं येणारं पाणी पाल्यातून थेट तिला धरूनच खाली येत होतं. बुडाला मिळत होतं. सपार शेकरताना त्याला छप्परीच्या वरचा भाग कापावा असं वाटत होतं पण पालवी बघून त्याचं मन धजलं नव्हतं.

पावसानं जोर केला. मेढीभोवती पोतंभर जागा तुंबला; सपराचं काम केलं म्हणून बरं झालं. नाहीतर सगळं पावसानं तळं झालं असतं. ती दोघं जेवून शेरडांना सुक्या जागेची व्यवस्था करून निजली. त्याला आठवलं, आपल्याला हे घर नव्हतं तेव्हा आपल्या अंथरुणाजवळ शेरडांना बांधत असे. करडांना तर आपण आपल्या अंथरुणात घेवून थंडी पावसात झोपत असे. पण शेरडानं की करडानं अंथरुणात कधीच गहाण केली नाही. सकाळी उठल्यानंतर माणसागत शेरडं नि करडं बाहेर जाऊन हागून मुतून यायची.

पाऊस रात्रभर वाढत गेला.

उगळंफुट्या पाऊस.

०००

.. ३ ..

पाऊस लागत होता. एकसारखा.

माणसं एकदोन दिवस थांबली. वाट बघून आपल्या कामाला लागली.

बऱ्याच जणांना वाटाय लागलं. हे नक्षत्र लागून बाकीची सगळी उघडी पाडतोय काय?

पाणी पाजून आणलेलं तरवं, माणसं रोपा लावू लागली. मागास तरवं असणाऱ्यांना काळजी वाटू लागली. सताठ दिवस रानातनी पाणी पाणी करून टाकलं. उगूळ फुटलं. पडणारा पाऊस, पावसाचं पाणी पडलं की मिळंल तिकडं वाट धरू लागलं.

चार दिवस पावसानं उघडझाप मांडली. माणसांनी शिवारातली राहिल्या सुरल्याली कामं करून घ्यायची घाई केली. 'पाऊस उसंत खावून द्याचा नाही' म्हणणारी 'आता कुठला लागतोय' उघडझापीचा खेळ मांडलेला बघून म्हणू लागली.

दशरथ दुकानात एकटाच होता. रात्र झालेली. पावसात कोण बाहेर पडत नव्हतं. त्यानं पान खाल्लं. गल्लीतली लाईट नव्हती. घरातली होती. त्याच्या छप्परीतन जाणाऱ्या लाईटच्या झोतात पावळणीच्या धारा चमचम चमकत होत्या. तसल्या पावसात टार् टार् आवाज करीत कोण तरी गळत दारावरनं मोटर सायकल घेऊन गेला. एवढ्या वेळानं आणि पावसात कोण आला आसंल म्हणून तो छप्परीत येऊन मोटरसायकल गेली त्या गल्लीत बघू लागला. गाडीचा आवाज बराच आत गल्लीत गेला. त्यामुळं आवाज नेमका कुणाच्या दारात थांबला त्याला कळालं नाही. पावसाचा दुस्कार अंगावर उडत होता.

तो आत घरात आला. दार बंद केलं. मग दुकानाच्या फळ्या आतनं पट्टी लावून बंद केल्या. मग छप्परीतली लाईट बंद केली. पावसानं दुपारधरनं ताळ सोडल्यागत केलं होतं. उघडलेला पाऊस एकदमच बळावला होता. माळ्यावरनं खाली जोत्यावर पाण्याची धार लागली नि तो चमकला; हिथं कसं काय गळाय लागलं कवाच नाही नी. जिन्यावरनं वर गेला. माळ्यावरची लाईट लावली. तर

पावसाचं पाणी खापरीत मावत नव्हतं. ते पाणी खापरीच्या मागनं वाऱ्यामुळं आत घुसत होतं. खापरीस्नी गांडगळती लागलंली त्यामुळं सगळीकडं गळतीच गळती लागलेली. एक खापरी हालवून बघितली की दुसरी गळाय लागायची. एक गळतं हालवलं की दुसरी दोन गळती चालू व्हायची. तो सगळ्या माळीवरनं फिरताना खापरीतनं त्याच्या अंगावर दुस्कारा येवू लागला. वाऱ्याच्या नि पावसाच्या आवाजानं माळीवर ह्याला उभं राहू वाटंना. तो बायकोला हाक मारू लागला. ती लवकर आली नाही. तसा तो जिना धाड्धाड् वाजवत खाली आला. ''तुझं कान पाकच मिटलं का काय?''

''मला आयकाय आलीच न्हाई हाक, वारं नि पावूस भणभणतोय त्यातनं आली नसंल.''

''पाक माळी तुंबलीया बघ जा. आता दुकानात पाणी वरनं खाली गळाय लागंल.''

ती तशीच वर पळाली. तर माळीवर गळत्यानी खेळ मांडलेला. ती खाली आली. घरातली बारकीसारकी भांडी घेवून पळतच वर गेली. कुठं लावावं नि कुठं राखावं भांडं? ती एक भांडं लावून दुसरं लावायला जाई तर पहिल्या भांड्यात गळतं थांबायचं नि दुसरीकडंच चालू. वाऱ्यानं पाऊस फिरल तसं गळती फिरत होती. तिचं तिला सुधरत नव्हतं. ती दशरथला हाक मारू लागली. तिची तिलाच हाक ऐकू येईना झाल्यागत वाटलं. सैरभैर झालं. दशरथ दुकानातल्या मालावर झाकाझाक करत होता. वर माळ्याच्या फळीकडं बघत होता. पाणी फळीची फट बघून लगेच उडी घेत होतं. धार धरत होतं. दशरथची तारांबळ उडली होती.

रात्रभर दोघं खालवर करण्यातच गुंतली होती. नवरा बायकोचं चाललं होतं. कवाच नाही नि आताच कसं गळतं म्हणायचं? गावात वानरांनी नाचून खापऱ्याची पाक वाट लागल्याली. घरातनी तर सगळा कालाच झाला होता.

रात्र संपली तरी पावसाचा डोळा मिटंना. एकसारखा पाऊस लागत होता. आडवातिडवा पाऊस पडत असल्यामुळं सगळ्यांच्या घरात गळती लागलीच होती. दिवससारी सरीवर सरी ओतत होता. पाणी रस्त्यावर मावत नव्हतं. माणूस घरातनं बाहेर पडत नव्हतं. 'पावसाचं चलन येगळंच हाय' असं मात्र कालधरनं पाऊस उघडला नसल्यामुळं लोक म्हणू लागले होते. 'एकाएकी उघडून चालणार नाही' म्हणणारी 'असा एकाएकी लागून चालणार नाही' असं म्हणत तंबाखू मळू लागली होती.

दशरथनं दिवसभर गळत असणाऱ्या ठिकाणावरनं माल हालवला. परत तिथलं गळतं थांबल्यावर परत हालवला. तासाभरानं परत तिथनं माल हालवावा

लागला. त्याचा दिवस त्यातच गेला. त्याचा जीव कैगाटून गेला. त्याला कधी घासभर खाईन आणि निजंन असं झालं.

पावसानं गाव नसल्यागत वाटत होतं.

तो जेवला. दुकानात आला. झाकाझाक केली. लाईट बंद केली.

अंथरुणावर पडला. मधघरातनं बायकोचा आवाज आला, "जरा आत येतासा का." तो शिव्या देतच उठला. मद्घरातबी गळतंय का काय? त्याला वाटलं. आत गेला. बायको सांगू लागली;

"पोरगीचं जरा दुपारच्यान चलन येगळंच वाटतंय. आनि आता म्हंतीया पोटात लयच दुकायला लागलंय. नव्वा म्हैना आजून सपायचाबी हाय. डाक्टरला जरा बलिवला आस्ता तर बरं झालं आस्त."

तो तिच्यावर ढग कोसळावा तसा कोसळतच म्हणाला, "तुला दुपारच्यानं यातलं कायबी सुचलं न्हाई? रात गाठूनच सगळं बघील ते काम. मगाबस्नं काय मी दुकान बंद करायची वाट बघीत हुतीस व्हय? जेवताना मायलेकींच्या तोंडात काय घास आडकलाता? त्यो बाटका डाक्टर आता हाय का कुटं गेलाय कुनाला दखल? नव्या पाण्यावरच्या त्येच्या जत्रा चालू हायता. त्यो हातात इंजीक्शन कवा धरतोय? लय त्ये त्येच्या हातात लिंबूच आसतोय. बायला ते पाटील डाक्टर चांगलं डिग्रीचं होतं. त्याला गावात पेशंट मिळंना. ते गेलं गाव सोडून. आता हेची मापं काढायची म्हंजी – तुला कवा आक्कल याची कुनास दखल?" तो बॅटरी बघत होता. त्याच्या बायकोनंच बॅटरी त्येच्या हातात दिली. छत्री घेतली. परत छप्परीतली लाईट लावली. दार उघडलं. तो रेडेकर डॉक्टराच्या खोलीकडं गेला. खोली म्हणजे गावातल्या एकानं आपलं निम्मं घर त्याला फुकट राह्याला दिलं होतं.

तो रस्त्यावर आला नि त्याच्या कानटाळ्या बसणारा पावसाचा आवाज. सतत कोसळणाऱ्या सरीपावसाचा आकांत मांडलेला. पायातला बॅटरीचा उजेड त्याला दिसंना.

गावच्या देवळाम्होरं आला. रात्रीच्या भयाण शांततेत देवळाम्होरचा फडफडणारा पिंपळ आणि त्याला झोडपणारा पाऊस. त्याच्या हातातली छत्री उलटी पालटी झाली. तो भिजला. ओल्या अंगानं त्यानं देवाला नमस्कार केला. मनात पुटपुटला. पावसानं उभं ओतण्याचा डाव बघून तो हबकला. त्याला डॉक्टराची काळजी लागली; पाटील डॉक्टर डिग्रीवाला म्हणून गावात तो टिकावा यासाठी आपण बऱ्याच लोकांना सांगितलं. ते सगळं रेडेकराच्या कानावर गेलं होतं. त्यापासून तो पहिल्यागत आपल्याशी बोलत नाही. माणसांनी आपलं ऐकलं नाही. रेडेकर त्यांना सगळ्यावरचा डॉक्टर वाटतो. तो पंचांग बघतो. जत्रा-खेत्रा बघतो.

यासाठी खूप लांबून त्याच्याकडं गाडी करून माणसं येतात. मंगळवार आणि शुक्रवार त्याला सांदा नसतो इंजेक्शन आणि गोळ्या देण्यासाठी.

दशरथ, रेडेकराच्या खोलीजवळ पोहचला.

त्यानं डॉक्टराच्या दारावर बॅटरी मारली. सगळं गाव गुडुप झालेलं तो तरी कशाला थांबंल. पायात पाणी मावत नव्हतं. दारात सगळं पाणी पसरलं होतं. तो त्यातनं खोलीच्या दाराजवळ गेला. डॉक्टरांना हाका मारू लागला. पावसानं त्याचा आवाज त्याच्या कानातच घुमाय लागल्यागत झालं. मग त्यानं दार वाजवायचं नि हाक मारायची असा सपाटा लावला. डॉक्टरनं दार उघडलं. डॉक्टर असल्या पावसात उघडाच. चौकांड्यात आला.

''काय झालं? एवढ्या वेळानं?'' डॉक्टरनं विचारलं.

भिजक्या अंगानं दशरथ सांगू लागला.

''पावसानं ताळच सोडलाय आज. आताच पडलोतो.'' डॉक्टर कपडे घालाय म्हणून आत गेला. त्याचं ऐकून दशरथ बोलला,

''म्हनून भ्या वाटाय लागलंय. पोरगीचं आजून दिसबी भरल्यालं न्हाईत.''

डॉक्टर दशरथबरोबर एक शब्द बोलत नव्हता. वळचणीला उभ्या असलेल्या दशरथला डॉक्टरनं आतही बोलवलं नाही. सगळं आवरून डॉक्टर बॅग घेऊन आला. त्यानं दशरथकडं बॅग दिली. डॉक्टर मागं आपली बॅटरी घेऊन आणि दशरथ पुढं. पावसानं थैमान मांडलेलं बघून डॉक्टर म्हणाला, ''आजून पाऊस खूप लागणार.''

''पावना म्हणीत हुता, बाळतपणाला आपल्याकडंच ठेवा म्हनून. तर आमीच म्हनालो पयलं बाळतपण हाय, आयीच्या घरातच झाल्यालं बरं.'' दशरथ बोलायचं म्हणून सांगून गेला.

''तुम्हा माणसांना हेच कळत नाही. पावसापाण्याचं दिवस. सकाळपासून पाऊस किती पडलाय माहीत आहे का? नदीचं पाणी पात्राबाहेर पडलंय. आताच नव्या पाण्यावरच्या जत्रेला थोरातांनी नाही म्हणत असताना मला नेलता तेव्हा बघितलं.'' दशरथला बॅटरी, बॅग आणि छत्री वाऱ्यामुळं सांभाळताना अवघड झालं. पायातलं पाण्यामुळं दिसत नव्हतं. अंदाजानं टाकलेलं पाऊल पाणी तुंबल्याला खळग्यात पडत होतं.

''तिला या अगोदर कोणत्या डॉक्टरकडं दाखवली होती.'' डॉक्टरने विचारलं.

''हिथं आल्यावर यकदा ती कोल्लापूरला गेलीती.''

''कोल्हापूरलाच पण कोणत्या? तुला काय वाटलं मी तुझ्या पळून गेलेल्या पाटील डॉक्टराकडं गेलता काय म्हणून विचारतोय होय.'' रेडेकरानं पावसानं

रस्ता झोडपल्यागत दशरथला झोडपला. "दशरथ, या गावातल्या माणसांना नुसत्या इंजेक्शन गोळ्या देऊन भागत नाही. तर त्येंच्या गरजाही बघायला लागत्यात. साहेब होऊन चालत नाही. दहा वसांत किती तुझ्या पाटलागत आली आणि गेली बघतोयस नव्हं."

पावसानं मगापेक्षा जोर केला. दशरथला डॉक्टरना त्यातनं विचारावं असं वाटत होतं, तुमची डिग्री कुठली? पण रेडेकर थांबंना. "पाणी पुलावर येतंय का काय? त्यात पंचांग सांगतंय हे नक्षत्र पूर आणणार असं."

दशरथला आपल्या पोरगीची परत काळजी पावसाबरोबर वाढू लागली. रेडेकराचं चालूच होतं. "बरं झालं बापूसाबाची जत्रा आज केली ते. ते म्हणत होते चार दिवसानं करू या, पोरगा येईल. मीच म्हणालो, जत्रा आजच करा नाहीतर लयच पुढं जाईल. तिथं बापूसाब थोराताचा वडील चार बकरी देत होता. मी एकच बकरं देऊन भागीवलं. गेली चार वर्षं मला घेतल्याशिवाय बापूसाब जत्राच करीत नाही."

डॉक्टराचं बोलणं पावसात वाऱ्यात कानावर येत होतं ते निम्मअर्धंच. मात्र दशरथला, डॉक्टराकडं ताप सर्दी झाली की माणसं येतात आणि गोळ्या इंजेक्शनाबरोबर लिंबूही मागून घेतात हे माहिती होतंच. इंजेक्शनाचं पैसे देऊन माणसं लिंबवाचे दहा-वीस रुपये पंचांगावर ठेवत असत.

त्याच्याजवळ गावातली दोन माणसं होती. ती दोघं कधीकाळी तालमीत खेळलेली. आता मिळंल ते पिऊन लोळलेली. ती दोघं डॉक्टरांच्याकडं लांबून आलेल्या माणसांच्या जत्रा करण्याचं काम करत. येणारी माणसं डॉक्टरांच्याकडे पैसे देऊनच तुमचं तुमी भागवा म्हणून सांगून जात. डॉक्टर बकऱ्याचं पैसे मिळालं की कोंबडीवर भागवत. कोंबडीचं पैसे मिळालं की लिंबवावर भागवत. खाण्यापिण्याची चैन दोघा पैलवानांची चालत असे. गावात दुसरा डॉक्टर आला की त्या दोघांना नवीन डॉक्टरला त्रास देऊन घालवण्याचंच काम असे. एक दोन महिन्यांत नवा डॉक्टर गावातनं जात असे. असं आता बरेच वर्षं चालत आलं होतं.

दुकानदाराचं घर आलं.

दशरथच्या बायकोनं गावातल्या दोन सुइणी आणल्या होत्या. त्यांतली एक जण डॉक्टरला म्हणाली; "डाक्टर मामा पोरगी लयच तळमाळतीया. लवकर बघा."

"ह्यो पावूसबी कसा भ्या दावतोय त्ये बघिटलंसा. त्यात दिवसबी भरल्यालं न्हाईत म्हंतीया." दुसरी.

डॉक्टर न बोलताच हात भिजलेलं पुसून पोरगीला तपासू लागला.

"मी एक इंजेक्शन देतो. पण कोल्हापूरला कुठं दाखवलं होतं तिथं दाखवा."

''सक्काळ पातूर तरी काय ते करा. रात काढाय पायजे.'' दशरथची बायको म्हणाली आणि दशरथ तिच्यावर खेकसला, ''तुझ्या आयीला. तुला ध्यान हाय का तुजं तरी? दुपारच्यानं दुकतंय नि तू मला आता सांगतीयास. तुला काय त्वांड न्हवतं?''

''तुमचं हाय ध्यान सारं, बास करा.'' ती रागानंच बोलली नि स्वयंपाक घरात गेली.

तो तिच्याकडं बघतच ''बास करतो. तुला दावतो बास करायचं. मी सांगीत हुतो पावसापाण्याचं दिवस तिला आजीकडं ठेवू या. दिला आसता खर्च मी.''

''आजीकडं? तिचं तिला व्हिना नि माझं आनि कर म्हना. भावजा त्या भावजा, व्हय गं आनुक्का.'' ती आपल्या माहेरच्याबद्दल सांगू लागली आणि तिथं आलेल्या आनुक्का सुइणीला विचारू लागली. मग आनुक्का म्हणाली. ''गप बस दसू. पयलं बाळातपण पोरगीचं. आजी आसली म्हनून काय झालं? लोकं ती लोकंच. आयीच्या घरातलं न्यारंच. त्येची सर येतीय व्हय दुसऱ्याच्या घरात? काय हुतंय, हाय की आमी.''

डॉक्टर उठला. तशी दशरथची बायको त्याला म्हणाली, ''डाक्टरमामा, राच्चइरचं उठवाय लागलं तर उठीवणार मी माझ्या पोरीसाठी, उठा बरं का.''

''माझ्याकडे होतं ते इंजेक्शन मी दिलंय आता. मला उठायला काय नाही, मी कधीच कुणाला मोकळ्या हातानं घालवत नाही. पण तुम्ही उद्या दुखलं नाही दुखलं तरी तिला कोल्हापूरला घेऊन जावा. तिच्या नेहमीच्या डॉक्टरला दाखवून आणा.''

पोरगी विव्हळायची थांबली होती. डॉक्टर तिथं असतानाच तिचा डोळा लागला.

डॉक्टरनी बॅग घेतली. तसा दशरथ पुढं गेला. त्यानं डॉक्टरांची बॅग घेतली. ती दोघं निघाली.

दारात आली. पावसाचा रम्माटा चालूच होता.

बॅटरीच्या उजेडात पावसाची सर लेझमाची चाल धरल्यागत दशरथला दिसू लागली. सगळं पाणीच पाणी.

पावसानं रात्रीचं इतर आवाज निपचिप पडले होते. पडणारं पाणी–पाण्यामुळं गावातली गटारं मुसुंडी मारून रस्त्यावर खेळत होती. रस्ता गटारं असं काय आता राहिलंच नव्हतं. रस्त्यावरचं पाणी रस्त्यानंच निघालं होतं. ओढ्यागत उसळत. वाऱ्याच्या मुसंडीनं पावसाला सैरावैरा करून टाकलं होतं. दशरथला याची चांगलीच भीती वाटू लागली. तो गारठाय लागला; रात्र कधी संपल. दुपारीच

सांगितलं असतं तर भोगावातनं एखादी गाडी मागून घेतली असती. कोल्हापूरला पोहोचली असती आतापर्यंत पोरगी. रात्रीचा आता कोण येणार? फोन करावा म्हटलं तर मध्यान्ह रातीचा कोण उठणार? आपली बायकोच पोरटकी. आजी व्हायला आली तरी तिचा पोरकटपणा जात नाही. चारचौघात बोललं तरी कावदारून अंगावर उसळून येतीय. शेंडा नाही बुडका, बोलत राहती.

घरात आला तर पोरगीला डोळा लागलाच होता. त्याला बरं वाटलं.

भगटायच्या अगोदर भोगावातनं जावून गाडी आणू. नाहीतर फोन करून सायब्यालाच सांगू. तो भिजलेली कापडं काढत होता. आनुक्काचा आवाज मदघरातनं आला आणि त्याला आपल्या बायकोच्या शहाणपणाचं बरं वाटलं. त्यानं अंग पुसून घेतलं. ''पावसानं टाका ढिलाच केलाय आज. पाकच उसावल्यागत वताय लागलाय. सक्काळधरनं सांदा म्हनून न्हाई.'' सुकी कापडं घालून लाईट बंद केली. नि तो अंथरुणावर आडवा झाला.

''तरी बरं बाबा, म्हणावं तेवढं वारं न्हाई. न्हाईतर लायटी कवाच गप झाल्या असत्या,'' आनुक्का मदघरातच बोलत होती. तिनं विचारलं, ''फॉन तरी चालू हायतं का त्ये बघ?''

''कुनी बघिटलंय. दुपारच्यानं तरी वाजल्याला आयकाय न्हाई. आनि वाजला आसंल तर कुठला आत आयकाय येतोय या पावसातनं. काल मर्दीने दिवससारा गळत्यातनी गेला. खापरीवर धूळमाती चिकटलेली, पानं बिनं पडलेली. सगळं घर गळत होतं. तर आज ह्यो दुपारच्यानं योट,'' दशरथची बायको सांगत होती. दशरथ वर्षाला खापऱ्या झाडून लोटून काढायचा. या वर्षी याला जमलं नव्हतं.

फोन चालू आहेत का ते बघावं असं दशरथला अंधारात वाटू लागलं. तरी तो पडूनच राहिला. फोन करून तरी आता काय उपयोग? आनुक्का त्याला म्हणाली, ''उद्या सकाळच्याला उजडाय गाडी आण भोगावास्नं आणि पोरीला ने. बाबा पावूस घरावर पडत्याला आयकवत न्हाई. केवढा बाईर पडतोय का पखालीनं वत्तोय म्हनायचा. आदीच दिवस वंगाळ आल्यात. त्यात म्हंतायासा पोरीची राराू म्हनीत हुती हिथंच न्हावू दे म्हनून. तिला तेवढाच सांदा गावायचा. शेरातल्या, मापट्याला शेर म्हनणाऱ्या अर्ध्या शान्या बायका आपलंच खरं म्हनून भांडत बसणाऱ्या. पोर नांदायची बाबा आपली तिथं.''

''कुठलं आनुक्का माझ्या पोरीचं दैवच ह्या नदीसंग झुंजतंय. लग्नाच्या येळा ते तस्सं. तवा पूल नव्हता म्हनून झडती. नावंतनं गेलो. आता पूल झालाय म्हनून झडती.'' दशरथची बायको म्हणाली आणि दशरथला डॉक्टरचं वाक्य आठवलं;

नदीच्या पात्राबाहेर पाणी आलंय. त्याला वाटाय लागलं. आणि पुलावर पाणी आलं तर? त्याला घामच फुटला. तो उठला. अंथरुणावर बसून राहिला. अंधारातच. गावाला पूल झाला आणि नाव जिल्हा परिषदेनं जमा करून घेतली. खरंच पुलावर पाणी आलं तर? त्याच्या डोक्यात पुलावरच्या पाण्यानं थैमान घातलं. बाहेर पावसाचं थैमान आणि त्याच्या डोक्यात पुलावर पाणी आलं तर काय, याचं थैमान. अंधारात फेर धरल्यागत तो फिरू लागला. आता त्याला बाहेरचा पाऊस ऐकायला यायचंच बंद झालं.

आनुक्काचं नि त्येच्या बायकोचं बोलणं केव्हाच बंद झालं ते त्याला कळलं नाही.

पावसाच्या आवाजाचा कान लावून अंदाज घेऊ लागला. त्याच्या कानातल्या आणि मनातल्या आवाजानं सगळ्या चिंध्या झाल्यागत वाटू लागलं.

तो अंधारात उठला. किती वाजलेत बघावं म्हणून लाईटचं बटण मारलं. उजेड पडलाच नाही. परत त्यानं उलटी सुलटी बटनं मारून बघितली. शिव्या देत धडपडत बॅटरी बघू लागला. बॅटरी बायकोनं आपल्याकडं घेतली होती. तो तसाच अंथरुणावर बसला.

आता पावसाच्या आवाजानं नि वाऱ्याच्या आवाजानं घरावरनं काय तरी गडगडत गेल्यागत त्याला जाणवू लागलं. रात्र, बाहेर आत भरून. पाऊस, रात्रीला बुकलून काढीत होता. त्याला दम निघंना. पाऊस दम काढीना. घाईच घेतल्यागत अंधारावर सुटला होता. रात्र सरकावी असं त्याला वाटत होतं. तिचंही सरकणं आजगरागत चाललं होतं. ती पावसाच्या तावडीत सापडली होती. तिला पाऊसवारा पिळून काढत होता.

पोरगीचा आवाज आला आणि त्याच्या छातीत वीज गेल्यागत त्याला वाटलं. त्याचं मदघरात कान लावायचं धाडस होईना. आणि त्याला गपही बसवंना. त्यानं बायकोला हाक मारली. तिचा लगेच त्याच्या कानावर आवाज पडला. ''लय कळा घातल्याता म्हंतीया पोर.''

तो उठून मदघरात गेला. दिवा लावल्याला. पोरगीच्या उशाला त्याची बायको बसल्याली. तिनं आनुक्काला हालवून जागी केली. ती उठली. पोरगी विव्हळत होती. ती म्हणाली, ''आयी मला जरा बाथरूमला नेतीस?''

''चल की,'' म्हणून त्या दोघींनी तिला उठवली. मग आनुक्कानं दिवा घेतला. तिनं तिला धरली. मदघराचं दार उघडलं नि दिवा भयाण वाऱ्याशी गेला. ''दिवा कुठला तग मारतोय. दसू बॅटरीच दे.'' आनुक्कानं मग बॅटरी घेतली. परड्याकडच्या सोप्यात तिघी गेल्या. तिथं कडीपाट नसल्यामुळं पाऊस आणि

वाऱ्याचा अवतार लक्षात येत होता. बॅटरी उतरल्यामुळं मिणमिणू लागली होती. बाथरुमात पोरगीला बसवली. आनुक्कानं तेवढ्या सांद्यात परड्याकडचं दार उघडलं. पावळणीचं पाणी बघून तिनं डोक्यावर हातच मारून घेतला. ''पावळणीतनी पानी मावंना. काय पावूस म्हणायचा का वाद्या? असा लागून यकदम भागतंय व्हय?'' अंगावर वाऱ्याच्या मुसंडीतनं पाऊसही दारातनं आत घुसत होता. ह्यात आनुक्का भिजली. तिनं दार लावून घेतलं. वाऱ्यानं दार आडणा घाली घाली पर्यंत दोन वेळा मागं परतलं.

मदघराचं मागचं दार लावलं. त्या तिघी आल्या नि दशरथ बॅटरी घेऊन किती वाजलेत बघू लागला. ''हा ह्येच्या आयीला आजून तीनच वाजत्यात.''

''कवा उजडायचं गं आयी?'' पोरगी अंथरुणावर आडवी होत म्हणाली.

''उजाडतंय. तू पड आडवी. हिकडं तिकडं तासभर. चारला दसूला भोगावला लावून देतो. न्हाईतर तसा आसला तर कोन फोन करून बलिव दसू. चारपयसं आगाव घे म्हणावं, खरं ये बाबा म्हणावं.'' आनुक्का.

''फोन करायचा. दुकानाचा माल आणतोय त्यो राज्या ईल जीप घेवून.'' दसूची बायको.

दशरथ अंथरुणावरनं अंधारातच फोन चालू आहेत का ते बघायला चाचपडत गेला. अंधारातच त्यानं कानाला फोन लावून बघितला. फोन चालू होते. त्याला तेवढंच बरं वाटलं. अर्ध्या तासानं करायचा जीपवाल्याला फोन. त्यानं फोन ठेवला. तो तसाच अंथरुणावर आला. आडवा झाला.

आतल्या पोरीचा कण्हण्याच्या आवाजानं तो आतल्या आत उकलू लागला.

पावूसवाऱ्याचा आवाज त्याच्या कानात घुमाय लागला.

''काय हुतंय पोरी. थोडं सायाचं. आमी हाय लेकी. भ्याचं न्हाई.'' आनुक्का तिला समजावीत होती. ''आता आल्यात दवाखानं. दोन चार रोज बाया तळमळायच्या. तसल्या बायांची बाळंतपण केल्यात मी. बायकाबी घनमनायच्या न्हाईता. किच्ची व्हायची नि किच्ची गुदमरायची त्येचं बी काय वाटायचं न्हाई. आता वानी तिनीचं याक न्हाईतर दोन. म्हनून मानूस काळजी करतांय. माझं कसं व्हील नि काय व्हील. तवाच्या बायकाबी काटक. सताठ धा बाळतपण झाली तरी बाईची कंबार गट्ट आणि आता याक बाळातपण झालं की बायी कंबरतनं मोडलीच. सारच तकलुपी आलंय नि दुसरं काय? आणबी तकलुपी नि मानूसबी. ध्याडध्याडभर रोपा लावून सांच्याला बायका बाळत झाल्याला ठाव दुखल व्हायचं न्हाई आनि आता डाक्टर सांगत्यात पोटुशी न्हायली की लगीच हे खायाचं नि त्ये खायाचं न्हाई. ते करायचं न्हाई नि हे उचलायचं न्हाई.''

‘‘आता आल्याता सुइणी. तवा काय न्हवतंच म काय करायचं?’’ दसूची बायको.

पोरगी त्या दोघींचं बोलणं ऐकत कळ आली की तळमळत होती.

पावसाचा आवाज थांबत नव्हता. पोटात कळ आल्यागत तोही नाचत होता.

दशरथ उठला. त्यानं बायकोकडली बॅटरी घेतली. तिचा जीव निघत चाललेला. कधी जाईल याचा नेम नव्हता. तो तेवढ्या उजेडात दुकानात गेला. फोन उचलून नंबर मारला. फोनमध्ये कसलाही आवाज येत नव्हता. पावसाचा आवाज कानात घुमत होता. परत परत त्यानं कानाला फोन लावला. त्याला कसलाही आवाज आला नाही. ‘‘घाटात बोंब त्येच्या आयीला.’’ त्यानं फोन आदळला. ‘‘या फोनच्या नि लाईटीच्या वायरा पाक यका ओळीनं तोडून नदीत फेकायला पायजेत.’’ मुंग्या लागल्यागत त्याला झालं.

तो आत आला. पोरगीला गम पडत नव्हता. ती तळमळत होती.

‘‘काय करतासा आता?’’ त्याच्या बायकोनं विचारलं. तसा तो सुपासारखं डोळं करून पाखडल्यागत बोलला.

‘‘तू कर की बाळतपण. तुला काढलीया डाक्टरानं. तुला दावतो कनाय बघ. काय कमी जास्त झालं की सांगतो तुला काय करायचं ते.’’

‘‘असा कावदारू नगोस. काय व्हित न्हाई. बघ जा यकाद्याची गाडी. भोगावापातुर नेवू या बैलगाडीतनं,’’ आनुक्का म्हणाली. तो डोळं भरून गपच उभा राहिला.

‘‘असा धीर टाकू नगोस – जा,’’ आनुक्का, ‘‘मी हाय न्हवं, तू बघ गाडी. मला वाटलं हुतं रातीत पोर रिकामी व्हील खरं. आता पोरीचं हाल बगाय नगो. जा.’’

तो पुढच्या दाराला आला.

आजून भगटायचं होतं. पावसानं सगळं आभाळ गच्च भरून राहिलं होतं. पावसात तो आला, दिना सपकाळाच्या घराकडं निघाला. रात्रीत रस्ता खचलेला. गुडघाभर पाण्यात गपकून गेला. वारा नि पाऊस गावाला कुचलत असल्यागत त्याला वाटलं.

गावातल्या तिट्ट्यावरचं आंब्याचं मोठं झाड अंघोळ केल्यागत एकसारखं अंगावरनं पाणी सांडत होतं.

तो दिनाच्या दारात गेला. त्याला त्यानं हाक मारली.

‘‘का रं दसू?’’ दिनाचा वडील काळजीत पडून विचारू लागला. ‘‘काय झालं तरी काय? उजडायच्या आदीच भिजत आलाएस.’’

‘‘आलोय, पोरीच्या पोटात रातभर दुखतंय. फोन बंद पडल्यात. गाडी जुपून तिला भोगावला न्याला लागलोय!’’

''ये दिनाला उठीवतो. पावूस म्हनायचा का आग्या येताळ म्हनायचा ह्यो. मर्दा राच्चाच याचा न्हाईस, कशाला हाल बघीत बसलास.''

''आनुक्का म्हंडली व्हील घरातबी बाळत. म्हनून बसलो.''

दिना आला. दसूला या वेळला बघून तो दचकलाच. दशरथनं दिनाला सगळी बात सांगितली.

''त्या फोनच्या आफिसला यकदा फोडाय लागतंय. लायीट गेली की फोन पडलंच बंद. झवणी जनरेटरला आनल्यालं त्याल इकत्यात आनि मानसं गेली की त्यास्नी सांगत्यात बॅटऱ्या उतारल्यात. जनरेटर चालू केलं आस्त खरं, त्याल न्हाई.'' दिनानं सांगितलेलं दसूलाच काय, गावाला माहीत होतं. पण दसूला त्या ऑफिसमध्ये जाऊन भांडणं करण्यास वेळ नव्हता. आणि टेलिफोन ऑफिसातला ऑपरेटर सदा पिवून फुल्ल ऑफिसमध्येच पडलेला. त्याच्यावर गेल्या चार वर्षांत हजार तक्रारी झाल्या. त्या तशाच त्याच्यासारख्या झिंगत पडून राहिल्या होत्या. एकदा फोटोसहित टेलिफोन ऑफिसमध्ये तो पिवून पडलेला बातमी दिली वर्तमानपत्रात. ती बातमी दुसऱ्या दिवशी त्यानं चणंफुटाणं खायाला घेवून टाकली फुकून आणि त्यादिवशी डब्बल घेऊन टाकली साजरी करून. दशरथ म्हणाला, ''त्येच्या आयीला गाढव लावू द्यात - तू तेवढा लवकर चल.''

''चल आलोच, गाडी कुनाची तरी बघून आलोच -'' दिनाची बैलं होती. पण गाडी नव्हती. गावात आता एकाचा एक बैल तर दुसरा दुसऱ्याचा आणि गाडी तिसऱ्याची असा कामापुरता पैरा चालू होता. शेती सगळी लहान मोठ्या ट्रॅक्टरनंच लोक करत होते.

दसू गेला आणि दिना मान्याच्या सदाकडं गेला. त्याची गाडी 'जू' सोडून एका सपरात पावसाळा म्हणून झाकून ठेवली होती. गाडीखाली कुत्री व्यायाली. तिची पिल्ली गुडग्याएवढं खड्डं काढून त्यात मुरून बसलेली. त्याला ती पिल्ली आणि कुत्रीला बाहेर काढताना मोठं जड गेलं. त्याचं ओरडणं, कुत्रीचं अंगावर येणं, त्यात बराच वेळ गेला. त्यानं घाईनं भिजतच गाडी तयार केली. बैलं घरातनं पावसाच्या झडीनं बाहेर पडायला धजनात. बैलं बाहेर आली आणि पावसानं वाकली.

आता दिसाय लागलं होतं. मात्र कासऱ्याएवढ्या अंतरावरचं पावसाच्या झुमडीनं दिसत नव्हतं. धुवाधार पावसानं सगळं भरून गेलं होतं.

दशरथ दिनाची वाट बघत आत बाहेर करत होता.

गल्लीतल्या बायका बऱ्याच जमल्या होत्या. ''रातीधरनं दुकतंय, आमास्नी बलवायचं न्हाई व्हय? उठलो आसतो की.''

“उठायला नीज आबूट न्हाई या पावसाइदमानं.”

“पावसाचा डोळा रासारी उघडा न्हाई नि आमचा न्हाई – आमच्या कानाव आबूट ह्ये न्हाई म काय आमी थांबतोय व्हय?” बायका बोलत होत्या.

दारात गाडी आली. दशरथची बायको म्हणाली, “मी बी येतो, घराला कुलूप लावू या.”

दशरथ आनुक्काला म्हणाला, “आनुक्का तिच्यापरास तू आली आस्तीस तर बरं झालं आस्त–” तेचं ऐकलं आणि बोलणाऱ्या बायकांनी तसल्या पावसात भिजतच घर गाठलं ते कळलं नाही.

“मगाधरनं तरी बोलायचं न्हाईस, मी म्हंडलो दवाखान्यात मी येवून काय करायची? घराकडनं तरी आलो आस्तो म्हातारा उठलाय का त्ये बघून. पोरं सारी रानातल्या घराकडं. ती कवाशी येत्यात कुनाला दखल? त्ये आनि वढ्याला पानी आलं आसंल म्हंजी?”

दसूनं बायकोला सांगितलं, “हे बघ म राऊआबाला आमच्या घराकडं आण. त्येचं खाणंपिणं बघ. मोठी छत्री घेवून जा.” आणि तो आनुक्काला म्हणाला, “बाकीच्या येवून तरी काय कामाच्या आनुक्का. तूच पायजेस,” त्याला तिचा आधार वाटत होता.

दिना तसल्या पावसात गाडीनं बैलांना धरून उभा होता. त्यानं सांगितलं, “छत्री घेचीला. येरलं घ्या. न्हाईतर टोका बयल छेत्रीला बुजतोय, गाडी घालील कुठंतरी.” ते ऐकून दसूची बायको यरलं बघायला पावसातच गल्लीत पळू लागली. यरलंच गावंना कुणाच्यात. ती भिजून काला झाली. मग कोणतर म्हणालं, भवडाच्यात आसलं तरच यरलं. आता यरलं नाही कुणाच्यात पयल्यागत. घरटी एकदोन यरलं गावात असायचं. दिवसभर शिवारात अंगावर यरलं घेवून माणसं काम करायची. तिरावड आणि यरलं असलं म्हणजे चिखला पावसात दिवसभर काम उपसायचा कंटाळा यायचा नाही. ती भवडाच्या घरात पावसाच्या सरीगत पळाली. तिनं त्येंच्यातनं यरलं आणलं. तिला जावं असं वाटत होतं. पण दसू आदीच रात्रीधरनं तिच्यावर गावंल तसा फटकारा देत होता. ती यरलं देवून थांबली. तिच्या डोळ्यांतनं पावसागत सरीवर सरी पडू लागल्या. पोरगीचा जीव दमलेला बघून तिचा जीव टांगणीला लागला होता. तो आता तर जास्त टांगू लागला होता.

गाडी निघाली. दुकानाच्या छप्परीतली एकापेक्षा एक सांगू लागली.

“बेतानं ने गाडी बरं का. पावसानं रस्त्यात व्हगळी पडल्या आसतीला.”

“आनि पाण्यानं व्हगळी दिसणार तरी हायता व्हय?”

“भोगावातनं जीप करा गा.”

“व्हय – व्हय, जीप केल्याबिगार काय खरं न्हाई. पोरगी किच्ची सोशील?”

“पावसानं पुढचं आता दिसत न्हाई – तवा दमानं, भोगावातनं जीप केली तरी बी.”

गाडीनं देवळाम्होरनं वळसा घेतला. गाडी नदीच्या रस्त्याला लागली. दसूची शिवारावर नजर गेली. तो हबकला, “आरं दिना जिकडं नदार टाकील तिकडं पाणीच पाणी दिसतंय, डाक्टर राती म्हनीता ते खरं हाय का काय? पुलावर–” त्याला पाण्याकडं बघून पुढचं काय बोलावं तेच सुचंना. तो वाट गावल तिकडं पळणाऱ्या पावसाच्या पाण्यागत करू लागला. दिनानं त्याला गप बसवला. पण दिनालाही शिवारातलं पाणी बघून भुलल्यागत झालं. जिथं कधीच पाणी यायचं नाही, तिथं पाणी? आडसाली उसाचं शेंडंच फक्त दिसत होतं. नदीकडं गाडी जाईल तसा शिवार पाण्याखाली गेलेलाच जास्ती दिसू लागला. तळीच्या तळी पसरत असल्याली दिसू लागली.

यरल्यावर दगड मारल्यागत पावसाचा पडणारा थेंब वाजत होता. बैलं थेंबागणिक वाकत होती. पोरगीचं विव्हळणं ऐकू वाटत नव्हतं. तिचं धडपडणं चालू होतं. नदीपात्राबाहेर पडणारं पाणी, तांबडं भडक पाणी, धडपडत मुसंडी मारून मोकळी जागा भरून टाकत होतं. बैलं मान खालीवर करत कशीबशी चालली होती.

दिना पाणी बघून म्हणाला, “दसूदा, शामाला आणायला पायजे हुता.”

दशरथच्या छातीची धडधड वाढली होती. गाडीच्या चक्रागत त्याचं मन फिरत होतं. कधी खाली तर कधी वर. गाडी पुलाजवळच्या वळणावर गेली. दशरथनं डोळं झाकून घेतलं. तो मनातल्या मनात बडबडू लागला. आठवंल तो देव, आठवंल ते नाव घेवू लागला.

“दसूदा धार पडलीऽ” दिना म्हणाला आणि दसूचा ठोकाच थांबतोय की काय असं वाटू लागलं. गाडी थांबली. पावसाची मोठी सर आली. दसू गाडीतनं उतरून डोक्याला हात लावूनच रस्त्यावर पावसात बसला.

धार कसली? पुलावरचं कठडं बुडाय लागलं होतं. बैलगाडी त्यातनं जाणारच नव्हती. दसूला उठूच वाटंना. तो थोराताची आई–बाईल काढू लागला. पावसाच्या आवाजात त्याचं शब्द सगळं त्येच्या भोवतीच घुमू लागलं. त्याचं अंग थरथरायला लागलं. धसमुसळा पाऊस वाऱ्यावादळासंगं झुम्मड करत होता. नदीतनं बाहेर पडणारं पाणी वाट मिळंल तिकडं चढत होतं. डांबरी रस्त्यावर पडणारा थेंबका टिकऱ्या होऊन वर उसळत होता. त्याचा धुवा उडत होता.

रस्त्याचं अंग दिसत नव्हतं. वाऱ्याच्या जोरानं पावसाची थेट सर वाकत झुलत पडत होती. वाऱ्यासंगं फिरत फिरत पळत होती.

पोरगीचं कण्हणं वाढलं. ''आय गं मेलोऽ'' कळ करील तशी ती टाचा घासत होती.

''दसू आसा बसू नगोस. पोरगीला उतरू या खाली. मी शामाला नि हमीदला जावून आणतो.'' दिनानं गाडी परतली. पोरगीला खाली उतरली. रस्त्यावरच पोती आणल्याली हांथरली. आनुक्का तिच्या अंगावर यरलं धरून बसली. गाडी गावाकडं उधळली. दिनानं बैलांना सोलून काढली.

तो थेट शामाच्या घरात गेला. मग हमीदला घेऊन आला.

''आता गावाला कळंल पुलाच्या जाग्यासाठी मी का भांडत होतो ते.'' शामा गाडीत बसून बोलू लागला. थोराताला शिव्या झाडू लागला. त्यांनी हमीदच्या घरात पोरासाठी बांधलेलं खाटुलं घेतलं होतं. आणखी दोघं बरोबर घेऊन त्यांनी गाडी परत नदीकडं उधळली. पाणी बघून शामा म्हणू लागला ''बघा पानी, इंजनेर सांगतोय, त्येची आयी इथं जल्माला आली हुती, हाय पयल्या पाणूठ्यावर पानी?''

गाडी पुलाजवळ आली. मगापेक्षा पाणी चढलंच होतं. दशरथला बघून शामा त्याला बोलू लागला. ''तुला मानसानं काढलाय का न्हाई? रातभर बसलायस आमी काय मेलतो व्हय? का पावसाला भ्यालास? इदूळा पोरगीला कोल्लापुरात पोचीवली आसती.''

''आरं डाक्टर म्हनाला सक्काळपातूर बघा नि न्या म?'' दशरथ सांगू लागला नि त्याला आता वाटू लागलं. डॉक्टरकडं गेलो तेव्हाच शामाकडं गेलो आसतो तर ही वेळ आली नसती. शामा दसूचं ऐकून म्हणाला, ''डाक्टर सांगतोय त्येचं बांबलं. लिंबू दिला न्हाई उतरून त्येनं? आनि तू बी तेचं आयकून बसलास. काय म्हंत्यात की, खुळं म्हणतंय गावाला बुळं, तसं फावलंय त्या डाक्टरचं.''

''आगं आये ग मेलो, लय दुकायला लागलंय.'' पोरगी खाली टाकलेल्या पोत्यावर टाचा घासू लागली. हमीद खाटुल्याला दांडकी आणलेली बांधत होता. तो म्हणाला, ''बास झालं तुमचं. त्या पोरगीचं हाल बघवंना.''

''व्हय. पोरगीला यकदा पड्याल नेवू या. मग पळवाय ईल भोगाव पातूर. आनुक्का तू थांब. आमी मागं येवून तुलाबी नेतो,'' आलेल्यातला एकजण म्हणाला. आणि दसू जास्त वाढू लागला. त्याचं सगळं अंगच हालायला लागलं.

दिना म्हणू लागला, ''त्या भोगावच्या पुढं मोडक्या वढ्यावर आनि किच्च पानी हाय कुनाला दखल?''

''बघू भोगावात गेल्यावर, तिथं हायत चार पाच डाक्टर, त्यास्नी तरी

दाखवाय ईल! चला,'' हमीदनं सांगितलं नि तो म्हणाला, ''चला चला.''

पोरगीला खाटुल्यात उचलून घातली. तिला जोरात कळा सुटल्या. ''मेलोऽ मेलोऽ'' ती किंचाळायला लागली. तिचं किंचाळणं, वादळवारापावूस यांचं उधळणं दसूच्या मेंदूत घण मारल्यागत वाढू लागलं. तिला खाटुल्यात पाय हालवताना अडचण झाली. तिच्या अंगातनं कळा सुटल्या. गुदमरल्यागत झालं. ती ओरडत होती.

ती हालायला लागली. तसा थरथरत दसू तिच्यावर रागवला. आणि त्याचा त्यालाच राग आला. डोळ्यांतनं पाऊस गळाय लागला. खाटुल्याला चौघांनी खांदा दिला होता. त्याच्या मागनं दसू. सगळी कठड्याच्या लोखंडी बाराच्या आधारानं सरकत ओढणाऱ्या पाण्यातनं निघाली होती. शामा पाय ओढत पाण्यातनं म्हणाला, ''तुझा नवा पूल बघ म्हणावं त्या थोराताला नि कुनी काढलेल्या त्येच्या पोराला. या हिथं म्हणावं पुलावर आडवं पडायला. बघा. पानी कुठं आलंय त्ये.'' आणि शामा सांगाय लागला, ''वरतीकडच्या गर्डेलाला सोडचीला बरं का, हमीद, पानी पुढं जाईल तसं लय वढणार. पर भ्याचं न्हाई. पाय उचलायचा न्हाई. न्हाईतर-'' तो थांबला.

''सगळ्या जाग्यावर गर्डेल हायत व्हय? मधलं आदलं निघतील तसं नेल्यात काढून मानसांनी.'' हमीद.

''चोरून नेल्यात, ते काय नवीन हाय? पूल बांधतानाच सिंमेटाची पोती चोरून नेत्याली गावली न्हवतीत व्हय चौघंजणं,'' शामानं आठवण करून दिली.

पावसाची सर मोठी आली नि बसलेली आनुक्का उठून त्यांना ओरडून सांगू लागली. ''संभाळा रं बाबानू, नावच्या नाव धड हुती ती सरकारनं लगीच जमा करून घेटली उताणं झाल्यागत. त्येचं नाव, कवा पडतंय पावसात त्येंचं. भाड्यांनी पूल बांधलय का त्येंच्या आयीचं थडं म्हणायचं?''

नदीच्या पात्रात गेल्यावर पाण्याचा जोर वाढला. दिना कापू लागला. शामा त्येच्यावर खेकासला. ''भित्र्या लवड्याच्या, पाय जरा घट्ट टाक. असा का अंगात आल्याल्या बाईगतीनं हालायला लागलायस. सगळ्यास्नी लावशील व्हावटुळीला. पाय उचलू नगोस. वढायचं नुसतं.''

पुढं जाईल तसं पाणी जास्तच वढाय लागलं. दसूला मोकळं चालायला जमंना. पाऊस आला की वाराही याचा. सगळी असणाऱ्या जागेवर उभी राह्याची- व्हलपटायची. दसूचं डोळंच मिटायचं. पोर किंकाळायची.

नदीच्या मधोमध आलीत, पाणी कमरंच्यावर. दसूला भोवळ आल्यागत झालं. ती कठड्याला धरून निप उभा राहिली. सगळीच थरथरायला लागल्याली

बघून शामा मोठ्यानं ओरडला, ‘‘गडबड करू नगाऽ भिवू नगा’’ कळीसरशी यरल्याखाली खाटुल्यावरची पोरगी ‘‘आता मेलोऽ - आय्ये गंऽ’’ म्हणून ओरडायची. खाटुलं सगळं खांद्यावरचं हालायचं. सगळी धीर धरून थोडं थांबून खाटुलं घट्ट धरायची, पुढं सरकायची.

बेभान वारं आलं. त्यासंगं पाऊस, खाटुल्यावरचं यरलं उडून नदीपात्रात व्हलपाटत गेलं.

अंगावरच्या पडणाऱ्या पावसानं पोरगी मोठ्यानं ओरडली. तिला बघून दसू ओरडला, ‘‘शामाऽ माझी पोरगीऽ’’ त्याला पाण्यात घाम फुटला. सगळीच हबकली. पावसाचं थैमान. वाऱ्याचं बेभान. शामालाही काय सुचंना. पोरगीची धडपड खाटुल्यावर चालूच होती. ती ओली चिंब झाली होती. खाटुलं भेलकांडू लागलं. सगळ्यांच्या अंगाचं पाणीपाणी झालं.

शामा त्यातनंच म्हणाला, ‘‘खाटुंल सोडचिला. किच्चबी वारं येवू दे. हाय तिथंच थांबा वाईच. हमीद गर्डेलाचा हात सोडचील.’’

घोड्याच्या टापागत नदीच्या पाण्यात पडत असणारा पाऊस वाजत होता. नाचत होता. दसूला तो आपल्या छातीवर नाचतोय असं वाटत होतं.

ऊर बडव्या पाऊस.

पावसाची आलेली सर वाढत निघाली. पोरगीची कळही.

दशरथच्या डोळ्यांतल्या धारा वाढतच होत्या. पोरगीचा आवाज ऐकवत नव्हता.

पावसाचा आकांत वाढला.

पोरगीची तळमळ वाढली. पोरगी मोठ्यानं ओरडली. खाटुल्याची सगळीच हालली.

तिनं खाटुल्याच्या दांडीला पाय लावलं. तराटणी दिली. परत मोठ्यानं ओरडली, ‘‘आय्येऽऽ’’ किंकाळली. सगळी हालली. खाटुलं सगळं लालभडक पाण्यानं गळाय लागलं. पावसाच्या चिपळीत ‘‘कवाऽ कवाऽ’’ असा सगळ्यांच्या कानावर आवाज पडला. पावसानं धुवा उडवला. पोरगी निपचिप झाली. पोराचा आवाज मात्र येऊ लागला. सगळ्यांच्या तोंडावर टकळायी आली. बाळ बाळंतणीला पाऊस मात्र एकसारखा धुऊन काढत होता. पोराचा आवाज वाढत होता.

वाऱ्याचा अदमास घेवून ती मागं फिरली.

दसूला मोकळं वाटू लागलं.

आनुक्काला समजंना. ती काळजीत पडली. पात्राजवळ धावली.

पोराच्या आवाजानं ती हरकून पाणी झाली.

तिनं खाटुलं बेतानं खाली ठेवायला सांगितलं. बाळाला पुसायची गरज नव्हती. बाळ स्वच्छ होतं. तिनं मग पदरानंच पुसलं. तोही ओलाकिच्च होता.

पोरगी कवातरी कण्हत होती.

आजून खाटुल्यातनं पडणारं पाणी लालच जात होतं. गळत होतं.

बैलं पाक वाकली होती.

गाडीत आनुक्का आणि बाळ बाळंतिणीला घातली. गाडी गावाकडं निघाली.

दसू आणि शामा पावसाच्या थेंबागणिक थोराताचा उद्धार करत निघाली होती. ''नाव होती तवा अशा किती बायका नेल्या पलीकडं यापरास मोठ्या पुरात पर अशी झडती बघायला नाई.'' शामा मध्येच बोलला. गावातल्या बऱ्याचजणींच्या नावासहित बाळंतपणातल्या गोष्टी चालता चालता सांगू लागली.

दसूच्या घरात सगळी आली.

मगाशी पांगलेल्या बायकांनी घर भराय लागलं.

गावात पुलावर पाणी आलंय ही बातमी खरी का म्हणून बरीचजणं पुलाकडं तसल्या पावसात गेली.

दशरथच्या घरात गडबड उडाली. ''पोरीचं तकदीर थोर'' आनुक्का म्हणाली आणि तिनं नदीवरचं सगळं सांगाय सुरुवात केली. तिचं ऐकून जमलेल्यांतली म्हणाय लागली, ''तू म्हंतीस त्ये खरंच हाय. पोरीचं तकदीरच मोठं म्हनायचं न्हाईतर काय करायचा हुता दसू आता? कुठल्या दिकंला न्याची हुती पोर सांग की. गावचं फुडारीबी कसं गं पोरटक्यागत? पूल झालं नि नाव लगीच दिली. काय म्हंत्यात की गावली बाई म्हनून धाडली आई. बसा म्हणावं आता राकील घेवून बोंबलत. तरीबी कोन याच्चं न्हाई.''

''आनि लगीच पानी पुलावर आलं म्हनायला. आसलं कसलं बांधलाय म्हनायचं?'' दुसरी एकजण

''पानी चांगलं तापू दे. पोरीला चापूनचोपून आंघुळ तेवढी घालू या.'' आनुक्कानं चहाचं कप तोंडाला लावीत सांगितलं ''पाक गाराठलीया पोर.''

चहाचा कप रिकामा उचलत दसूची बायको बोलू लागली, ''आनुक्का मापजनीस्नी झालो. राच्चीइरची नड काढली, काय आसंल नसंल ते दिलं. रिकाम्या हातानं कुनाला घालवलं न्हाई. पर माझ्या नडीला, पांगल्या भरारा. खरं सांगतो वरचा आसल्याव किच्चीबी पाठीला पाय लावून मानसं पळू द्यात. कुनाचा कोन त्यो हमीद, जातीचा का गोताचा? त्यो माझ्या पोरीसाठी गेला. काय करायची भावकी? खायाला म्होरं नि कामाला का रं म्हणणारी.'' ती जमलेल्या बायकांच्यावर सुटली होती. धुणं धुतल्यागत धुऊन काढत होती.

बायका तिचं ऐकत, पोरगीची खाट लावत होत्या. त्याखाली शेगडी घालत होत्या. कोण पाण्याची गरम बादली बाथरुमात नेऊन ठेवत होती. ''नहाणीत गळतं लागलंय, आण्णासाब बघा तेवढं,'' दसूला सांगत होती.

भवडाची म्हातारी वाकत वाकत आली. म्हणाली, ''जरा सुदीक दम न्हाई पावसाला. पुलावर पानी लगीच कसं आलं म्हनायचं रं दसू? बर झालं बाबा पयला पोरगा झाला त्यो.'' जोत्यावर बसतच ती पुढं मदघरात बघत सांगाय लागली, ''चांगलं शेका गं पोराला नि पोरीला. येळ चांगली म्हनायची दसू तुजी. काय करायचा हुतास?'' तिनं तपकिरीची डबी काढून टिचकी मारली. टोपण काढून तपकीर नाकपुडीत भरली. ''आता दिसमान लय वायीट आल्यात बाबा, धा बाळतपणं झाली, खरं कवा कळ सुटली नि कवा गोळा पडला त्यो ठावं झालं न्हाई.''

''तवाचा काळ येगळा हुता बायजा आजे. धातली सा जगली तरी चालत हुती. आता यकच याक नवसानं झाल्यागत संभाळतंय मानूस,'' दसूनं घरात साखर देत तिला सांगितलं.

म्हातारीनं पटल्यागत मान हालवून तपकिरीच्या डबीला टोपण लावलं. नि उठत, ''व्हय बाबा, त्येबी खरं हाय,'' म्हणत ती आत गेली. ''आनु हाय न्हवं. मग घोर न्हाई, व्हय गं आने, हाय का प्वॉर हुषार?'' तिनं विचारलं.

''हाय की, बसा,'' दसूची बायको म्हणाली. ती बसत म्हणू लागली, ''ग्वॉड झालं बाई, आता म्हंडलं माझ्या दसूला कुठं पळाय लागतंय कुनाला दखल? सक्काळधरनं पावूस आसु दे, खरं वारंच न्यारं सुटलंय, त्येचं भ्या वाटतंय. पावूस रातभर घरावर घोड्यागतीनं नाचतोय.''

''आमची येळ चांगली म्हनायची न्हाईतर काय करतीस आजे,'' दसूची बायको.

''व्हय बाई, आनि तुला सांगू? बयल गाडीतनं नेली कनाय आवघडल्याली बाई लगीच मोकळी व्हायलाच पायजे. बयलगाडीचा तेवढा गुन हाय.'' म्हातारी.

''खरं हाल लय झालं पोरीचं. आता म्हंडलं जगतीया का सरतीया कुनाला दखल?'' आनुक्कानं सगळं पावसातलं म्हतारीला सांगितलं. आणि मग ''तुमचं यरलं गेलं उडून भर नदीत नि मी पाकच आता सपलं म्हनून डोळंच मिटून घेटलं. आता काय आसल्या पावसात पोरगी तग धरतीया म्हटलं.'' तिचं ऐकतच म्हातारी उठली, ''शेकायला हायगय करू नगोसा. काय व्हित न्हाई.'' दसूची बायको तिला म्हणाली, ''बस, च्या ठेवलाय.''

''नगो, आताच घेटलाता. तुमची येळ चांगली म्हनायची न्हाईतर पावण्यांनी फाडून खाल्ली आस्तीत तुमास्नी.'' तिचं बोलणं झालं नि दसूच्या बायकोनं तिला

आणि आनुक्काला चहा दिला. ती सांगू लागली. ‘‘आजे, आनुक्कानं आमास्नी आधार दिला.’’

‘‘माप बाई आमी यकामेकाला आधार दित जल्म काढला. आता कोन कुनाचं न्हवं. पोटची पोरं इचारीनात.’’ चहा संपवून ती उठली. जोत्यावर आली.

दसू म्हणाला, ‘‘थांब जरा, सरवाट तरी जावू दे.’’

‘‘कुठलं जातंय लेका. पापणीला पापणी सुदीक लावीना पावूस.’’

‘‘त्येला आता काय करतीस? सगळीकडं पावसानं धूमाकूळ घाटलाय. आताच रेडेवात सांगितलंय.’’

‘‘लायीट आली?’’ म्हातारीनं विचारलं.

‘‘लायीट आली. आनि सेलवरच्या रेडिवरबी लागतंय सारं.’’ दसू.

‘‘पर मी म्हंतो, पुलावर पानी रं दसू कसं आलं?’’

‘‘आता आलं? थोराताला जावून इचारायला पायजे गावानं!’’

‘‘पर त्येचं सरकार आयीकतंय म्हंजे आसलं कसलं सरकार तरी हाय म्हनायचं?’’

‘‘आता काय सांगू तुला मी!’’ दसू कैंगाटला होता.

‘‘ये म्हणावं सरकाराला पुलावर नि बघ तुजं करम.’’ ती बडबडतच गेली.

दशरथनं फोन उचलून बघितला. बंदच होता.

लाईट आली होती. त्यानं टीव्ही लावला. मुंग्या आल्यागत तेच्यावर काहीच दिसंना. आवाजाची खरखर होती. त्यानं टीव्ही बंद केला.

बाहेरच्या बाकड्यावर बसलेली पावसाची झड लागते म्हणून आत जोत्यावर येऊन बसली.

दशरथ दिवसभर रात्रीपासून पोरगीला, बाळाला घरात घेऊन येईपर्यंतची गोष्ट येईल त्याला सांगत राहिला.

पाऊस कालच्यापेक्षा आज वाढत गेला.

पूलबुडव्या पाऊस.

०००

.. ४ ..

कधी नाही ते पावसाचं सगळं थैमान बघून गुरुजी रंकाळा स्टॅण्डवर रिक्षा करून आले. गावाला तसं महत्त्वाचं काम निघालं होतं म्हणून ते गेले होते.

पावसाच्या बातम्या वाचून आणि बघून त्यांना कधी एकदा आपल्या बायकापोरांत जाईन असं झालं होतं.

भोगाव गाडी लागली. ते रिक्षातनं छत्री न उघडताच एसटीकडे पळत गेले. सगळे भिजले.

स्टॅण्डवर फारशी माणसं दिसत नव्हती. दिसणारी सगळी धावपळीत होती. गाड्या थांबून रस्त्यावरच्या पाण्याचा अंदाज घेत होत्या. सगळी चौकशी करूनच गाड्या सोडल्या जात होत्या.

गाडीचं दार ओढून घेत कंडक्टर म्हणाला, ''गाडी भोगावपर्यंत जाईल रस्ता रिकामा आसंल तरच. मागनं तकरार नगो. पवाळ्यापर्यंतची तिकिटं फाडणार.''

गाडीत सगळे मिळून धाबारा प्रवाशी होते. पुढं जाणारं कोणच नसावं; जाग्यावरनं कोणच हाललं नाही त्यावरनं गुरुजींच्या लक्षात आलं. त्यांचा जीव आपल्याकडचं कोण दिसतंय का ते शोधत होता. पोहाळ्यातनं भोगाव दोनतीन किलोमीटर. तिथनं पुढं आपलं शाळेचं गाव पासा किलोमीटर. चालाय लागू दे, पण पाणीच असल्याव काय करायचं? त्यांचा जीव कोंडल्यागत झाला.

गाडी चालू झाली. बेल वाजली. निघाली.

पावसानं धूर काढला होता. गाड्या दिवसा लाईट लावून निघाल्या होत्या. त्यांनी खिडकीची काच बघावं म्हणून उघडली. भणाण वारा नि पाऊस आत शिरला. ते ओले किच्च झाले. काच लगेच लावली.

गाडी हळू निघाली होती.

सगळी गाडीतली माणसं आपापल्या बाकावर गारठून गार बसली होती.

गुरुजी उठून ड्रायव्हरच्या मागच्या बाकड्यावर चालत्या गाडीत लोंबकळत गेले. बसले. ड्रायव्हरच्या काचंतनं बघू लागले. रस्त्यावर पाणी मावत नव्हतं.

खड्ड्यातलं पाणी गाड्या गेल्यानं उडत होतं. खड्डा लगेच होता तसा होत होता. खड्ड्यातल्या पाण्यामुळं गाडीला अंदाज येत नव्हता. कधी कधी खड्ड्यात गाडी आदळत होती. ड्रायव्हर वरचेवर चालवता चालवता काचेवरून आतनं फडकं मारत होता.

''आसा पावूस लागल्यावर सगळं रस्तं रात्रीत बंद होतील,'' कंडक्टर नंबर ओढून झाल्यावर म्हणाला.

''पोहाळ्याच्या पुढं किती पाणी आलंय?'' गुरुजींनी काळजी वाटणारी गोष्ट विचारली.

'' कोण म्हणतंय रस्ता बंद झालाय. मगाशी गाडी आली तवा गुळणी टाकली होती रस्त्यावर, असा आमचा ड्रायव्हर सांगत होता. मग आमाला लगेच सांगितलं रस्ता आसंल तरच गाडी पवाळ्यातनं पुढं न्या –'' कंडक्टर.

गाडी कळ्यात आली. गाडीत चारच माणसं उरली.

गुरुजींनी मागं वळून बघितलं. तोंडओळख देखील लागंना कोणाची. त्यांची काळजी गडद होऊ लागली. आपण एकटं कधीच पाण्यातनं गेलो नाही. पोहाळ्याचा मोडका ओढा. तिथं पाणी येतं. वाट बंद होते. ऐकलंय फक्त; पाण्याची फुगी तिथं येते. नदीचं पात्र लांब आहे तिथून. वाहनं बंद होतात. माणसांची ये जा, छातीएवढं पाणी आसलं तरी चालतं. हे सगळं आसलं तरी आपल्याबरोबर कोणच नाही. आपण एकटंच. त्यांचा जीव आतबाहेर करू लागला. पिशवीतली पोरग्याची आणलेली औषधं आहेत का बघितली. त्याचा ताप वाढला म्हणून फोन आला आणि ते तातडीनं घरातनं निघाले होते. पोरग्याची काळजी पावसागत थैमान घालू लागली; दुसऱ्याच्या गावात काय कमी जास्त झालं तर काय करणार पोराला आपली बायको? तिथला डॉक्टर पंचांग बघणारा. ते चुकूनही दोन वर्षांत त्याच्याकडं गेले नव्हते. त्यांच्या आईनं पोराचं असं कळल्यावर त्याला लवकर तानपटला होता.

गाडी पोहाळ्यात आली.

कंडक्टर खाली उतरला. पळतच एका पानपट्टीच्या आडोशाला गेला. तराच परत आला. ''घे परतून, चल.''

गुरुजी आता एकटेच गाडीत. जड पावलांनी ते उतरले. त्यांना काय करावं ते कळंना. इकडं तिकडं बघून त्यांना वादळी पावसात कोणच दिसंना. सगळं सुनसान. भयाण. गच्च. दाटून आलेलं आभाळ.

ते छत्री उघडून भोगावकडं निघाले. वारा सो–सू वाजत होता. पावसाला दम नव्हता. वाऱ्यानं रस्त्यावरच्या तारा झोलं देत होत्या. गुरुजींनी छत्री दाबून धरली

होती. ते पळतच निघाले. त्यांची छत्री उलटी झाली. छत्रीच्या सगळ्याच तारा तुटल्या. त्यांनी तशीच छत्री गुंडाळून घेतली. नाहीतर छत्रीनं भिजणार होतंच सगळं.

वाटंला काळं कुत्रं नव्हतं. पाऊस, वारा आणि रस्त्याकडंची जुनीजाणती झाडं. ती झाडंही पावसानं वाऱ्यानं कावून गेली होती. तोंडावर पाऊस झेलत गुरुजी जीव मुठीत घेऊन पळत होते. पाऊस चपाचप त्यांना मारत होता. त्याची त्यांना पर्वा नव्हती. आपण पोचायचं कसं या विचारात ते पळत होते. त्यांना पोरगं दिसत होतं.

मोडक्या ओढ्यावर आले; त्यांना समोर रस्त्यावर लांबपर्यंत पाणीच पाणी दिसू लागलं. ते बघतच राहिले. उभा रस्ता खचू लागल्यागत त्यांना झालं. पाणी साचलेलं, तुंबलेलं, फुगी आलेली बघून त्यांचं डोळं फिराय लागलं. मागं जावावं तर, पोहाळ्यातनं आता गाडी नसणार! तुंबल्या पाण्यागत ते थांबले. पाऊस समोरच्या पाण्यात झिम्मा फुगडी खेळत होता. गुरुजींना ते बघू वाटत नव्हतं. मागं फिरून बघितलं. कोणच रस्त्यानं येणारं नव्हतं. पाऊस रस्त्यावर ओतत होता. पडणारं पाणी जीव मुठीत घेऊन पळत होतं. पाण्यात शिरायचं धाडसं त्यांना होईना. पाण्यासंगं नि आगीसंगं कधी खेळू नये. त्यांना आठवलं, सगळी बोलतात. आपली आईपण.

पाण्यातनं कोणतरी येताना त्यांच्या नजरत आली. त्यांना आदमास आला. भिजलेली कापडं काढली. पिशवीत घातली. ते त्या समोरनं येणाऱ्या माणसाकडं बघत पाण्यात शिरले. कमरेएवढ्या पाण्यात गेले. मग पाय सरपटत निघाले. मधी गेले. ती समोरनं आलेली माणसं. ''सायब कुठं जायाचं हाय?'' त्यातल्या एकानं विचारलं.

''पाटपन्हाळ्याला,'' गुरुजींनी सांगितलं.

''त्या पुलावबी पानी आलंय म्हंत्यात -'' दुसरा म्हणाला. गुरुजींचं पाय जड झाल्यागत झालं. डोळ्यांत पाणी उतराय लागलंय असं वाटू लागलं. ''जरा पाय उचला, आताच पाटपन्हाळ्याला मानूस गेलाय - त्याला गाठा.''

थोडासा उघडलेला पाऊस आभाळ भरून ओताय लागला. भरलेलं आभाळ संपणार असं दिसत नव्हतं. ते काळंभोरं गच्च होतं. माणसं गेलीत आणि पाण्यात कोसळणारा पाऊस खड्डं पाडू लागला. गुरुजींच्या मनात गच्च आभाळ भरून आलं.

ते पाण्यातनं बाहेर पडले. रस्त्यानं पळणाऱ्या गुरुजींसंगं पाऊस पळत होता; पुलावर पाणी आलं तर आपण जायाचं कुठं? आपल्या मुलाचं काय? प्रश्नावर प्रश्न. पावसागत, पावसावर पाऊस. पाय उचलून त्यांचं पाय फुटलं. रक्त गळू लागलं म्हणून चप्पल पिशवीत घातलं. पिंढऱ्यांतनी गोळं आलं.

भोगावात आले. सगळी फुललेली बाजारपेठ असायची. ती सगळी मिटलेली. चार दोन पोरं फिरत होती. तेवढीच.

त्यातलं एकजण म्हणालं, ‘‘पानी न्हाई पुलावर.’’

दुसरं म्हणालं, ‘‘नवं पूल हाय, त्येच्यावर पानी येतंय व्हय?’’

तिसरं म्हणालं, ‘‘आरं त्या पुलावं पानी आलंय म्हंत्यात.’’

चौथं म्हणालं, ‘‘आलं आसंल, न्हाईतर वाहनं बंद झाली आसती?’’

मग पहिला, ‘‘मगाशी तरी न्हवतं म्हंत्यात–’’

दुसरा, ‘‘आलं आसलं तर उगच थोडं आसंल.’’

तिसरा, ‘‘गुडघ्यायवढ्या पाण्यातनं कोन तरी आलेलं अवशद न्याला ते आताच पळत गेलंय.’’

चौथा, ‘‘पळा तर, आसंल अजून वाटंला.’’

गुरुजींना अंदाज येईना. ‘‘वाहनं काय पावसानं माणसं बाहेर पडलेली नसल्यावं कशाला फुकट तेल जाळीत फिरतील?’’ त्यांनी मनाला ताळा मांडला. ते निघाले. धूमच ठोकली अर्थात.

समोरनं येणाऱ्या चुकापाड माणसाला बघून त्यांना तेवढाच आधार वाटू लागला. प्रत्येकाला ते विचारत पळत होते. येणारा कोण सांगे. ‘‘पान्याचं काय सांगता येतंय? आता कवाच पुढच्या वढ्याला पानी नसायचं. आनि आज त्यो वढा पाक माझ्या शेतात घुसलाय.’’

गुरुजींनी ठरवलं; कुणालाच विचारायचं नाही. उगच अंदाजपंचे गोळ्या मारत्यात. तरी समोरनं येणारा माणूस दिसला की ते म्हणायचे, ‘‘पाटपन्हाळ्याच्या पुलावं पाणी आलंय?’’

तो माणूस सांगे, ‘‘मी तिथंन आल्यालो न्हाई. खरं मगाशी योक मानूस आलता, त्यो म्हनीता पानी आलंय.’’

एखादा म्हणे, ‘‘मी आलो कमरंयवढ्या पाण्यातनं. माळापुड्यातनं. मग पाटपन्हाळ्याच्या पुलावं काय झालं आसंल बघा. मला काय त्याचा आंदाज नाई.’’

खात्रीनं कोणच सांगत नव्हत. प्रत्येकाचं ऐकून त्यांच्या मनात गर्दी झाली होती. अंगातली सगळी ताकद पायात आणून ते पळत होते. वरनं पाऊस पडत असूनही त्यांना गारठा वाटत नव्हता. अंगातनं वाफा मारल्यागत वाटत होतं.

पोर्लेच्या शिवंतनं बाहेर पडले नि प्रचंड दडपण त्यांच्यावर आलं. नदीचं पाणी अक्राळ विक्राळ दिसत होतं. नदीचं पात्र असं दिसतच नव्हतं. पूल डोंगराच्या पलीकडं. मनातल्या मनात, ‘‘त्या पुलावर तेवढं पाणी नसावं’’ बडबडत निघाले. छातीत वारा घुसल्यागत छाती हालू लागली. कडाडऽ असा

आवाज आला. ते हालले. दचकून मागं बघितलं. वावभर मागं रस्त्यावर झाडाची मोठी ढापी मोडून पडली. त्यांचा जीव पाळण्यागत हालू लागला. मग ते प्रत्येक झाडाकडं बघत पळू लागले. ठेचलत. ठेचकळत. पायाची बोटं पाण्यानं किरवंजली होती, त्यांना सूद राहिली नव्हती.

गवळटेकावर आले. तिथून पूल दिसला. पुलाच्या पलीकडचा गाव ओतणाऱ्या पावसात धूसर दिसत होता. बघील तिकडं पाणी, नदीकाठचा शिवार माखलेला. पाणीच - पाणी, डोळ्यांतनं पाणीच गळाय लागलं त्यांच्या. गुदमरल्यागत झालं. जायाचं कुठं? पोराचं काय? पूल गाठायची धडपड चालू होतीच. दोन वळसं मागं टाकलं की पूल येणार होता. जवळ गेल्याशिवाय त्यांना गम पडणार नव्हता.

ते पुलाकडं वळले. आता पूल सगळा दिसणार होता. छातीतली धडधड वाढली. पूल आणि पाणी सगळं डोक्यात घुसमटत होतं. पुलावर पाणीऽऽ त्यांच्या छातीतली धडधड थांबल्यागत त्यांना वाटलं. गळल्यागत झालं. दमलेला जीव खालचा खाली आणि वरचा वर. पायांच्या बोटागत मन किरवंजल्यागत झालं. जरा पुढं गेले आणि पुलाच्या अलीकडं माणसासारखं कोणतरी त्यांना दिसलं. लगेच त्यांच्या मनाला चेकाळल्यागत वाटलं. सगळा जीव एकवटून जोरानं त्यांनी हाक मारली. त्यांच्या डोळ्यांवर विश्वासच बसंना. ते हाका मारतच पळू लागले. त्यांच्या अंगात जीव आल्यागत.

जवळ गेले. तर तो गावातला हणमंता होता. त्याला बघून ते हारकून गेले.

हणमंतालाही बरं वाटलं. एकमेकाला आधार.

पुलावर पाणी आता कठड्याच्या वरच्या गर्डेलाला घासून निघालं होतं. डोळं फिरत होतं. पावसाचा ठेका बंद नव्हता. पाण्यात गुरुजी हणमंताच्या मागोमाग शिरले. हणमंता म्हणाला, ''गडबड आजिबात करायची न्हाई गुर्जी.'' ते काहीच बोलले नाही; आपण एकटं असतो तर? पाण्यातला भोवरा फिराय लागल्यागत त्यांचं त्यांना वाटलं. मधे गेले आणि धीर एकवटून चालू लागले. ''नाव पायजे गुर्जी, कायबी म्हना,'' हणमंता मागं न वळता पुढं सरकत म्हणाला, ''पुलाचं गर्डेलं नव्हतं.'' त्याबाबत तो सांगू लागला. ''नेलं लोकांनी. लोखंडाच्या पायपा त्या घातल्या घराच्या पर्नेली करून. नेवू द्यात मोठ्यानी किच्चं खायाचं सरकारी मग खावू द्यात गोरगरिबं चोरून तरी. मात्र गावच्या पुढाऱ्याचं काम होतं कनाय गुरुजी? परत त्या आणून घातल्या असत्या तर आता आपल्याला आधार होता. पण नाही, चला.''

नदी पात्रातनं ती बाहेर पडली. गुरुजींनी दम टाकला. त्यांना हलकं हलकं वाटू लागलं. मागं फिरून बघूने असं वाटू लागलं. ती निघालीत. घुटमाळलेला

जीव मोकळा झाल्यागत, गुरुजींना घरात कधी जाईल असं झालं.

दुपार झाली होती. मात्र सगळीकडून अंधार भरून आल्यागत होतं. पाऊस बदादा ओतायचा. लेव्यावर लेवा पडल्यागत पडायचा. पावसाचा लेवा.

गावात आली. हणमंता बनियनवर चड्डीवर गळत होता. गुरुजींनी भिजकी कापडं घातली होती.

त्या दोघांना बघून आज्यानं विचारलं, ''पानी किच्च हाय? कुठनं आलासा गा हानमूदा? पेपर बिपर तरी आणलास काय?''

''गेल्तो भोगावला मर्दा, आडकलो आसतो. छातीला पाणी लागतंय. गुर्जी मागनं आलंत पळत. त्यांना मी नस्तो म्हंजी जमलं नस्तं.'' हणमंता, गुरुजी दुकानाच्या छपारीत आलीत.

''हे घ्या पेपर,'' गुरुजींनी आज्याच्या हातात पेपर दिला. दसू गुरुजींना विचारू लागला, ''गाडी कुठंपर्यंत येतीया, मोडक्या वढ्यावर पानी किच्च हाय?''

''पोहाळ्यापर्यंतच गाड्या येतात... मोडक्या ओढ्यावर कमरंपेक्षा जास्त पाणी आहे,'' गुरुजी सांगून निघाले.

दसूच्या छातीत ते ऐकून धडधडल्यागत झालं; काय झालं आसतं आपल्या पोरीचं? त्याला विचारदेखील करू वाटंना. आपली वेळच बरी म्हणायची.

वाऱ्यानं जोर लावला तशी पावसाची चिपळी वाजतच नाचाय लागली. पावसाची झड वाऱ्यानं आडवी तिडवी छपरीतनं दुकानात शिरली. ताड् ताड् पाऊस वाजू लागला. एकसारखा. रस्ता भरून पाणी पळाय लागलं.

''दसूदा, आपल्याकडं कायच न्हाई पावूस, हे बघ,'' आज्या पेपर दाखवत सांगू लागला, ''मंबईत वरच्या मजल्यावर पानी गेलंय. सगळी मानसं आडकून जिथल्या तिथंच पडल्यात.''

दशरथ पेपर वाचू लागला, तसं सगळ्यांचं पेपरवर झगरं पडलं. एक एक पान प्रत्येकानं घेतलं.

मुंबईत मुसळधार पावसाचं थैमान –

पावसानं राज्यभरात जनजीवन विस्कळीत –

कोकणात दरडी कोसळून अनेकजण दगावले –

अनेक मार्ग बंद – अनेक गाड्या अडकून पडल्या.

पावसाचा जोर कायम राहाणार –

''दसूदा, टीवी तरी लागतीया का बघ. बातम्यात्नी दावतील सारं,'' आज्यानं सांगितलं. सगळीच आत गेली.

दसूनं टीवी लावला. बातम्या चालू होत्या. टीवीची खरखरही चालू होती.

सर्वत्र मुसळधार पावसाचं थैमान -

येत्या आठ्ठेचाळीस तासांत आणखी पाऊस वाढणार - वेधशाळेचा अंदाज.

महाडजवळ दरड कोसळून प्रवाशी बेपत्ता -

पावसाचे शंभर बळी -

मुंबईत सर्वांत जास्त पाऊस -

पावसाचा वेग वाढणार -

सगळी बाहेरचा पाऊस विसरून गेलीत. दरड कोसळलेली बघून सुन्न झाली. मुंबईत पाण्यातल्या गाड्या. पाण्यातनं जाणारी भिजलेल्या नजरांची माणसं. दरडीखालून चिखलामातीतनं काढणारी प्रेतं. आणि ओतणारा पाऊस. सगळीच दम रोखून बघू लागली.

''आमच्या रंज्याक्काला फोन लावतोय मंबयला तर लागंना - तिचं काय कळंना,'' भवडाचा आन्दू सांगू लागला. त्याला मुंबईची बातमी वाचल्यापासून गम पडत नव्हता.

''फोन चालू झालं?'' दसूनं विचारलं.

''झालं की मगाशी,'' आन्दूनं सांगितलं आणि तोही टीव्ही बघू लागला.

''बघिटलंस दसूदा, मुख्यमंत्र्यानं हेलिकाप्टर उतरायला जागा न्हाई म्हनून महाडजवळ जायाचंच कॅन्सल केलं. मग तिथल्या मानसांनी काय करायचं?'' आज्या.

''आरं त्येंचच बरोबर हाय. लाख मरून गेली तरी चालतील. ते लाखाचं पोशिंदं न्हवं? ते मेलं बिलं तर कसं चालंल सांग बघू?'' दसू.

''व्हय, तुमी मरा, आमी मदती जाहीर करून त्यातल्या निम्या हाणतो. आसंच हाय हेंचं.'' आज्या.

''भूकंपात तसंच झालं की गुदस्ता. त्यातली निम्याला जास्त मदत मानसांपातुर पोचलीच न्हाई म्हनं, मेलेल्यांच्या टाळूवरचं लोणी खाणारी, आसल्या पावसात मरायला तिकडं जायाला त्यास्नी काय खूळ लागलंय व्हय?'' गुरवाचा रामा बातम्या बघतच म्हणाला.

''आनि आसं काय झालं की त्यास्नी सांदाच गावतोय - लांड्या लबाड्या पाक जात्यात खपून यात.'' आज्या.

नाना पांगे आला. कारण नसताना त्यांची चर्चा थांबली.

नानानं दसूला पोरगीचं विचारलं. सिगारेट घेऊन दुकानातच तो बसला.

सिगारेट पेटवत विचारू लागला, ''पुलावर पानी आता केवढं आलंय रं पोरानु.''

''आजून कठड्याचा वरचा गर्डेल दिसतोय म्हनीतीत. आताच गुर्जी नि

हणमादा आलीत ती सांगीत हुती. 'पानी लय वढतंय' हनमादा सांगीत हुता,'' आज्यानं माहिती दिली.

''दसू, तुजं टायमिंग चांगलं बरं का.'' नानानं चुटकी मारून सिगारेटवरची जळकी राख ढकलली. सिगारेट परत तोंडाला लावली.

''टायमिंग, आमी मागं बी नि पुढं बी गेलो नसतो. पोरगीचं काय झालं आसतं नाना, मला आजून नुस्ता इचार केला तरी उभं वारं सुटल्यागत जीव घुटमाळल्यागत होतंय,'' दसू म्हणाला.

''काय त्येच्या आयीला, पूल झाला, म्हनालो, बरं झालं नावंला चिखूल तुडवीत जायाला नगो. तर ह्यो नवीनच वनवास.'' नानाची सिगारेट संपलेली.

''नवीन, त्यो वनवास परवडला नाना, त्यातनं बाईर तरी येळ काळ आला तर पडता ईत हुतं नाव आसल्यामुळं. आता पानी उतारल्याबिगार कुठं जायाचं येळकाळ आली तर?'' दसू. ''वाट बघीतच बसायचं.''

''बघायची वाट, पानी उतारत्याली नि शेरात ऱ्हानाऱ्या गावच्या पुढाऱ्यांची बी. पानी पुलावर येवू दे न्हाईतर घरात शिरू दे. ती मताचा जोगवा मागायलाच तुमच्या घरात येनार तवा आमालाच पानी पाजून जानार.'' नानानं बाहेरच्या पावसागत गावातल्या राजकारणाची कधी न संपणारी गोष्ट चालू केली.

लाईट गेली. पोरं टीव्हीची उठली.

''तरी बरी आलती. आता काय तिचा नेम नाई. वारं आसल्यावं तर तिचं नावच काढाय नगो,'' रामा म्हणाला नि बाहेर बघत, ''दसूदा बघ, पानी मावंना गल्लीत, सारा शिवार घालिवतोय वाटतं धुऊन नदीला.'' वाऱ्याचा जोर वाढला नि पावसाचा आणखीन मोठा रपाटा आला. ''आता रं, हाण, ढिला पडू नगो. मानसाला मुतायला बाईर पडू देवू नगोस.'' रामा पावसासंगं बोलत होता.

गल्लीतल्या लाईटीच्या तारांचा 'सू' असा वाऱ्यानं आवाज येत होता. टेलिफोनच्या तारा तर झोपाळा झाल्या होत्या. दसूनं जावयाच्या मोबाईलला फोन लावून बघितला. सगळंच बंद. मग त्याच्या घरात लावला. प्रचंड कसलेबसले आवाज. गोंधळ. तरी तिकडून आवाज आला त्यातनं. त्यानं मोठ्यानं मुलगा झाल्याचं सांगितलं. आता तिकडून आवाज ऐकू येत नव्हता. तो परत परत, 'ऐकू येतंय का, मुलगा झाला. मुलगा झाला.' सांगत होता. तिकडून आवाज येत नव्हता. मग फोनची खरखर वाढत गेली. एकदम सगळंच बंद झालं.

''आयला, ऐकू गेलं आसंल तर पावना याच्वा,'' फोन ठेवत तो बोलला.

''पावना कुठनं याच्वा? आभाळातनं बी आता वाट बंद झालीया. आयीकतोस न्हवं मगाधरनं बातम्या.'' रामा.

‘‘आभाळातनं याला माझा पावना काय मंत्री हाय व्हय? बघा जावा कामंधंदं. पावसानं काय बसाय सांगिटल्यालं न्हाई. त्यो त्येचं काम करतोय. तुमी उगच मुंग्या लागस्तवर बसून दिवस घालवू नगा. माळामुरडाची कामं चालत्यात आसल्या पावसातबी,’’ दसू म्हणाला.

‘‘व्हय व्हय, मुंग्या लागस्तवर म्हनू नगो. मुंग्या खावू म्हन,’’ आज्या रामाला चिडवू लागला.

‘‘तुला तरी लेका कामच न्हाई, गावाची मापं काढीतच बस. म्हनूनच लगीन व्हीना झालंय.’’ रामा.

पावसातनं त्यांच्या कानावर कुनाच्या तरी मोठ्ठं मोठ्ठं बोलण्याचा आवाज आला. तशी सगळीच कान लावून गप झाली. दम रोखून बसली. भवडाचा आन्दू छप्परीत आला. त्याच्या मागनं आज्या.

छप्परीच्या पत्र्यावरचा पावसाचा आवाज कानात ठोकं मारल्यागत पडत होता.

ती वळचणीला उभी राहिली. गल्लीत वाकून बघून दुम घेतला. निम्मी आर्धी भिजली. एकजण पळत निघालेला दिसला. त्याला विचारलं तर तो पळतच म्हणाला, ‘‘कावणे आबा!’’ आणि तो गेला.

ती दोघं आत आली. सगळीच विचाराय लागली, ‘‘काय झालं? कुनाचं काय? रडतंय कोन?’’

‘‘पळत जाणारा कावणे आबा यवढंच बोलला नि पळाला. आता आबाच्या घराकडं गेल्याशिवाय ते काय कळतंय?’’ आन्दू.

नानानं आन्दूला आपली छत्री देऊन आबा कावणेच्या घराकडं पिटाळला.

आन्दूची वाट बघत सगळीच ताटकळत बसली.

पावसाचा धिंगाणा मात्र चालूच होता.

‘‘कावणे आबाला आजून धा वर्सं काय हुतंय – त्येचा पावना बिवना यकादा गचकला आसंल.’’ नानाचं चाललं.

‘‘या पावसानं गावात काय झाल्यालं कुनाचं कुनाला कळंना. सगळं कसं गुडुप झाल्यागत झालंय.’’ दसू.

भवडाचा आन्दू आला तशी सगळी सरळ बसली. त्याला छत्री मिटता मिटंना. तसा नाना उठला नि म्हणाला,

‘‘मोडलीस वाटतं छत्री माझी?’’

‘‘यक काडी मोडलीय, तेनंच मिटंना झालीया.’’

‘‘बरं केलंस. त्येच्या आयीला लग्नाला आलायस तरी तुला छत्री धरायला ईना मर्दा.’’ नाना पांगे छत्री धरून मिटवू लागला. कशीबशी छत्री मिटवून आला.

“आरं तू गेल्लास त्येचं काय झालं?” दसूनं विचारलं.

मग तो सगळं सविस्तर सांगू लागला, “कावणे आबा काल सक्काळी कोल्लापूरला पोरग्याकडं गेला होता, त्याच्या पोरग्याच्या पोरीच्या पोराचं जावाळ काल हुतं त्यासाठी तो गेलता. मग तो काल थांबला. आज आला तर वाटंत पानी. तो आला आसंल मोडक्या वढ्यावरनं पवत. न्हाईतर पवाळवाडीच्या साकवावरनं आला आसंल. तर आपल्या पुलावर पानी. आता म्हणं दोन बोटंच कठडं दिसत्यात पुलावरचं. तो त्यातनं येत होता. पाईपास्नी धरीत. मध्येच चोरून नेलेल्या पाईपा नसल्यानं त्याच्या हाताला पाईप कुठली गावायला? मदी आला नी पावूस. ह्यॅ. वरनं पाण्याची लाट आली तसा म्हातारा आडवा झाला. थोराताच्या टेकावनं उसाचा पाला काढाय गेल्याली सारं सांगत हुती. ती त्याला बघून वरडतच पळाली. पुलाजवळच्या रस्त्यावर आली. तोपर्यंत कस्पाटागत आबा पाण्यातनं व्हलपटत गेलेला त्यांना दिसला. पलीकडच्या तीराला जावून केंजळात आडकला. तो सांगत आल्यावं माणसं जमल्यात. आनि मगाशी फोन चालू हुतं तवा आबाच्या पोराचा फोन आला होता म्हणं, आबा पोचला का म्हनून.”

आन्दूला कळालेली माहिती ऐकून सगळीच कावणे आबाच्या घराकडं निघाली; आबा चार गावांत पट्टीचा पवणारा गडी म्हणून लोक ओळखत होते. गावात आजून कावणे आबा पुरात वाहून जाणं पटत नव्हतं. आबा नसंल असं काहीजण म्हणत होते. पण पाला काढणारे खात्रीनं सांगत होते.

कावणे आबाच्या बायकोला समजूने म्हणून दबकत दबकत चाललेलं होतं. ती माणसं बघून कावरी बावरी झाली होती. फोनचं सांगत होती. “म्हतारा आता कसा यायचा? पावसातनं मागं गेला म्हंजी बरं. हेकाड मानूस भोगावात आला म्हंजी पावशेर प्याला की भुतागत पानी बिनी बगायचा न्हाई, शिरंल पुरात.” मात्र सुपानं ओतणाऱ्या पावसात आपल्या गल्लीदारात जमलेली माणसं बघून ती त्यांनाच विचारू लागली, माणसं गुतपाळल्यागत झाली.

शामा पाला काढणाऱ्यांना विचारत होता; त्याला ते पटत नव्हतं.

“शामादा, आमास्नी वळखंना व्हय?” पाला काढाय गेलेल्यांतला एकजण म्हणाला.

“हाळू बोल. उगच दंगा नगो आधीच. शामा, त्येची चर्चा नगो. पवनारा मानूस, खरं हाय तुजं. मला बी तेच वाटतंय. पर आता जावून बघिटल्याबिगार काय कळणार?” नाना पांगे.

सगळीच नदीकडं निघाली.

भयंकर अंधारून आलं होतं. पाऊसही भयंकर पडू लागला.

“पानी सक्कांळच्यापेक्षा बरंच वाढलं. सगळा शिवार पाण्यानं पालथा घालत आणलाय!” सगळ्यांतला एकजण.

“पावूस आभाळ उसावल्यागतच पडतोय म्हटल्यावं,” आणि कोणतरी बोलला.

“सक्काळी बऱ्याच शिवारात पिकांचं शेंडं दिसत होतं. आता तेबी बुडलं.” शामा.

दशरथला सगळं बघून अंगावर काटा उभा राहिला; आपली पोरगी, तिचं मूल त्याला दिसू लागलं.

मग सगळ्यांतली कोण कोण बोलू लागली; “आबा पवनारा मानूस व्हावटुळीला लागला असला तरी पवून आला असता.”

“नुसता पवनारा साधा आसता तरी म्हंतो गेला आसता. ह्यो नावजिक पवनारा–”

“पाक पुलाच्या पायपा नेल्या आसत्या तर बरं झालं आस्तं–मधल्याआदल्या नसल्यावं काय कळतंय पान्यात?”

“ऱ्हायल्याता त्याबी नेतील की.”

“मानसं गावातली, कस्पाट पडलं तरी चोरून आणतील. पायपांचं काय सांगताय.”

“आबानं भोगावात आल्यावर जर शंभर दोनशे मिली हाणली आसंल तर त्येला कुठलं पवायला जमतंय?”

“हं त्यो कायमचा पिनारा. त्येला काय हुतंय दारूनं?”

नाना पांगेच्या मनात पाल चुकचुकली; आबा प्यालानि लोढबिढ झाली आसंल तर त्याला कुठलं जमतंय पवायला. त्याला हुटी रचलेला दिवस आठवला. तो गप्प गप्प चालू लागला.

“पुलानं गावची सोय व्हील म्हटलं तर लयच आडचण व्हाय लागली.” त्यातला एकजण म्हणाला. शामाला त्याचा भयंकर राग आला. पडणाऱ्या पावसाच्या पाण्यात तो मिसळून गेला.

“काय करील पूल? त्या बघ, जांभळीच्या बुंध्याला कवा पानी लागलंतं?” आणखी एक दाखवत म्हणाला. सगळी रस्त्यालगत असणाऱ्या जांभळीच्या झाडाच्या बुंध्याकडं बघू लागली. शामाला वाटत होतं; आपण दाखवलेली जागा पुलासाठी कोणतरी दाखवंल आणि सांगील, ‘शामा भांडत हुता त्या जाग्यावर पूल झाला आस्ता तर पुलावर पानी कवाच आलं नसतं.’ शामाला ती जागा दिसत होती. पर तिकडं कोणाचंच लक्ष नव्हतं. सगळी इतर गोष्टीच बोलत होती. पडणाऱ्या पावसाला शिव्या घालत होती.

बेघरवाडीवर ही बातमी समजली.

डोंगरातनं शेरडांना पाला घेऊन आलेला हमीद भिजक्या अंगानं तसाच गावात आला. गावातनं नदीकडं जाणाऱ्यांत जाऊन मिसळला. त्याला बघून शामाला बरं वाटलं. नाहीतर काठावर उभा राहून वाचवा-वाचवा म्हणणारी बरीच होती. शामाला ते माहीत होतं.

गर्दीतली कोणच आबा कावणेच असावा असं सांगत नव्हती. त्याच्या पोरग्यानं केलेला फोन. पाला काढायला आलेल्याच्या बोलण्यावरच सगळी चालली होती.

पूल आला. सगळी शांत झाली.

पुलाचं कठडं दिसायचं बंद झालं होतं. पुलाचा मागमूसही लागत नव्हता. नदीचं पात्रच दिसत होतं. सखल भागात पाणी पसरत होतं. पसरलेलं वर चढत होतं. सगळीकडं पाणीच पाणी. डोळ्यांत मावत नव्हतं. कानात पाऊसवाऱ्याचा आवाज मावत नव्हता.

शामानं पाला काढायला आलेल्यांना विचारलं.

त्यांनी नदीच्या पसरलेल्या पाण्यातनं पलीकडच्या तीरावरचं हालणारं झुडुप दाखवलं. वाऱ्यानं झुडूप खाली पाण्यात बुडत होतं. वर उठत होतं. बऱ्याच वेळानं सगळ्यांची नजर झुडपावर स्थिर झाली. अंधुक अंधुक पांढऱ्या दिसणाऱ्या लालभडक पाण्यातल्या कापडावर सगळी हालत्या नजरा स्थिर करून उभी राहिली.

मग पलीकडं जायाचं कसं? बराच वेळ ओतणाऱ्या पावसात, हालवून सोडणाऱ्या वाऱ्यात चर्चा झाली. बऱ्याच जणांच्या मनात हुडहुडी भरली. आपण आलो नसतो तर बरं झालं असतं, असं सगळं बघून वाटू लागलं. दडपल्यागत वाटाय लागलं. कावणे आबा दिसाय लागला.

शामानं कापडं काढली. तसा हमीद उघडा झाला.

मग दोघांनी त्यांच्याबरोबर म्हणून कापडं काढली. त्या चौघांना बाकीची सल्ले देत अंगावरच्या छत्र्या धरून काठावर उभी राहिली. त्या चौघांना पावसापेक्षा सल्ले जास्त वाटू लागले.

शामा पाण्यात उतरला. त्याच्या मागोमाग हमीद. मग त्याच्या मागोमाग दोघं. पण ती दोघं भलतीकडंच निघाली. काठावरच्यांना भलतंच वाटू लागलं. ती डोक्यात भलतंच घेऊन ओरडू लागली.

शामाच्या मागोमाग हमीद पलीकडं पोहचला.

शामाही त्या दोघांकडं बघतच राहिला. तर ती दोघं फलांगभर शेतवडीत पाण्यावर कातवेर चढलेल्यात व्हलपाटत गेलीत.

शामा, हमीद पांढरं दिसणाऱ्या झुडपाजवळ निघाली.

तिथं पाणी कमरंपेक्षा जास्त. ती पाण्यातनं गेली; शामाला आबा कावणेचं धड दिसलं. तो दचकलाच. त्याला खात्री नव्हती. आता मात्र खात्री झाली. हमीदच्या अंगावर सरसरून काटा आला. ती तशीच थांबली. खाली वाहात गेलेली दोघंही तिथं आली. त्यांनाही ते बघून पुढं जाऊ वाटंना.

शामानं झुडूप हालवलं. आबाचं मुंडकं झुडपाच्या केचकात आडकलेलं; नाहीतर आबा बेपत्ता झाला असता. झुडपात आडकला म्हणूनच प्रेत मिळालं.

केचकातनं सगळ्यांनी आबाला बाहेर काढला. रक्तानं माखलेली कापडं. लालभडक. त्याचं डोकं फुटलेलं होतं. डोक्यात काय तरी घुसलं होतं. रक्त गेल्यानं आबा सुरकुतून गेला होता. तेचं सगळं अंग गोठलं होतं. त्यामुळंच त्याला हातपाय मारता आलं नसावं. शामाला जाणवलं. ''म्हातारा कशावंतरी आपटलाय नि डोस्कं फुटून मेलाय.'' शामाला दारू पिवून गल्लीनं मोठ्ठं बोलणारा आबा दिसू लागला. त्याच्या डोळ्यांत पाऊस उभा राहिला.

हमीदनं जखम बघितली; तो म्हणाला, ''पुलाच्या पायपा कापून नेल्याता त्यावर पाण्याच्या लाटंसरशी येवून आदळला आसंल, ती पायीपच घुसलीय डोक्यात. त्यात ही हाताच्या खोपरात पिशवी.''

त्या पिशवीत बुंदीचं लाडू. त्याचा काला झालेला. नातीच्या पोराचं जावळ होतं. आबा म्हातारीला लाडू घेऊन आला होता.

शामानं झुडपात आडकलेला आबाचा पटका नि फाटलेलं धोतर काढलं. आबाला त्यात गुंडाळला. आता पलीकडं प्रेत नेणं जोखमीचं होतं.

चौघांनी प्रेत उचललं. काठानं पाणी पसरलेलं. ती बरीच वरती गेली.

शामानं मग प्रेत आपल्या पाठीवर बांधलं. शामा पाण्यात उतरला. सगळी आचाट करू लागली. शामा तसल्या पुरातनं आला. मागोमाग तिघं आली.

शामा काठावर आला. मग मात्र सगळीच पुढं झाली. पावसाची पर्वा आता कोणालाच नव्हती.

प्रेत गावात आणलं.

आभाळ भरल्यागत आबाच्या घरात गाव भरलं.

कावणे आबाची म्हातारी रडता रडता घुटमाळली. डॉक्टरकडं काहीजणं पळाली. तिला बोलती केली.

आबाचा एकचा एक पोरगा. त्याला फोन लागतो का बघू लागली. फोन लागून तरी काही उपयोग नव्हता. आणि फोनही लागत नव्हता.

म्हातारीचा एकच हेका; माझ्या पोराला आणल्याबिगार धन द्याची नाई.

तिला समजवता समजवता दम लागायची पाळी लोकांना आली. पाऊस थांबत नव्हता. अंधार पडू लागला होता. वळचणीला उभी राहिलेली भिजून गेली होती. आबाचं गुण उगळीत होती. पावसाच्या नावानं खडं फोडत होती.

रडून रडून म्हातारी दमायची. परत चालू करायची. ती सैरभैर झाली होती. बायका तिला समजावून दमल्या होत्या. ''आबा पुण्यवान म्हनून पांढरीत आला मरायला. न्हाईतर मेलेला समजलंच नसतं. माशांनी खावून टाकला असता. काय करायचं हुतं?''

गडी माणसांचं चाललं होतं, ''आबा गावात यक नंबर हुटी रचायला. कुनी हात धरायचा न्हाई त्येचा पवण्यातबी नि हुटी रचण्यात बी.''

नाना पांगे नि शामा अंधार पडाय लागलेला म्हणून पुढं झाली. म्हातारीला समजावू लागली. तशी म्हातारी प्रेतावर पडून मोठ्यानं रडू लागली. तिचं आवरता आवरंना. तिला शामानं ओढूनच बाजूला केली. मग बायकांनी तिला धरली. प्रेत दारात आणलं. आबाला बघून अनेकजणं पावसागत कोसळू लागली.

मग प्रेताबरोबर गर्दी निघाली.

''पुलानं पयला दणका दिला म्हनायचा. नाव आसती तर असं घडलं असतं?''

''म्हनायचं हाय, त्येचं टायमिंग म्हनायचं.''

''तरी बरं स्मशान शेडात आजून पानी न्हाई.''

''तिथं पानी आल्यावं पुलावर दोन तीन पुरुष पानी ईल.''

''काय म्हना, पूल खड्ड्यातच झालं.''

धन दिली. सगळी परत आली. सांज डोळा मिटून पडली.

पावसात भिजून आलेली चुलीच्या धगीलाच थांबून राहिली.

पावसात भिजत आलेली आनुक्का, ''पान्यासंगं नि आगीसंगं खेळूने म्हंत्यात त्ये उगंच न्हाई बाबा.'' ती दसूच्या नातवाला अंघोळ घालायला आली होती. दसूच्या काळजात धस्स झालं.

''दसूदा, शामादाचं धाडस येगळंच हाय हं - त्यो नस्ता तर आबाचं पिरीत गावाकडं ईत न्हवतं. तिकडंच माशांनी खाल्लं आस्त. न्हाईतर कुजून सडून गेलं आस्तं. ते कळलंबी नस्तं,'' भवडाचा आन्दू म्हणू लागला.

''मला त्या पोरग्याची कमाल वाटती. यवढा पावूस लागतोय. दोन दिवस ठेवून घेतला आस्तां तर काय जड झाला आस्ता? आनि म्हनं शिकल्याला गावातला यक नंबरचा पोरगा. रांडंचा नातवाचं जावाळ काढतोय, काढ म्हणावं जावाळ, बाच्या मातीला हात लावाय मिळतोय का नाई ते बघ म्हनावं.'' दसू

त्याच्या पोरग्याचं बोलू लागला. आणि म्हणाला, ''आमची खरंच वेळ बरी न्हाई तर मला नुस्त्या इचारानं कसंतरी होतंय. वाट लागली आस्ती माझी–'' त्याला आपल्या पोरगीचं आठवत होतं. आपण मोठ्या संकटातनं वाचल्यालाचा दिवसभर तो पाढा वाचत होता.

नाना पांगे मोडकी छत्री अंगाव घेवून भिजतच आला. ''दसू काय खरं न्हाई गड्या,'' तेवढंच बोलून तो गप्प बसला; नानाला घरात गेल्यावर बसू वाटलं नव्हतं. त्याला दारू पिवून हुटी घातल्यादिवशीचा आबा कावणे बडबडत असल्याचा दिसू लागला होता. दर वर्षी तोच नानाच्यात हुटी रचायला असे. नानानं सगळं आठवल्यावर दसूच्या दुकानाची वाट पावसातनं धरली होती. चिखल तुडवत तो आबाच्या विचारातच आला होता.

त्यानं सिगारेट घेतली; शामाच्या धाडसाबद्दल तो दसूला सांगू लागला. ''पदरच्या पोरानं एवढं केलं नसतं, कुनाच्या जिवाची पर्वा न करता ते शामानं केलं. शामा आज नसता तर आबाचं प्रेत तिथंच सडलं आसतं.'' हे सांगून आबाच्या पोराला दसूसारख्याच तो शिव्या देऊ लागला. मग ठरल्याप्रमाणं पूल, गावातलं पुढारी यांच्यावर आग पाखडायला लागला. ''बांबलझवीच पुढारी येतील की पानी उतारल्यावर मातीचा निवद शिवायला. कावळ्यागतीनं. शेरात राहून गावं चालवायची सोडा म्हणावं. पट्टीचा पवणारा आबा नाव उलटी झाली आसती भर पुरात तरी खवण्यानं चार मानसं वाचवली आसती. आनि त्यो मरतोय व्हय आसा? हेला जबाबदार ह्ये पुढारीच, उंटावरनं शेळ्या राखणारी.''

नाना पांगे गावात राहणारा. शेतीत सतत काय तरी नवीन करणारा. त्याला गावच्या राजकारणातनं नेहमी दूर ठेवलेला. म्हणून तेनं गेल्या ग्रामपंचायतीला आपलं पॅनल उभं केलं. सगळं पडलं. त्याचा राग तो सतत काढत होता. आणि थोराताची तर आठवण काढली की त्याला शिवी दिल्याशिवाय गमच पडत नाही. ''ह्यो खालनं वरनं पाक म्हातारा झाल्याला थोरात. त्येच्या मायला त्येच्या, पावनं पै आलं की नावनं घालवाय आणाय आबा कावण्याच त्याला लागायचा. त्ये थेरडं गावात प्रेत आल्यावं आलंय छेत्री घेवून लंगडायचं नाटक करीत. त्येला गावातल्यांनी इचाराय पायजे हुतं. पोरग्याला आणून दाव नि तूबी बघ पालथा पडून पुलावर पानी किच्चं आलय त्ये. बयल मुतल्याव बुडणारं पूल बांधलंस. गावाला बी, कधी न्हाई गावलं नि बाप ल्याक धावलं तसं झालं. बसा म्हणावं बोंबलत.''

''तुमी आता बोलताय, शामा तवाच बोंबलून सांगीत हुता. त्येच्या मागनं कोनच गेलं न्हाई. उलट त्यो आडानी म्हनून त्येलाच खुळ्यात काढला गावानं,'' दसू नानाला म्हणू लागला.

“मी शामाच्या मागं हुतो. तुमीच कोन न्हवतासा, मी उघड शामासारखा बोललो आस्तो तर मी, ‘नाना पांगे’ म्हंतोय म्हनून, त्या जागेवर नानाला इरोद करायचा म्हनून बी, झालं नसतं पूल.” नाना पांगे.

“मग काय झालं? शेवटी तेच झालं न्हवं?”

“तेच झालं-” नानाची सिगारेट न ओढताच जळून संपली. “सगळं पाण्यात गेलं.”

अंधार दाट होत गेला.

गुरुजी आले. त्यांना बघून दशरथ म्हणाला, “गुर्जी बघितलंसा न्हवं तुमी आला आनि लगेच काय झालं ते.”

“अवो, ते हणमंतराव नसतं तर मी आलोच नसतो. पाणी केवढं ओढत होतं. आता हे आबा कावणे एवढे पट्टीचे पोहणारे, तो माणूस गेला. आणि आमची काय गत झाली आसती? विचार करायला नको वाटतंय,” गुरुजींच्या अंगावर आठवणीनं काटा मारला.

“गुर्जी तुमच्या कडं पावूस असाच आसतो का?” नाना पांगेनं विचारलं.

“एवढा नसतो, पण या वर्षी सगळीकडं पावसानं झोडपून काढलंय. मुंबईतच तर काल बाहेर पडलेली माणसं आजून घरापर्यंत परत गेलेली नाहीत. एवढा पाऊस लागतोय. पार्किंगमधल्या गाड्या पाण्यानं कुठल्या कुठं गेल्यात एवढं पाणी रस्त्यावर आलंय. गटरातल्या गहाणीमुळं गटरंच सगळी पॅक झालीत. दुसऱ्या मजल्यावर काही ठिकाणी पाणी गेलंय. सगळीकडं हाहाकार उडलाय. आणि पाऊस वाढेल म्हणताहेत!” गुरुजींनी बातम्यांतील बातमी सांगितली. आणि म्हणाले, “पेपर दुपारी वाचून झाला आसला तर देता का?”

दसूनं पेपर दिला. त्यातली दोन पानं कुठं गायब झाली होती. त्यानं हिकडं तिकडं बघितलं, त्याला ती सापडेनात. तो म्हणाला, “मग काय गुर्जी, आसा पावूस वाढल्यावर आमचं पूल न्हाईल म्हनताय?”

गुरुजींना पेपरची दोन पानं पाहिजे होती. ते न बोलताच थांबले. दसू पुलाबद्दल एक वाक्य बोलला. नाना पांगेनं सुरूच केलं. “वाहून जावू दे त्येच्या जायला, त्याबिगार त्या कंत्राटदाराला नि पुढाऱ्याला पायतानानं हाणाय गावायचं न्हाई. काय ओ गुर्जी, नव्या खोल्या शाळेच्या बांधलेल्या किती ठिकाणी गळत्यात?” गुरुजींना थांबून चूक झाल्यागत झालं. पाऊसही उघडंना, जातो म्हणाय “भिंतीवरनं खाली पानी उतारतंय का न्हाई? खोल्यांतनी पोरांना बसाय सुकल्याली जागा आसतीया? कशाला येताय म्हणावं पुढाऱ्यांना, झेंडावंदनाला टोप्या घालून मिरवाय?” नानाचा पट्टा चालूच होता. मग दसूनंच मध्ये तोंड घातलं.

“त्या नवीन मानसाला कशाला उगच सांगताय? जुन्या लोकांस्नी सांगा की.”

“जुन्यास्नी सांगून त्येंच्या पाट्या पाक गिरबिटल्याता आता. ती बी गावात नसणाऱ्या पुढाऱ्यांचं कौतुक करत्यात.” नानाची सरीवर सर चालू होती.

गुरुजींना पेपरची पानं राहिलीत तरी चालतील पण आपण नानाच्या तावडीतून कधी सुटतोय असं वाटत होतं. नानाला काय तरी बोलावं म्हणून ते बोलले, “तुमचं गाव तुमची मुलं. शाळेची भिंत पडली, शाळा गळू लागली तर तुम्हीच जास्त विचार करायला पाहिजे!”

“इचार केला आस्ता. पुढाऱ्यांची पोरं इथं सिकली आस्ती तर. ती शिकायला कोल्हापुरात. मग शाळा गळली नि पडली तर मरतील गरिबांची गावातली पोरं. त्येंचं काय जातंय?” नाना.

गुरुजींनी विषय बदलला, “फोन चालू झाले?”

“न्हाईत आजून.” दसूनं कानाला फोन लावून बघितलं.

“मोबाईलच्या टॉवरचं काम पूर्ण झालं आसतं तर आता उपयोग झाला असता.” गुरुजी.

“होणार की, त्येनी चालू केलं आणि पावसानंही. उघडलं की पावूस. आणि उघडायला पायजे. एकदम लागून भागतोय व्हय? घातवाप कशी बगायची मानसानं?” पांगे म्हणाला.

मग पडणाऱ्या पावसात गुरुजी निघाले. पेपरची पानं विचारावी वाटत होती. तरी तसेच गेले.

अंधारात पाऊस गावाला कुचलीत होता.

लाईटची येजा सुरू होती. गेलेली लाईट आली.

नानानं टीवी चालू करायला सांगितली. “बघू या तरी पावसाचं काय झालंय ते.”

पावसाशिवाय दुसरी बातमीच नव्हती. ते बघून नाना म्हणाला, “दसू आता काय खरं न्हाई – पिकांची वाट लागणार.”

“नानासाब आता काय करायचं ओ?” हातात बॅटरी घेवून पळत आलेला कावणे आबाच्या भावकीतला एकजण विचारू लागला. तो कशाचं काय करायचं म्हणतोय ते नानाच्या नि दसूच्याही लक्षात आलं नाही. ती दोघं त्याच्या धापलत असलेल्या भिजून चिंबलेल्या अवताराकडं बघू लागली. त्यानं धाप टाकीतच दसूला विचारलं, “तुझी गॅसबत्ती हाय न्हवं? जरा दे की, मसन वाटात जायाला लागतंय. पानी सरणाला लागाय लागलंय.”

“गॅस बत्तीतला गॅस संपलाय, आनि पानी यवढं वाढलं येवढ्यात?” दसूला पाण्याचं आचाट वाटलं.

''यवढं म्हंतोस, पाक शिवार देवळा म्होरनं बघिटलास तर सारा समडम झालेला दिसतोय. थोराताच्या मळ्यात पानी कवा आलतं? साऱ्या मळ्याण्या भवती येढा घाटलाय पाण्यानं.''

''दसू चल, बघून तरी येवू या,'' नाना म्हणाला. त्यानं येणाऱ्याला विचारलं ''सराण आजून धगधगत आसंल न्हवं रं?''

येणारा बाहेर पडतच सांगू लागला, ''तर लगीच इजतय व्हय?''

पावसानं, समोरचं बॅटरी, कंदिलाच्या उजेडात काही दिसत नव्हतं.

सताठजण स्मशानशेडकडं निघालेली. प्रत्येकाचं आपल्या पायातल्या उजेडाकडं लक्ष होतं. उजेडात नाचणारं पावसाचं पाणी गुडघ्याच्यावर उसळत होतं.

स्मशानात सरण पेटल्याला उजेड दिसला.

पाणी शेडात गुळण्या टाकत होतं. सरणाला खालून चाट लावत होतं. ''मगाशी आलो तवा नुक्त शेडाला लागत होतं. तवर आता शेडात घुसलं,'' नानाला बोलवाय गेलेला सांगू लागला.

''पानी वाढणार, आता थांबत न्हाई पानी. पान्याला आता वावच न्हाई थांबायला. इथं येवढा पावूस लागतोय तर वर डोंगरात किच्चा लागत आसंल?'' त्यातला एक.

''वर आबाळ फुटल्यागत वतत आसणार ते सगळं पानी कुठं जानार?''

''धन दिल्याबस्नं पानी यवढं वाढलं म्हंडल्यावर आनि घटकाभरात पानी सरणात शिरणार. त्येचा इचार करा.''

''व्हय मानसं म्हंतील त्येचा पोरगा न्हाई तर, भावकीन बघिटलं न्हाई,'' भावकीतला जाणता म्हणाला.

''आता मग काय करायचं? सराण पाडून दुसरीकडं रचायचं?'' नानानं विचारलं.

''छ्या - छ्या - तसं करून भागतंय व्हय? आपुन थांबू या थोडा येळ इथंच,'' निम्या वयाच्या वरचा माणूस म्हणाला.

मग सगळीच जळणाऱ्या सरणाकडं आणि पडणाऱ्या पावसाकडं बघत थांबली.

सरण जळंल तसं खाली खाली बसत होतं.

पाऊस पडंल तसं पाणी वरवर सरणाकडं चढत होतं.

''पोरगा धन द्याला न्हाई तो न्हाई. निदान त्येचा मातीला तर हात लागंल असं वाटत होतं. पन आता तेही न्हाई. मूठभर राख आनि आस्थी ठेवा. आस्थी पुजणार आसला तर ठेवील. न्हाईतर कुठल्यातरी तीर्थावर नेवून सोडील,'' नाना म्हणाला.

''पानी वाढणारच नाना - तू म्हंतोस तसंच करू या!'' नानाचं मत सगळ्यांनाच पटलं.

रात्रीचीच राख सावडायची वेळ गावावर आली होती. आबाच्या म्हातारीलाही ते माहिती नव्हतं. त्यातला एकजण म्हणाला, ''पिंढबींड कराय नगो? पूजा बिजा केल्याशिवाय मातीला हात लावायचा कसा?''

''तुझं शास्त्र ठेव आता पाण्यात. उद्या तुला इथं हात लावायला, पूजायला राहिली तर ही जागा, मगच सारं करणार नव्हं? आनि राख कुठं टाकणार या नदीतच नव्हं?'' नाना म्हणाला, त्याला दसूनं जोडलं. ''आनि कुनी बघिटलंच नस्तं तर कुठली माती आनि कुठलं प्रेत मर्दा. गेलं आस्तं त्या झुडपात कुजून-सडून. त्यो माणूसच चांगला म्हनून आला पांढरीत मरायला. तेचं पुण्य म्हनायचं.''

''तेच म्हंतोय, प्रेताची विटांबना झाली न्हाई ते बघा.'' नानानं छत्री खाली सिगारेट पेटवायला काडी ओढली. वाऱ्यानं ती विझली. मग एकदोन काड्या तशाच गेल्या. आणि सिगारेट पेटली.

मग सगळीच वेळ न घालवता शेडातलं पाणीच सरणावर मारू लागली.

वाऱ्यासरशी पावसाची चिपळी आली आणि आडवातिडवा पाऊस स्मशानशेडात शिरला. सगळ्यांना हालवून भिजवून बाहेर पडला.

सगळी राख सावडण्याची विधी पावसाच्या पाण्यात वाहून गेली.

धगधगत्या आस्थींवर पाणी मारून आस्थी थंड केल्या. मूठभर माती नि आस्थी ठेवायसाठी फडक्यात बांधून स्मशान शेडच्या खांबावरनं एकजण चढला. पत्र्याच्या खालच्या आडव्या पाईपला फडकं बांधून तो खाली उतरला.

पाणी आलं तर स्मशान शेडाच्या पत्र्याला लागणार नाही असा त्यांचा अंदाज.

सगळी पावसातनं पाय उचलत घर गाठायच्या विचारानं निघाली.

वाऱ्यानं आणि पावसानं झाडांची धुणं पिळल्यागत अवस्था झाली होती. बारीक-सारीक फांद्या फासटत होत्या. निसटत होत्या. उंच झाडांचं शेंडं मोडून पडत होतं.

''नाना आसल्या वाऱ्यात काय सळ्ळं न्हाई, लाईटी कुठल्या तगत्यात,'' चालता चालता वाऱ्यानं छत्र्यांसकट सगळ्यांनाच हालवल्यावर एकजण म्हणाला. सगळीच काळ्यामाळ्या घालू लागल्यागत करू लागली.

''लायीट दे सोडून, आसा पावूस लागल्यावं किच्ची गावं पाण्याखाली जातील त्येचा नेम न्हाई.'' वारा जोरात आला. सगळीच घोटमाळल्यागत करू लागली. तो म्हणत होता त्याचं त्यालाच ऐकू येत नव्हतं. तो मोठ्यानं म्हणाला, ''गावं बुडणार.''

गावंबुडव्या पाऊस.

''आता बातम्यात तेच सांगिटलंय. ढिगाऱ्याखाली मानसं गावल्यात. क्रेन लावून मानसं काढाय लागल्यात. बघू वाटंना.''

‘‘यवढा पावूस यकायकी. काय कळंना,’’ असा एकजण म्हणाला. आणि पावसानं वाऱ्यानं त्यांना गोल फिरवलीत.

गावात आली. गाव सगळं अंधारभुडुक. लाईट गेलेली.

गावाला सगळ्या अंधार, मिट्टीत घेऊन होता. पाऊस वारा त्याला बडवीत होता.

देवळाम्होरचा पिंपळ ताड्ताड् वाजत होता. ताकतवान नसणारी पानं पिंपळाला सोडत होती. भिरभिरत अंधारात वाऱ्यासंगं पळत होती.

कावणे आबाच्या म्हातारीला भावकीतल्या माणसांनी काहीच कळू दिलं नाही.

उद्या स्मशानात पाणी आल्यावर सांगायची गरजच राहणार नव्हती.

दसू घरात आला.

तशी त्याची बायको मदघरातनं जोत्यावर आली. तिच्या हातात दिवा होता. तो वाऱ्यानं भक्कन गेला.

सगळा अंधार झाला. अंधारातच ती बडबडत आत गेली; ‘‘तुमास्नी गैसबत्ती भरून आणा म्हनीतो. दुकानाची दारं तेवढी लावा. वाऱ्यानं दुकानात दिव्याचं काय चालतंय व्ही?’’ ती परत दिव्याला हाताचा आधार देत आली. तिच्या मागोमाग त्याला त्याच्या नातवाच्या रडण्याचा आवाज आला. तो बायकोला विचारणार तर ती म्हणाली, ‘‘पानी तापीवतो, आत येवू नगा. आंघूळ करा आदी. कुठल्या पायानं काय घरात ईल त्येचा नेम नसतो.’’

‘‘आता आंघूळ करायची?’’

‘‘मी सक्काळचं सांगीत न्हाई, मसनवाटातनं आलायसा. उगच पावसापाण्याचं दिवस, वल्ली बाळातीण घरात हाय, माप झालीय तेवढी झडती पुरी झाली. लोकाचं प्वॉर धडवानी तेच्या घरला जावू दे.’’ ती बडबडतच आत गेली.

त्यानं दुकान बंद केलं.

छप्परीवरचा पाऊस वाजत होता. त्याचा आवाज थोडा कमी झाला.

घरावर वारा घुटमाळत होता. पावूस ताड्ताड् वाजत होता.

त्याला बायकोनं पाणी उसाण करून दिलं. तो दार उघडून छप्परीत गेला. अंधारात फक्त पाऊस वाजत होता. छप्परीत उभा राहून तो अंगावर पाणी ओतून घेऊ लागला. दिवसभर आज अंघोळीतच तो होता. गरम पाणी अंगावर ओतून घेईपर्यंत त्याला बरं वाटलं.

तो आत गेला.

अंग पुसतच त्यानं विचारलं ‘‘आगं परड्यात दुपारधरनं गेलतीस का?’’

‘‘न्हाई बा, घरात वल्ली बाळातीण नि मागचं दार उघडून काय करू. घर सगळं वाऱ्यानं भरतंय.’’

“तेच म्हंतोय, वाऱ्यानं त्या घरावर आल्याल्या ढापीची काळजी लागलीया. तोडायची – तोडायची म्हनून राहून गेलीया. पडली–बिडली तर मागचा सोपा बसायचा. शिवारात दणादण झाडं मोडून पडाय लागल्यात वाऱ्यानं. वारं नस्तं तर त्येला काय भ्याचं कारण न्हवतं. वारंच दांडगं हाय.”

“तुमास्नी उनाळभर सांगीतो. शामादाला नि हमीदला घेवून तेवढी ढापी तोडा. तर तुमी दुकान नि गावाची लग्नं करीत सगळा उनाळा घालिवलासा.”

तो जेवत होता. तो म्हणाला, “तशी सजासजी पडाय तिला तेवढी झड न्हाई पर वारं फिरतंय कुनीकडं कुनीकडंबी. वाईट वारं हाय.”

“परं तसलं घरावर चांगलं नसतंय,” ती भात वाढत, “व्हय वं त्या मान्याच्या पोरीचं लगीन कवा परवादिशीला हाय. कशी जायाचीत?”

“आता पुलावरचं पानी उतारल्यावरच लगीन. तवर कुठलं आलंय?” तो हात धुऊन उठला.

आजचा दिवस सगळा पावसात गेला. तो जोत्यावर आला. पान खाऊन चूळ भरली.

आंथरुणावर आडवा झाला. दिवा बंद केला.

त्याला आतनं नातवाच्या रडण्याचा आवाज आला. तो दचकला. विचारू लागला.

“रडायचंच. रडल्यालं चांगलं आस्तय,” त्याची बायको आतनंच सांगू लागली.

“रडू दे, न्हाईतर लेक्याच्यानं आमास्नी रडायला लावलं आस्तं. आज बघतोय न्हवं त्या पुलावं–” तो बोलता बोलता थांबला. आणि तसाच पडून राहिला. डोळा लागला.

गावहालव्या पाऊस.

०००

.. ५ ..

शामा जाधव लवकर उठून घराची मावळती चांदी बघू लागला.

त्याच बाजूला पावसाचा मारा असल्यानं त्याला त्या चांदीचीच काळजी लागली होती. बांधलेली चांदीची झड. वाऱ्यानं तिची बांधणी तुटली होती. झड खाली सरकली होती; ती कधीही खाली पडंल आणि मातीत बांधलेली भिंत पावसानं भिजून जाईल. त्याची हायगय करून भागणार नव्हती. सिंमेटचा गिलावा या वर्षी करायचा म्हणून ठरवून होता. पण अचानक पोरगीचं लग्नं झालं नि खर्च वाढला. त्याला ते जमलं नाही.

वारा, पावसाला भोवऱ्यागत फिरवत होता. त्यात या उंचच्या उंच चांदीची झड बांधावी लागणार होती. त्यानं आपली एक शिडी काढली. त्याला आणखी एक शिडी जोडावी लागणार होती. तरच पानश्यापर्यंत हात पुरणार होता. शामा शिडीसाठी घरं फिरत होता. बऱ्याच घरातनी आता जिनं असल्यामुळं शिडी नव्हती.

रावणांच्या घरात शिडी असल्याला त्याला दुम लागला.

तो रावणांच्या घराकडं गेला. तिथे भर पावसात इंदूचं आणि राधाचं खंताड लागलं होतं.

उजडायला तसल्या पावसात भांडण ऐकायला दार उघडून कोण चौकटीत, तर कोण दाराला झड लागते म्हणून केलेल्या छप्परीत, तर कोण भिजत वळचणीला उभं होतं.

राधाचा नवरा उजडायच्या आत शेतात जाऊन आला होता; इंदूच्या वावराचा बांध पावसानं राधाच्या वावरात गेला होता. त्यामुळं राधाचा वावरातला सगळा ऊस पालथा झाला होता. बांधाची माती सगळी वावरभर पसरली होती. नवरा सांगत आल्यावर राधानं चालू केलं होतं; ''आताच्या आता बांध उचलून घे. माझ्यात तुजा बांध का आला?''

इंदू म्हणत होती, ''का आला तुला ठावं हाय. खालनं उसाच्या सरीत बसून टोकरल्यावर वरचा बांध राहील का ते सांग की तू?''

“मी माझ्यातली जमीन टोकराची न्हाई तर तुज्यातली टोकरू?” राधा.

“मग बस आता बघीत. पावसानं गेला सगळा बांध, त्येला आमी काय करायचं? का पावसात धरून बसू? का आमी ढकलून दिलाय? बोलणं बोलतीयास का खालनं बघतीयास?” इंदू.

“व्हय गं खालनं बघतोय तू वरनं बघ. सत्रायेळा सांगिटलंय बांध सळ्ळा घाला म्हनून, तर इनामदारीन झालीस नि म्हनलीस, घाटलाय आमस्नी येतोय तसला. मग शेतं कशाला आसली करायची? गावातनं जोगतीनी गतीनं फिरून शेतं हुत्यात व्हय?” राधा अशी म्हणाली. इंदूला तिचा राग आला. ती पावसातनं पुढं आली. “कुनाला जोगतीन म्हनतेस गं व्हयमाले. म- तू कोन? तुझी आयी जोगतीन आसंल. तुझं मागचं खानदान त्यातलं आसंल. म्हनूनच म्हनीत आसचिल?”

मग पावसाची मोठी सर आली. त्या पावसात त्या पुढं सरकल्या. राधा तर इंदूच्या दारातच आता उभी राहिली.

“ह्ये उंडगे तू लय गरताव्याची हायस तर गरतव्यानं घालायचा हुतास बांध. तुला काय हाय का मागचं पुढचं? येळ कुनची नि बोलतीस काय?” राधाचं चालू झालं होतं.

“म्हनून तू भांडनं काढलीस? घरात तस्स शिवरात गाळून खाल्लस,” इंदू म्हणाली.

“मी गाळून खाल्ली. बरं हाय, मला न्हाई आब्रू नि कशाला घाबरू आशी गत हाय तुझी,” राधा म्हणाली.

“तू लय आब्रूवान हायस, फीर जा की उघडी. तुजं मढं कोन बघील?” इंदू म्हणाली. राधाला राग आला; हिचा बांधच्या बांध आपल्या उसात. सगळ्या पिकाचा सुपडासाप केलाय नि वरनं हिचंच बोलणं चढून. ती नाचणाऱ्या पावसातच तिच्या जवळ नाचतच गेली. तिला धरूनच वळचणीला उभी केली. तशा त्या दोघी वळचणीस्नं भांडत गल्लीत आल्या. पावूस वाजतच, ताशा बडवतच होता.

“माझं मढं न्याला नि बघायला तू लय दांडगीसराची पडलीस? तुला लयच मस्ती आली आसंल तर पड जाकी पडणाऱ्या या पावसात उघडी.” इंदू राधाच्या हातातनं सुटली. “तुला पैलवानानं काढलीया. मग बोंबलत का बसलीयास. पड जा बांधाला आडवी नि आडीव जा बांध.”

पदर खोचून राधा म्हणू लागली, “तुला दावतो बोंबलायचं थांब, बांध नुसता न्हाई उचलून घे म दावतो तुला मी कोन हाय ती. सांजच्यापातुर माझ्या उसात चिमूटभर माती जर ठेवलीस तर तुझा ऊस तोडून टाकतो क नाय बघ?”

‘‘पावसानं बांधाचंच काय घरं नि दरडी कोसळाय लागल्यात ते काय मानसाच्या हातात हाय?’’ शामा.

मग इंदूचा नवरा म्हणाय लागला, ‘‘शामा, मला सांगायचं हेनं ते ह्यो हांडगा बायकूला सांगून बसलाय. मग काय पादऱ्याला घुगऱ्याचं कारण. लागली झुंज. आणि ही बाई बांध उचला जे म्हंतीय आजच्या आज. त्येला काय दम धीर तरी. आनि बांध यवढा मोठा का आला? खालनं त्याला धरच न्हाई. आशा सऱ्या वाढवून रान वाढतंय? मग घ्या आता, सगळंच मुजल. मानसास्नी येवढं कळूने. आरं मदी पिकवा की, बांध टोकरून पिकवायला गेलं की हे आसं हुतय. माझी बांधावरची कलमी आंब्याची चार झाडं गेल्यात त्यात. त्येचं काय? हेंच्या उसापरास माझं नुसकान लय झालंय. तवा गड्यानी बायकास्नी जरा दबवाय पायजेता!’’

मग राधाचा नवरा बोलू लागला, ‘‘तू लय दबीवतोयास. म्हनून तुजी बायकू आली भरपावसात झिंज्या धराय धावून गावाला तमाशा सक्कासक्काळी दावाय.’’

‘‘आनि तुझी कमी हाय.’’ इंदूचा नवरा. ‘‘खऱ्याची नि तुजी वळख हाय का? गाव बगतंय मर्दा पैलवानागत तुजी बायकू फडात उतारल्यागत आली नि ह्यो सांगतोय.’’

दोघं सख्खं भाऊ. शामानं सांगून बघितलं. पावसागत चालूच ह्येंचं. बांधफोड्या पाऊस तो दमला तर दमंल. मग त्यानं, ‘‘पावूस उघाडल्यावर बघू. मला शिडी द्या. परत झड बांधाय लागतीया. पावसानं नि वाऱ्यानं चिंध्या केल्याता. मग बघा. यकदा बांधलेली झडी दुसऱ्या वर्सी सुटत न्हाई. नि यंदा ही गत झालीया.’’

मग राधाचा नवरा उठला. त्यानं शिडी दिली. आणि विचारलं, ‘‘कोन हाय शिडी धराय का मी येवू.’’ शामाला बरंच झालं. त्यानं त्याला ‘चल की’ म्हणून सांगितलं. आणि त्याच्याकडंच शिडी देवून शामा काथ्या आणायला दुकानाकडं गेला.

वारं आणि पाऊस बघून तो विचार करत निघाला; शिडीला शिडी लावून झडी बांधायची या वाऱ्यात म्हणजे काम अवघडच. चारपाच तरी गडी पाहिजेत. तो दुकानात आला.

छप्परीच्या पावळणीला पडणाऱ्या पाण्याला त्यानं पाय धरलं, धुतलं. तो आत गेला.

दसूच्या बायकोनं त्याला गेल्या गेल्याच चहाचा कपच हातात दिला. सकाळचा चहाच दसूच्यात चालू होता.

दसूनं रात्रीच आबा कावणेची माती सावडलेलं त्याला सांगितलं, शामा गहिवरला. थोडा वेळ गप्प थांबला. मग शामानं दसूला काथ्याचं विचारलं. दसूनं आणलेला काथ्या संपला होता. दसू जिन्यावरनं माळ्यावर गेला. जुनी काथ्याची

कोपरी त्येनं काढली. शामानं रावणाच्या घरातली भांडणं दसूच्या बायकोला सांगून आपल्या झडीचं तो बोलला. दसू खाली आला. काथ्याची कोपरी त्यानं शामापुढं टाकली; आणि म्हणाला, ‘‘माडीवर पसरलेल्या सूर्यफुलातनं वाऱ्यानं खिडक्या उघडून पाणी गेलंय बघ जा.’’

दसूची बायको पळतच जिन्यावरनं गेली. तिच्या पाठोपाठ दसू नि शामा गेली.

‘‘ध्यानंच ऱ्हायलं न्हाई कालच्या येटात खिडक्या कवा उगाडल्या त्येचं. काय व्हायचं न्हाई न्हवं?’’ ती विचारू लागली. नि तिनं मूठभर सूर्यफुलाचं दाणं शामाच्या हातात दिलं. सगळं दाणं सरदून गेलं होतं.

‘‘इथनं उचला नि आत मदघरात पसरा. आली लायीट तर शंभरचा बल सोडा त्येच्यावर. आनि खिडकीतनं यवढं पानी येतंय व्हय?’’ शामानं विचारलं. मग दसू म्हणाला.

‘‘हां परवाच्या दिवशी गळती लागलीती इथं. पर त्येच्यावर गळत न्हवतं म्हनून तशीच ठेवली.’’

‘‘हा हे वरनं गळलंय–’’

म्हणतच शामा खाली उतरला. त्याला झडीची काळजी होती.

‘‘मी जातो. रावण शिडी घेवून गेला आसंल. मला झड बांधल्याबिगार सवड न्हाई.’’ शामा निघाला.

‘‘थांब, थांब शामा,’’ दसू माळीवरनंच त्याला म्हणाला. खाली आला. ‘‘हेनंबी गुतीव म्हंजी किच्चाबी वारा येवू दे.’’ त्यानं त्याच्याकडं तारंचं एक भेंडोळं देत सांगितलं. शामाला ते सगळ्यापेक्षा चांगलं वाटलं.

तो काथ्या आणि तारंचं भेंडोळं घेवून पाऊसभरल्या गल्लीनं निघाला.

रावणाच्या दारात आता कोण नव्हतं. पाऊस मात्र एकसारखा गावाला तुडवत होता. त्याला वाटलं; पावसामुळं भांडण थांबलं. नाहीतर आतापर्यंत ते चालूच राहिलं असतं.

नाना पांगे छत्री डोक्यावर घेऊन उजडाय बाहेर पडला होता. तो समोरनं आला. शामाला सांगू लागला, ‘‘माझी वाट लागली. भैरूमळ्यातल्या सगळ्या केळी पालथ्या झाल्या वाऱ्यानं. पाक मळा पाण्यात गेला. यक केळ उभी न्हाई.’’ त्याची भिजकी नजर बघून शामाला वाईट वाटलं. त्याला काय बोलावं ते कळंना. नाना थकल्यागत दिसत होता. पावसात उभा राहू वाटत नव्हतं. शामा म्हणाला, ‘‘आलो मागं, मानसं जमविल्यात झड बांधायला.’’

नानाला गल्लीतनं पुढं जावं का नको झालं होतं. मनाला मुंग्या लागल्यागत त्याला झालं होतं; केळी आपल्याला कर्जातनं रिकामं करणार असं नानाला पीक

बघून खात्रीनं वाटत होतं. त्यानं मनातल्यामनात कित्येक गणितं मांडून सोडवली होती. आता सगळी गणितं चुकली होती. ते सगळं गेलं. पण केळीसाठी घातलेलं कर्ज आता अंगावर बसणार होतं.

त्याचा केळीचा मळा बघून गावातली बरीचजणं केळी लावायला हुदाकली होती.

नानाला आपल्या डोक्यावर शंभर केळांचं हिरवाकच घड ठेवल्यागत वाटाय लागलं. पाऊस वाऱ्याच्या जोरानं ते जास्तच जड होत होतं. सकाळ नानाला सांजंगत बुचकाळू लागली. तो तंद्रीत दसूकडं आला.

त्यानं सिगारेटचं पाकीट घेतलं. सिगारेटवर सिगारेट फुकत तो बोलू लागला, ''का आत्महत्या करूनेत शेतकऱ्यानं सांग. पीक आलं हातातोंडाशी तर आसं कधी व्हील याचा नेम न्हाई.'' मग आर्धी विझलेली सिगारेट पावसात बाहेर फेकत, ''पेटीव पावसाला तू तरी,'' म्हणत दुसरी सिगारेट पेटवून तो सांगू लागला, ''शेतकरी मंजे योक पाय गाळात नि दुसरा आंतराळी. योक काढायचा म्हटलं तर दुसरा गाळात गेलाच म्हनून समज. त्याचं दोनी पाय कवाच वर निघाल्यालं त्यानं बघायचं न्हाई. चांगलं 'बी' आणून पेरावं म्हटलं तर त्येची गॅरंटी न्हाई . बरं चांगलं म्हनायचं कशाला हेच कळत न्हाई. लागलंच चांगलं तर त्येच्यावर रोग पडून जगंल याची खात्री न्हाई. आनि जगलंच तर अशी पावसाची नि वाऱ्यावादळाची गॅरेंटी कुणाला न्हाई. त्यातनं निगालंच सगळ्यातनं वर तर बाजारात त्येला भाव मनासारखा मिळंल याची खात्री न्हाई. मग त्येला यकच खात्री-'' नानाला दम लागला. सिगारेट परत विझलेली फेकली. परत दुसरी पेटवली. ''त्येला एकच गॅरेंटी, दसू. सांगू, यकाच गोस्टीची? सांग म्हनलास तर सांगतो.'' दसूला नानाचं डोळं कसंच दिसू लागलेलं. त्याची भीती वाटाय लागली. तो त्याच्याकडं बघत राहिला. नुसता बघत. न बोलता. ''सांगतोच तुला, फास लावला की जीव जातोय या गोस्टीची खात्री हाय त्येला!'' नानाला काय सांगावं असं दसूला वाटू लागलं. पावसानं भिजलेला कडा कोसळत जावा तसा नाना दिसू लागला. सैरभैर. शिवारबुडवा पाऊस. त्येच्या जिवाला करवत लागल्यागत झालं होतं. दसूनं विचार करून सांगितलं, ''नानासाब आसं इरगाळून चालतंय व्हय? हामीदसारखा मानूस, गावात न्हाई खन नि शिवरात न्हाई फन तरी जगतोय.'' त्याला सावरायचा प्रयत्न दसू कायतरी सांगून करू लागला.

''तसली लय सुखी. काय बी करून जगत्यात. त्यास्नी कायबी केलं तरी चालतंय. तुजं माजं तर हिथंच घोडं पेंढ खातंय, गावातल्या पतीनं जगायची सवय

त्याच पतीनं जगाय लागतय. न्हाई तर मानसांच्या नजरा टोचाय लागल्यात म कशाला जगायचं?'' नाना निर्वाणीचं बोलत होता.

''केळीची बाग गेली म्हंजे पत गेली म्हन की? ती काय तू घालिवलीस? तू तरी यवढं झुरून जगायला नगोस असं मला वाटतंय.'' दसू त्याला समजावत होता.

''आरं मी माझंच सांगीत न्हाई. सगळ्या शेतकऱ्यांचं सांगतोय. माझं सोड.'' नाना स्वत:ला स्वत:च सावरत बोलला. सिगारेटचं पाकीट त्याचं संपलं. सकाळी सकाळी एक पाकीट संपवण्याची पहिलीच वेळ. दसू नानाकडं बघत राहिला.

दुकानाला येणाऱ्या गिऱ्हाइकाकडून सकाळपासून तो शिवारातल्याच गोष्टी ऐकत होता; येसबा पाटलानं एकरात लावलेली कलमी आंबं सगळं मोडून गेलं. मसोबाचा ओढा कधीच नाही तो सगळा महारकीत आला. सगळी महारकी वाहून गेली.

गणा आला नि म्हणाला, ''वाघाच्या वगळातलं रिंगडीच्या शेतात पाणी कवा उलाटल्यालं मला तरी आठवत नाही. सगळी रिंगडी गेली वाहून. वाट लागली. वगळाकडचा आंबा राती उमळून पडलाय. काय पाणी म्हणायचं का भूत. सगळी रिंगडी वगळागत झालीया.''

''आता मला सांग चेचराचा दराच बेपत्ता केलाय. दऱ्यातनं येणारा वढा सगळाच शेतात आलाय. सगळा शिवार नदीला गेला,'' किसना डवंग म्हणाला. नानानं सिगारेट परत पेटीवली.

दसूला आलेलं गिऱ्हाईक पैसे देता देता म्हणालं, ''रावणाच्या मळ्यातल्या घरात पानी शिरलंय म्हणत्यात?''

''रावणाच्या मळ्यातल्या घरात? मळ्यात आसंल. पर घरात?'' दसूचं शेत तिथं होतं. त्याला तिथं पाणी कधीच आल्यालं आठवत नव्हतं. ''व्हय, घरात पानी आलंय – रावणाचा राजू गेला न्हवं ढोरं आणाय गावात. फणसाचं झाडबी पडलंय म्हणीता.'' गिऱ्हाईक खात्रीनं बोलू लागलं. ते गेलं.

''पावूसच दसू तसा लागतोय, गावाला लाथलतोयाच नुस्ता. त्येला कुनाची पर्वा का काय तवा? आता राती गेलो आबाची माती टाकून तर वरतीकडच्या चांदीची पाणपट्टी पाक वाऱ्यानं लोंबकाळायला लागली. ती वाऱ्यानं रातभर धाड्धाड् वाजतीया. रासारी डोस्कं उठलंय. त्यात सक्काळी केळीचा मळा बघून तर डोस्क्यात चिखूल घातल्यागत झालंय. चार गडी घेवून सगळ्या केळी बांधायच्या म्हनलो. तर पावसानं उमजच खावू दिली न्हाई.'' नाना वावटुळातल्या झाडागत हालला होता. ''दसू, सगळा इस्कूट झाला. या पावसानं काला करून टाकला माझा.''

''रावणाच्या शेतातल्या घरात पाणी आलंय म्हंत्यात ते खरं हाय व्ही?'' दसूची बायको विचारू लागली.

"राजा गेलाय पळत ढोरं आणायला मग आलंच आसणार."

"आपल्या उसाच्या पट्टीतबी आलं आसंल. याच्च हुतंसा बघून तरी," तिनं दसूला सांगितलं आणि नाना पांगे म्हणाला, "ये जा नदार टाकून-"

"नदार टाकून तुमच्यासारखी डोस्क्यात राख घालून घ्याला? काय चालतंय बघून आपलं. तुमचं सगळ्यांचं ऐकून मला तर शिवारात आता काय ठेवतोय पावूस असं वाटाय लागलंय. भली मोट्ठी झाडं उताणी केल्यावं पिकांचं काय चालतंय?" दसू.

"काय लागण हाय का खोडवं." नाना

"लागण हाय, कमरंयवढी आलीया. गेली आसंल सगळी बुडून. आनि वाटंकरी गेला आसंल उजडायला." दसू बोलत बोलत अंगावर छत्री घेऊन निघाला, बायकोला म्हणाला, "तू जरा बघ दुकानात."

भवडाचा आन्दू आलेला बघून दसू म्हणाला, "आन्दू चल येतोस काय मळ्यात?"

"आता आलो पाल्यास्नं - काय खरं न्हाई रं बाबा, सगळा शिवार तुंबलाय. कुनाचं पीक उघडं न्हाई. कशीतरी यकदोन पेंडी काढली. उसातल्या पाण्यात पावसानं आनि वाऱ्यानं उभं ऱ्हावू वाटत न्हाई. भ्या वाटतंय. जेच्याकडे वाळकी वैरण न्हाई त्येनी ढोरास्नी काय घालायचं?" दसू गेला होता. आन्दू दसूच्या बायकोला सांगत होता.

नाना उठला. "आन्दू शिवारातनं उठीवलंय पावसानं. घरात तरी बसू दील न्हवं."

"काय खरं न्हाई - बघा की कसा वताय लागलाय - त्येच्याकडं बघू वाटंना," आन्दू म्हणाला. नाना गेला.

दसू रावणाच्या मळ्यात पोचला. फणसाच्या उताणं पडलेल्या झाडाची त्याला भीती वाटू लागली. अक्राळ-विक्राळ उन्मळून पडलेला फणस. त्यावर पडणारा पाऊस नि निपचिप सोसणारं झाड.

राजू सगळी ढोरं सोडून गावच्या वाटंला लावत होता.

त्याच्या घराला पाणी येऊन धडकत होतं. दसूला बघून त्यानं विचारलं, "का गा?"

"काय पानी म्हनायचं का काय रं हे - पाक शिवार पालथाच घाटलाय यका सवनं."

"रातीत पानी त्या खालच्या मोठ्या पट्टीत हुतं ते घराला लागलं बघ."

"दसू तिथंच असणाऱ्या घराम्होरच्या उंच बांधावर चढला. आता सगळा भैरू मळा आणि नदीच्या पलीकडचा माळापुड्याचा शिवार एकसारखाच दिसू लागला. धरणाचं पाणी तुंबल्यागत. नदीचा मागमूसही लागत नव्हता. त्याची

पट्टी उसाची तर त्याला नजरत कुठंच दिसत नव्हती. तुंबल्या पाण्यात कुठंतरी उसाचा शेंडा दिसत होता. पावसाच्या माऱ्यानं आणि वाऱ्यानं तोही पाण्यात मुरत होता.

सगळं पाणीच पाणी. त्यात पडणारा पाऊस. पिळून निघत आसलेली झाडं. पावसाचा निघणारा धूर. दसूला सगळं भयाण वाटू लागलं. भेसूर.

तो उभा राहिलेल्या बांधावरनं एका बाजूनं धबधबा लागला होता.

वरच्या अंगानं लहानसहान पाण्याचं लोंढं उधळत उसळत खाली येत होतं.

रावणाच्या घराभोवती असणारी निलगिरीची झाडं वाऱ्यानं पेचकाटून मुंडकं मोडल्यागत पडली होती. उभी आसणारी पिळून निघत होती.

घरामागं असणारा आंबा आणि फणसाच्या फांद्या अंगावरचा पाऊस झेलून दमल्यागत, वाऱ्यानं धुणं पिळल्यागत झाल्या होत्या. वाजत होत्या.

दसूला तिथं उभं राहू वाटंना.

राजूनं वाळक्या वैरणीचा हुटीतली वैरण काढून भारा बांधला. तो म्हणाला, ''चल दसूदा-''

ती दोघं निघाली.

''मगाशी मी रेडिववर आयीकलंय, येत्या आठ्ठेचाळीस तासांत पावूस वाढणार.'' राजूच्या डोक्यावर भारा होता.

''मग काय ऱ्हातोय शिवार? आताच तळं झालंय शिवाराचं आनि आसाच ऱ्हायला पावूस तर मानसांनी शिवाराकडं बघायलाच याला नगो,'' दसू म्हणाला. शिवारात बघतो म्हणाय कोण दिसत नव्हतं. समोरनं चपाक् चपाक् पाण्यातनं पाय वाजवत येणारा मान्यांचा गनाप्पा पोत्याची खोळ त्यावर मेनकागदाची खोळ घालून टापर बांधून हातात खुरपं घेवून आलेला. पावसात आपल्याच नादात. दोघांना बघून दचकला. उभा राहिला. म्हणाला, ''काय केलंसा गाऽ''

''काय करायचं? पानी बघ. तू टापर बांधून काय करतोस आता आसल्या पावसात?'' दसूनं विचारलं.

तो सांगू लागला, ''ढोरास्नी काय घालायचं? पावूस उघडंल म्हनून थांबून भागणार न्हाई आता. वाईच पाल्यांच्या चार पेंड्या आनतो. पानी नावानाव चढतंयाच. उद्याला काय नेम न्हाई. वाळकी वैरण आतापासून संपवून भागंल? आजून चार म्हैनं पावसाळा भर चक्क. त्यात पावसाचा आता उघडायचा भरवसाच ऱ्हायला न्हाई.'' तो बोलतच खाली उतरला. राजू म्हणाला, ''आता फिरत बसू नगोस. पावूस बघ कसा वत्तोय. शिवारात चिटपाखरू न्हाई. काढ आमच्या पट्टीतल्या चार पेंड्या नि ये.''

तेवढंच त्यानं ऐकलं. तो पट्टीत शिरला. आणि पाला बघून हारकून गेला. त्यानं विचार करून राजूला हाक मारली. ''आमच्या घरात, ती येनार हुती. तिला तेवढं सांग मी हिथं हाय म्हनून.'' राजूला आपण गजाप्पाला सांगून चूक केल्यागत झालं आणि वाटलं, आणू दे. चारपाच म्हशी. शिवारात फारसं रानबी नाही त्याला. काय घालणार ढोरास्नी?

गजाप्पा भसासा पाल्याचं मोदळं काढून बाहेर घराम्होरं आणून टाकत होता. पावसाचं थैमान चालू होतं.

उद्या ह्यातबी पाणी चढंल. गावलीय तवर चार दिवसांची बेजमी करून टाकू या ढोरांची, या विचारात तो पाला ओरबाडून काढत होता. एक भारा झाला तरी बायकोचा पत्ता नव्हता. तो रावणाच्या घराम्होरं आला. पाऊस भयाण ओतत होता. तो हिकडं तिकडं बघू लागला. पावसाशिवाय आणि वाऱ्याशिवाय काही नव्हतं. त्याला आता दुसऱ्या पट्टीतला ऊस एकदम चांगला दिसला. रावणांनी त्यातलं एक पान कापलं नव्हतं. तो शिरला. पाय पाण्यानं तुंबलेल्या सरीत गटागट जात होतं. निलगिरीची झाडं त्याच वाफ्यात मोडून पडलेली होती. आजून बाकीची निलगिरीची झाडं त्याच्या बांधावर होती. ती वाऱ्यानं थरथरत होती.

तो खसासा पाला ओरबडत होता; राजूचा 'बा' आलाबिला तर? त्याच्या मनात आलं. आपली धडगत नाही. इथलं कस्पाट उचललं तर हातघाईवर येनारा माणूस. खरंच चुकून आला तर? त्याच्या अंगावर काटा उभा राहिला; गावापर्यंत आपल्याला पुढं घालून तानपटत नेईल. आणि डोक्यावरचा भारा आपल्या घरात टाकायला लावून शिव्या घालीत बसंल. त्येच्या वाटंला गावातलं कोण जात नाही.

वाऱ्यानं नि पावसानं कानात किर्र झालं होतं.

तो बायकोची वाट बघत पेंड्यावर पेंड्या बांधत होता.

दोघांना एकावेळी जाणार नाही वैरण. एक भारा घरात टाकून परत दुसऱ्या भाऱ्याला यायचा विचार करून तो परत पाला काढू लागला.

जीव मुठीत घेवून गजाप्पाची बायको रस्त्यावरनं खाली रावणाच्या शेताकडं उतरली.

आभाळ सगळंच उसवल्यागत तिला वाटू लागलं.

ती रावणाच्या घराजवळ आली. तिला अंधारून आलेल्या पावसात बांधावरनंच हाक मारावी वाटू लागली.

ती हिकडं तिकडं बघू लागली. घराम्होरच्या उसातला पाला तिला खसखस वाजत आसल्याला ऐकू आला. उसाचं शेंडं हालत आसणारं दिसू लागलं.

वळचणीला पाल्याच्या पेंड्या बघून तिथंच थांबली. घराला कुलूप होतं.

पाणी घराच्या भिंतीला चपट्या मारत होतं. त्याचा चाप्‌चाप्‌ आवाज येत होता.

घरामागच्या आंब्या फणसाच्या ढाप्पा, शिवार भरून गेलेलं पाणी, त्यावर पडणारा धुवाधार पाऊस. वारा. आणि त्यात पिळून निगालेली झाडं.

झाडंमोड्या पाऊस. वारं. सगळं बघून तिला तिथं उभं राहू वाटत नव्हतं.

निलगिराची मोडलेली झाडं तिला दिसली. सगळ्या घरावर पसरलेल्या आंब्या फणसाच्या फांद्या बघून तिला वाटून गेलं; जर घरावर यातली यकाद्या झाडाची फांदीबिंदी पडली तर सगळ्या घराची दामटी होईल.

पाऊस वाऱ्याचा खेळ तिच्या डोक्यात झिम्माफुगडी खेळू लागला. पण भीतीनं जीव तिचा धडधडू लागला. भणाण वाऱ्यानं झाडं वाजाय लागली. वाकाय लागली. पाऊस वाऱ्यानं आणखीनच बिथरला. तिनं गजाप्पाला हाळी दिली. वाऱ्यानं तिचा आवाज तिच्या कानावरच आदळू लागला. तशी ती मोठ्यानं ''आवो, आवरा लवकर. पेटू दे तिकडं, माप झाली. ऱ्हातील येका टायमाला उपाशी ढोरं, काय पावूस म्हनायचा का वाद्या म्हनायचा.''

त्यानं तिचा आवाज ऐकला. तो मोठ्यानं विचारू लागला, ''दोरी आंडलीस का? दोरी.''

तिला ते ऐकू आलं नाही. ''लय पानी वाढाय लागलंय. बास करा, वाण्याच्या वढ्यातनं जायाला याच्चं न्हाई. वढ्याला पानी गिळंना झालंय. सगळ्या रस्त्यावर वढा पसारलाय आनि ही वैरन जातीया व्ही दोगास्नी?'' ती स्वत:शीच पुटपुटली.

वाऱ्यानं घाई घेतली. पावसाची फेसाटी झाली.

तो थांबून परत मोठ्यानं विचारू लागला, ''मी काय इचारतोय, दोरी आंडलीस का दोरी.''

'दोरी' हा शब्द आता तिच्या कानावर सरळ गेला. ''आणलीय, आणलीय, या बाई लवकर. इथं हुबा ऱ्हावू वाटंना. जावू या लवकर.''

तिला घर कधी गाठंल आसं झालं होतं.

सगळा शिवार हादरून गेला होता. पावूसवाऱ्याचा आवाज शिवारात मावत नव्हता. असल्या पावसात सापकिरडू पाण्यातनं वर आसऱ्याला येतं म्हणतात. ती उगचच पायाखालची चिखलमाती बघू लागली. तिचं मन गारठून गारढोण झालं; या बापयाला 'भ्या' म्हनून काडीचं नाही. शिवारात काळं कुत्रं नाही.

वाऱ्यानं कहरच केला. सगळ्या शिवारात तुंबलेल्या पाण्यावर भोवरा फिरल्यागत वारा पावसाला फिरवू लागला. आंबा फणसाच्या फांद्या वाऱ्यानं

गरगरू लागल्या. चांगल्या पानाचा, बारक्या सारक्या फांद्यांचा धीर सुटला. वारा बिथरला. पाऊस चेकाळला. गजाप्पा आसणाऱ्या समोरच्या उसात बांधावर असणारं निलगिरीचं झाड पेचकाटलं. कडाडऽ मोडलं. ते रावणाच्या घरात आणलेल्या विजेच्या तारेवर पडलं. ताट्दिशी तार तुटली. ठिणगीवर ठिणग्या वाजू लागल्या. तार वाफ्यात पडली. ती थरथरली. गजाप्पा मोठ्यानं ढग गडगडल्यागत ओरडला. उसाच्या सरीत धडपडला. तिच्या पोटात वीज पडल्यागत झाली. तिच्या डोक्यात ठिणगीवर ठिणगी पडली. ती ओरडली. तिचा आवाज वाऱ्यापावसानं गगनाला भिडला. ती नाचू लागली. बोंबलू लागली. चिखलात लोळू लागली.

पावसानं आता मोठा ठेका धरला होता.

ऊरबडव्या पाऊस.

ती मोठ्यानं त्या वाफ्याभोवती ओरडत उठली. ''कोन हाय का? कोन हाय का?'' तिच्या किंकाळ्या सगळ्या शिवारात घुमू लागल्या. तिची किंकाळी रस्त्यावरनं जाणाऱ्या दोघांच्या कानावर वीज पडल्यागत पडली. त्यांनी डोक्यावरचं भारं खाली टाकलं.

ती आवाजाच्या दिशेनं पळू लागली. रावणाच्या घराजवळ पोचली.

गजाप्पाची बायको आभाळ फाटल्यागत ओरडत होती. पाऊस आकांत करत होता. शिवारावर नाचत होता.

तिला काहीच सांगता येईना, ती ''माझा बापयऽ माझा बापयऽ, गेला, गेला माझा बापयऽ'' ठो ठो बोंबलत होती. चिखलात बसून ऊर बडवून घेत होती. ''आता मी काय करूऽ माझा बापयाला बघा. आता मी काय करूऽऽ'' पावसाचा धिंगाणा चालू होता.

ती आभाळाकडं बघून हात वर करीत, ''वाद्या डाव सादलास, तुला मीच गावलो – मीच गावलो.''

त्या दोघांनी तिला थांबवली. तिला ती विचारू लागली, ''काय झालं? कुठाय गजाप्पा, जरा शांत हू नि सांग.''

''आता मी कशी शांत हू? आनि काय सांगू? तुमास्नी काय दावू – त्ये झाड मोडून पडलंय, माजं घर मोडलं त्या झाडानं आनि मी उघडी पडली.'' ती ठो ठो बोंबलत होती.

तिनं दाखवलेलं झाड बघून ती निघालीत. तर त्यांना लाईटीच्या तारा तुटलेल्या दिसल्या. त्यांना झटका बसल्यागत झालं. ती तिथंच थांबली. पायाकडं बघू लागली. मागं फिरली.

"गजाप्पा तिथं पाला काढीत हुता व्हय? आनि राच्यानं लायीट न्हवती न्हवं?" त्यातला एकजण विचारू लागला.

ती दमली होती. गोठून गेली होती. टिपं गाळीत ती सांगू लागली, "मी आता घराकडं आलो तवाच आली ती लायीट." तिचा भवंडा फुटला, "माझं कपाळ पांढरं करायला आली हुती. माझ्या म्होरं ते झाडं मोडलं तशी मी हललो. डोळ्याचं पातं लवतं न्हाई लवतं येवढ्यात - येवढ्यात तारा तुटल्या नि बापय वराडला. धडपाडला. मी काय करू?" तिनं परत रडायला सुरुवात केली.

मग तिला ती दोघं घराकडं नेऊ लागली. "मी याच्ची न्हाई, मी याच्ची न्हाई, माझ्या बाप्याला सोडून मला कशाला नेतासा? त्या पावसाचं नि वाऱ्याचं दार लागलं त्येचं. मला बी का रं नेली न्हाई ये माझ्या गुलामा. मला यकटीला आडरानात टाकून कसा रं गेलास? आरं या पावसाला तू भ्या दावनारा, कसा रे भ्यालास? आता मी काय करू?" तिला ती दोघं धरून गावाकडं नेऊ लागली. तिनं हंबरडाच फोडला. "आरं माझ्या बापयाला घ्या की रं. मी यकटी कुठं येवू?"

त्यांनी तिला ओढतच नेली. बेघरवाडीवर ती आली.

तिच्या रडण्याचा आवाज वाऱ्यानं सगळ्या गावभर फिरला. गाव हालला.

सगळी गजाप्पाच्या घराकडं पळू लागली. पावसाच्या पाण्याच्या लोंढ्यागत-लोंढाच लागला माणसांचा.

दसूला हे पटंना. तो हमीदला सांगू लागला. "मला आता गाठ पडलाय गजाप्पा. पाला काढाय गेल्याला."

ती दोघंही गाव निघालेलं बघून गेली.

माणसांची गर्दी पावसात उभी होती. सगळीजण गारठून चिंब झाली होती.

आभाळ फाटून निघालेलं. गजाप्पाच्या बायकोचं रडणं ऐकून सगळीजणं गळू लागली होती.

गजाप्पा कुठं हाय? हे बऱ्याच जणांना कळलं नव्हतं. "लाईट आली नि गेली." असं सगळ्याचं चाललं होतं. कोण तर म्हणालं "लायीट गेली आसली तरी मेन कनेक्शन तोडूनच तिकडं जायाला पायजे." तसा तो मुद्दा सगळ्यांना पटला. "लायीटीचा नेम न्हाई - मगासारखी चमकायची आणि इपरीत काय तरी नगो, आदी तोडूनच तिकडं जायाला पायजे." तसा तो मुद्दा सगळ्यांना पटला. "लायीटीचा नेम न्हाई - मगासारखी याच्ची बी तवा तसंच कराय पायजे" बरीचजणं म्हणाली. मात्र मेन कनेक्शन तोडायचं कुणी? वायरमन भोगावात, पुलावर पाणी.

त्यातलं कळणारी म्हणू लागली. "आपल्याला त्यातलं काय कळत न्हाई,

उगच काय म्हंता बाय होवून जायाचं.'' मग बरीचजणं डेपीकडं गेली. तिथं मग बरीच चर्चा झाली.

हमीद पुढं झाला. त्यानं कनेक्शन गावातलं, शिवारातलं सगळं तोडून टाकलं. मग सगळी रावणाच्या घराकडं गळत गेली. तरी त्यातली पाच धा गळाटलीच.

''गज्यानं आसल्या पावसात जायाचं न्हाई.''

''चार ढोरास्नी काय घालील? तरी बरं ती बाई गेली न्हाई वाफ्यात नाईतर ती बी सपली आस्ती.''

''पर मी त्येला मागच्या वाफ्यात पाला काढ म्हनालोतो नि त्यो पुढच्या वाफ्यात कवा गेला म्हनायचा?'' राजू.

''तेचं मराण आलं नि दुसरं काय? बलवून घेतंय टायमाला.''

''मीच तेच्या बायकूला सांगून गेलो. दुकानात नुसता जावून बसतोय तवर हे. मला पटंनाच.'' दसू.

''या पावसाचं काय कळंना झालंय. त्या कावणे आबाच्या पोराला कळलं का न्हाई?''

''कळलं नि न्हाई कळलं, यायचा कुठनं?''

''आता पुलावरनं पानी उतरत न्हाई तवर फोन चालूच व्हीत न्हाईत.'' एकजण फोनच्या तारा त्या पुलाच्या कठड्याला लागून आणलेल्या होत्या म्हणून बोलला; सगळ्या तारा विस्कटून गेल्या आसणार असं त्याला वाटत होतं. आणि मोबाईल टॉवरची चर्चा झाली. ''भोगावात टॉवर उभा करून टेकडीमुळं आपल्या गावात रेंज नाही. आपल्या गावातलाच टॉवर लवकर उभा केला पाहिजे.''

''आबा कावणेची म्हातारी बी काय धड करणार न्हाई आसं म्हंत्यात.''

''व्हय - व्हय - तिनं दोन दिवस झालं तोंडात पानीबी घेतल्यालं न्हाई म्हंत्यात. चार पाच सलाईनी लावल्यात डाक्टरनं.''

वाण्याचा ओढा रस्त्यावरनं उसळी मारून निघाला होता. गुडघ्यावर पाणी रस्त्यावर होतं. ती त्यातनं गेली. रावणाच्या घराकडं वळली. तशी सगळीच बोलता बोलता बोलायची थांबली. चालू लागली.

लाईटचं कनेक्शन तोडूनही प्रत्येकाचं लक्ष रावणाच्या घराकडं गेलेल्या विजेच्या तारांवर गेलं. तारांचं झोलं वाऱ्यासंगं त्यांना हालवू लागलं. मनात धडधडू लागलं.

मगाशी आलेल्या दोघांनी राजूला दाखवलं तसा राजू म्हणाला, ''काय मानूस आसंल. दसूदा बघ मरायचा म्हनूनच आलता का काय?''

लोंबणाऱ्या तारा वाऱ्यानं हालत होत्या. त्याच्याकडं बघून सगळीच आतनं हालली.

वाफ्यात उतरायचं धाडस कुणाचंच होईना.

''राजूचा म्हातारा इथं आस्ता तर गज्या मेला नसता.''

''व्हय, त्यो त्येला हिथं थांबून देतोय व्हय? आनि या वाफ्यात पाय ठेवून देतोय?''

''त्ये आसल्याव गज्या इथं थांबलंच नस्तं.''

''गज्याचं टायमिंगच गांडू म्हनायचं.''

''लय वंगाळ झालं.'' हमीद उसात शिरला तशी बाकीची लोंबणाऱ्या वायिरीकडं बघीत आत गेली.

शामाला ही बातमी लागल्यावर तो पळतच तिथं आला होता. हमीदला विचारीत तो सरीत गेला.

रावणाच्या उंबऱ्याला पाणी लागलं होतं. आता उंबऱ्यावर गुळण्या टाकीत होतं.

वाफ्यातली पायाला चिखलात वेगळं काय लागलं की हालत होती. सावरत सरीनसरी पालथी घालत सगळा वाफा चिवडू लागली होती. आडसाली लागणीचा ऊस दांडगा उंच गेला होता.

हमीदनं निलगिरीचं झाडं मोडून तार लोंबत होती तिथं बघितलं. तिथं त्याला काहीच दिसलं नाही. तिथला ऊस मात्र बराच मोडला होता. सऱ्या सगळ्या पालथ्या झालेल्या. घोट्याला वर पिंढरीपर्यंत चिखलपानी असल्यामुळं पाय जात होते.

नाना पांगे आणि काहीजण रावणाच्या घराच्या वळचणीला थोडी झड कमी लागतीय म्हणून उभी होती. नानाचं लक्ष गजाप्पानं काढून ठेवलेल्या पाल्याच्या ढिगाकडं गेलं. सगळं इथंच सोडून जायाचं तरी माणूस आपलं आपलं म्हणून ऊर बडवीत बसतोय. गजाप्पाला एक भारा पुरा झाला नाही. दुसरा काढून तिसऱ्याची भरती कराय लागला. सगळंच इथल्या इथं क्षणात ठेवून गेला. त्याला आता काहीही नाही. ढोरं गुरं, माणसं पोरं, पाऊस वारं सगळं सारखंच त्याला.

एकजण ओरडला. सगळी त्याच्याकडं पळाली.

वाफ्याच्या एका कडेला सरीत गजाप्पा पालथा पडला होता. धडपडत तो निघाला असावा. आणि मग पडला असावा.

पालथा होता तो त्याला उथाणा केला. चिखलानं तोंड अंग माखलेलं. काळं निळं झालेलं. सगळं अंग जळक्या लाकडागत झालं होतं.

हमीदला भरून आलं; गजाप्पानं त्याला परवाच शिव्या दिल्या होत्या. तो त्याच्याशी भांडला होता. काळा निळा पडलेला गजाप्पा आता कधीच भांडणार नव्हता. त्याला कसंच वाटू लागलं.

गजाप्पाला उचलून बांधावर काढला. पावसाच्या पाण्यात चिखलानं माखलेला धुतला.

पाऊस वाऱ्यानं आंबा फणसही गहिवरला होता. काही झाडं तग धरून होती पण धुणं पिळल्यागत झालती. बरीच मोडत होती. मोडत नव्हती ती उमळून पडत होती.

झाडं उमळ्या पाऊसवारा.

गजाप्पाचं प्रेत बघून राजू म्हणाला, "नानासाब, पंचनामा केला आस्तं तर बरं झालं आस्तं. उद्या आमच्या मागं आनि झोंमडं लावायला नगो – तुमच्या शेतातच कसं झालं म्हनून."

त्याचं ते बरोबर होतं. नानालाही ते पटलं होतं; "तुझं खरं हाय, पर आता कोन पंचनामा करनार. आनि कोन येनार?"

शामा म्हणाला, "त्येची बायको इथं हुती न्हवं? मग तिला सारं ठाव हायच की."

"शामादा, सगळं खरं हाय, मागनं तिला आनि कुनी फूस मारली तर? आता कावणे आबाचा पोरगा इचारील म्हंत्यात माज्या मागारी माज्या 'बा'ला का जाळलासा म्हनून." राजू.

"कोन म्हंत्यात, त्यास्नी मानसांनी काढल्यात का ढोरांनी." दसूला राग आला.

शामा म्हणाला, "ही येळ हाय का या गोस्टी बगायची, राजू तुझ्यावर काय आलं तर आमी सारी हाय, काय गा नाना?"

"मग काय तर, आता हेला कुनी मारलाय व्हय तवा म्हनायला? त्येच्या बायकूच्या पुढ्यात घडलंय नि सारं दिसतयाच की" नाना म्हणाला नि त्येनं सांगितलं "चला उचला. पावूस वाढतोय. आपून सारीच मरतोय का जगतोय त्येचा या पावसात नेम न्हाई. उद्याचं उद्या बघू."

प्रेत घोंगड्यात घालून गावाकडं आणलं.

गाव सगळं राहिलं सुहलं गजाप्पाच्या घराकडं आलं. भर पावसात गजाप्पाचं घर भरून गेलं. गल्ली सगळी पावसात माणसांनी तुंबली.

"काय यंदा खरं न्हाई बाई, दार लागलं पावसाचं त्या. सोन्यासारखा मानूस नोका." बायका गर्दीत हलू लागल्या. सगळ्यांच्या मनाला चिंता लागली; आबा कावणे आणि लगेच गजाप्पा.

गजाप्पाचं धड बघून घरात एकच दंगा झाला.

त्याच्या बायकोनं वीज कोसळावी तशी किंकाळी फोडली. त्याच्या आईचा हंबरडा ऐकून काळजाचा टवका निघाल्यागत झालं. सगळं गाव पावसात रडाय लागलं. पोरींचं रडणं ऐकून काळीज चिरल्यागत झालं. सगळ्यांच्या पोटात कालवाकालव झाली.

पावसाच्या नि वाऱ्याच्या भीतीनं सगळा गाव गारठून गेला. पावसाचा धिंगाणा बघून पोटात भीतीचा गोळा फिरू लागला. विचित्र काळजीनं जाळं विणायला सुरुवात केली.

सगळा कालवा बघून गजाप्पाच्या दावणीच्या म्हैशी हालल्या.

त्या ओरडू लागल्या. हमीदला आठवलं, गजाप्पाच्या या म्हैशी आपल्या सपराला घासाय लागली म्हणून आपण दगड मारला, त्या वेळी गजाप्पा त्याला म्हणाला होता, ''हामीद, ही नुसती माझी ढोरं न्हाईत तर मला जगिवणारी पोरं बी हायत.''

गजाप्पाचं रान फारसं नव्हतं. पण डेअरीला सगळ्यांत जास्त दूध त्याचं होतं.

कालपासून दूध नसणाऱ्यांना गजाप्पा तांब्यानं दूध वाटत होता. डेअरी नसल्यामुळं त्याचंच नव्हे तर गावचं हजारो रुपयांचं नुकसान होत होतं. दुधावर संसार चालणाऱ्याचं संसार अडचणीत आलं होतं.

प्रेत न्यायचं कुठं? सगळ्यांना प्रश्न पडला होता. स्मशानशेडमध्ये आता चार फुटांवर पाणी होतं.

बेघरवाडीवर शाळेच्या मागं ओढ्याच्या काठावर नेलं तर ओढ्याच्या पाण्याचंही चलन ठीक नव्हतं. आदीच पसरत पसरत शाळेला गाठत पाणी आलं होतं.

काळूबाईच्या डोंगराच्या करपाडीला न्यावं, आडोसा करून धन द्यावी अशी चर्चा झाली.

राजू रावणाचा म्हातारा बापूसाब थोराताला घेऊन आला; त्याच्या डोक्यात आपला शेतात हे घडलंय उद्या लांबड लागायला नको. बापूसाब आल्या आल्या म्हणाला, ''झालंय हे वाईट झालंय, उद्या रावणांच्या मागं पीडा नगो. पंचनामा करणार आसलासा तर करा.''

''कोन करणार पंचनामा? पोलीस पाटील गावाला नेमलाय? का सरपंच हाय हिथं? सगळं भिजत घोंगडं. आनि व्हय गा, मगाशी आमी राजूला सांगितलंय, तू कशाला भितोस? तुझ्या मागं पिडा लावायला गाव काय घाण खावून उठलंय व्हय?'' नाना, थोराताला बोलता बोलता राजूच्या वडलाला सांगू लागला.

थोरात त्याच्याकडं डोळं फिरवत बघू लागला.

शामा खवळून म्हणाला, ''करा पंचनामा, आनि मगच धन द्या. इथं मानसाला मानूस हातावरच्या आंतरावरचं वळखना झालाय इतका पावूस पडतोय. आनि तुमास्नी या पावसात सुचतंय पंचनाम्याचं. आना जावा पुरातनं मानसं नि मगच देवू या धन.''

बापूसाब घराकडं परतला. न बोलताच धडपडत गल्लीनं गेला.

प्रेत उचललं.

''बायला - उगच पुढाऱ्याचा 'बा' म्हनून शानपण पाजाळतोय. दसू, त्येलाच शॉक एकदा द्याला पायजे.'' नाना.

बेघरवाडीवर वारा भणाण लागत होता. पाऊस चक्री फिरत पडत होता.

''कसं रं ऱ्हाताय, हामीद? वाऱ्यानं रातभर गावात डोळा लागंना घरातनी. आनि त्येच्या पाचपट वारा इथं.'' त्यातला एकजण विचारू लागला.

कौलंउडव्या वारा.

वाऱ्या पावसात सगळी घुमू लागलीत.

''वारा नसता तर गजाप्पा मेलाच नस्ता. वाऱ्यानं सारं बिघडलंय. पावूस किच्चाबी पडू दे. खरं वारा कवा काय करील त्येचा पत्त्या न्हाई लागू द्याचा.''

''शेरडं सोडचिल बिडचिल या पावसात. घरातच पाला-बिला घालायचा.''

''ह्यो वारा शेरडास्नी सोसवत न्हाई.''

शाळेच्या मागं ओढ्याचं पाणी पसरून शाळेमागचं पटांगण माखलं होतं.

करपाडीचा आंबा दाखवत एकजण म्हणाला, ''त्या आंब्याखालीच धन दिल्याली बरी व्हील.''

काळूबाईच्या डोंगराकडं जाणाऱ्या पायवाटला आंबा होता - खळंभर सावलीचा आंबा - भलामोठा. पावसाचं पाणी त्याच्या बुंध्यावर खाली बरंच येत होतं. बऱ्याच वर्षांचा पिकल्या केसाचा एखादा ऋषी, घनगंभीर अंगावर पडणारं पावसाचं पाणी झेलत गावाकडं बघत बसल्यागत हा आंबा.

पायवाट तर बारक्या ओढ्यागत पाण्यानं भरून पळत होती.

प्रेत आंब्याखाली नेलं. सरण रचलं.

आंब्याखाली वाऱ्यानं थांबू वाटत नव्हतं. जुनी माणसं म्हणत होती, ''लय दिसाचा आंबा हाय. त्यो आश्या वाऱ्याला नि पावसाला डगमगतोय व्हय?''

तरी धन दिल्यावर गजाप्पाच्या भावकीतली सगळ्यांबरोबर खाली आली. आणि शाळेच्या व्हरांड्यात थांबली. बाकीची गावात गेली. जाताना शामा भावकीतल्यांना सांगून गेला होता, ''इथं बसून भागणार न्हाई, वारं लय हाय. सराण बघायला पायजे.''

ती तीन वेळा गेलीत. सरण तीन वेळा ढासळलं. तीन वेळा रचलं. कसंबसं रडतखडत सरण जळलं.

गावभर पावसाच्या दाट भीतीनं जाळं विणल्यागत झालं.

प्रत्येकाला जीव टांगणीला लागल्यागत वाटू लागलं.

''पेटंना नि उपाशी बसंनात दोन रोज ढोरं. हायती वाळकी सपूदे. पावसातनं नगो बाई शिवारात.'' त्या दिवशी बायका बोलत होत्या.

‘‘पाकच आबाळ फाटून गेलं आसंल व्ही? आबूट पावूस थांबना म्हंडल्यावर काय म्हनायचं तरी काय ह्येला?’’

‘‘शिवार पाण्यात घाटलाय. गाव बी घाल म्हणावं.’’

‘‘माप पावसूळं बघिटलं. खरं आसला खवीस पावूस न्हाई बाई बघाय कवा.’’

‘‘यकायकी पानी मावायला तरी जागा पायजे. धरनी तरी किच्चं पानी पोटात घील?’’

‘‘काय म्हनं पावसाचा लयच तेगार चाललाय. त्यात या वाऱ्याला फोड उठाय पायजे.’’

पावसाचा आवाज, घरात चांगल्या कौलांतनं लागणाऱ्या पावळणीगत धारा.

कौलं पाझरा पाऊस.

पडणाऱ्या पावसाचा थेंब नि थेंब मनाच्या टिकऱ्या टिकऱ्या करून सोडत होता. जीव आंबल्यागत झाला होता. वाऱ्यानं पाऊस फिरायचा. घरात कुठंबी गळायचं. कधी चुलीवर तर कंधी निजऱ्या जागेवर धार लागायची. तर कधी जेवणाच्या ताटात. घरातली भांडी गळत्याला लावून लावून संपली होती. गळत्या जागेवर गदी तयार होत होत्या. चांगल्या घरातनी असं होत होतं. मग इतरांच्या घरात तर सुकी जागा कमी कमी होत निघाली होती. पेटत्या चुली विझत होत्या.

झाडं उमळ्या पाऊस.

ooo

.. ६ ..

दसूच्या दुकानात बरीच जणं गारठून बसली होती.

लाईट आली आणि गेली हे आता समजणार नव्हतं.

सकाळी सगळ्या गावाचा सपलाय तोडूनच टाकला होता; तो आता कोण जोडणार?

आणि लाईटीचं नाव काढलं तरी गावात लाईटबद्दल आता कोण बोलत नव्हतं. भीतीनं पोटात खड्डा पडल्यागत झालं होतं. गजाप्पा डोक्यात फिरत होता.

रेडिओ लावला; सगळी दुकानाच्या छप्परीतली आत आली. रेडिओ भोवती जमा झाली. बातम्या कानात जीव आणून ऐकू लागली. बाहेर अंधार पडू लागला. अंधाराच्या तोंडाला कुत्रं बांधल्यागत पाऊस पडू लागला. बरळू लागला.

वाळवकरांची पार्वती हातात बाटली घेऊन दिव्याला रॉकेल मागायला दसूच्या मालकिणीकडं आली. घरात रॉकेल दिवा लावतो म्हनलं तरी नव्हतं. गल्लीतनं आत घरात बघितलं तर भुयारागत अंधारच सगळा घरभर आणि आत अंधारात दिसणारी पेटती चूल. तेवढाच तिचापुरता दिसणारा उजेड. सगळ्या काळ्या गडद अंधारात डोळ्यात भरणारी चुलीची हालचाल. बऱ्याच घरातनी सगळी पेटत्या चुलीपुढच्या उजेडातच बसत होती. त्या उजेडातच जेवत होती. घरात पावसानं, वाऱ्यानं आणि कशानं जरी आवाज झाल्यापुरती चिमणी लावून घरभर हिंडत होती. असं, असणारं रॉकेल पुरवायचं चाललं होतं.

अंधारात चपाक् चपाक् पाण्यातन गळत कोणतरी गेलेलं दसूला दिसलं. दसूनं आन्दूला बघायला लावलं. तो वाळवकराचा नंदू होता. आन्दूनं सांगितलं.

"आता या वक्ताला कुठनं आला म्हनायचा त्यो?" दसून विचारलं. तर वाळवकरांची पार्वती नंदूची चुलती लागणारी तिथं होती. ती सांगू लागली; तशी सगळी बातम्या ऐकणारी तिचं बातमीगत ऐकायला लागली.

"किसरूळला गेला हुता. त्येच्या मामाचं काय झालं बघ, रोप लावायला गेल्याला मानुसनोका. दुसऱ्याची बयलं घेवून कुठल्या मोठ्या वढ्यातनं येतानं

गेला बयलासकट वाहून. त्येचा पत्त्या न्हाई. आमी जायाचो बलवाय तर पान्याचा येडा, प्वॉर कुठनं आलं परमेसोराला ठावं. त्येचा बी 'बा' पडलाय मग तिकडं तरी जीव करामतोय? आलं आसंल धावा घीत कुठनं कुठनं तरी.''

दसूला नि सगळ्यांनाच प्रश्न पडला, किसरुळास्नं नंदू आला कसा?

त्याचा वडील महिना झालं धरणीला पडला होता. आता मरतोय की नंतर असं त्याचं चालू होतं.

सरज्या वाळवकर नंदूजवळ आला. दसूला सगळी बातमी समजायला बरं झालं; नंदू काल सक्काळी पुलावरनं दाटकी वाट आसताना एकटाच किसरूळला गेला होता. त्याच्या मामाकडं बैलं नव्हती. तो गावात फिरून दमला म्हणं. प्रत्येकाची कामाची झुंबड उडालेली. त्यात पाऊस असा. आवरून घ्याची प्रत्येकाची घाई. त्यानं रोटावेटर वाल्यांना विचारलं. तर त्यांचंही तसंच चाललेलं. मग तो पडसाळीस्नं पाव्हण्याची बैलं आणाय गेला. बैल घेवून येतानाच तो एका ओढ्यातनं बैलासकट गेला. त्याचा पत्ता नाही. बैलं मोठ्या किंमतीची होती म्हणत्यात. आता बोला या पावसाला. बैल मोठ्या किंमतीची नि माणूस केवढ्या किंमतीचा?

''पावसात मेलेल्या माणसांना मुख्यमंत्र्यानं पैसं देणार म्हनून सांगितलंय ते मिळतील का आबा कावणेच्या पोराला, गजाप्पाच्या बायकूला नि नंदूच्या मामाला?'' अजितनं विचारलं.

''मिळाय पायजेत खरं त्येचा पुरावा दावाय पायजे. पेपरात बातम्या बीतम्या आल्या तर मिळतील.'' दसू.

''मग पानी उतारल्यावर द्याच्या साऱ्या बातम्या.'' आण्णा.

''तसं दाखलं घ्याला पायजेत पुरात मेलीत म्हनून.'' दसू.

''आता पानी उतारल्यावर येतील की सरपंच, त्येच्या मागनं ग्रामसेवक, तलाठी, म घ्याचं दाखलं, ह्येच्या बाच्या घरातलं देत्यात? तेवढी तरी करू द्यात. पगार खात्यात नि वरला मलिदा मागत्यात.'' नाना पांगे आलेला.

''त्यांनी आसल्या वेळी इथं थांबायचं आस्तय.''

''नाना त्येनी दाखलं दिलं न्हाई तर आपुन सांगू त्येनास्नी.'' दसू.

''सांगायचं की, मिळालीच मदत तर मिळाली, ह्या कावणे आबाचं सोड पर गजाप्पाच्या पोरी द्याला आल्याता. त्येच्या बायकूला तेवढाच आधार.'' नाना सिगारेट पेटवत म्हणाला.

नंदू वाळवकर आला. मग सदूनं त्याला मामाचं विचारून आसल्या पावसातनं पुरातनं कसा आला ते विचारलं. त्यानं सरज्या वाळवकरानं

सांगितलेली मामाची सगळी गोस्ट सांगितली. आणि आपण कसा आलो ते तो सांगू लागला, ''मामाचा पत्ता आजून नाहीच. सगळं गाव हुडकाय असल्या पावसात दमून सगळीच आता गप्प बसल्यात. मग मामीला म्हणालो, मी जातो आणि बाईर पडलो, सगळं मार्ग खुटल्यालं. पडसाळीकडं गेलो. दादाचं काय मागं घडलंबिडलं तर काय? ही काळजी. पडसाळीत पोचलो राती या वक्ताला. वढं वगाळी पालथ्या घालीत. तिथं यकजणाच्यात राहिलो. तो सांगीता, भोगावात लय नुकसान झालीया. सगळी बाजारपेठ पाण्याखाली गेलीया. बँकची सगळी कागदपत्रं बुडलीत. संघातलं सगळं धान्य पाण्यात गेलं. निम्या गावात पाणी. माणसं सगळा संसार टाकून जीव वाचवायला आसरा बघत्यात. सकाळी भगटायला उभ्या पावसात पिसात्री गाठली. तिथली मानवाडला शाळंला गेल्याली नवीच्या वर्गातली पोरं बेपत्ता हायत. सगळं गाव रडतंय. मग सावताच्या वाडीत- तिथं तिकडून आल्याली नदी ती बाईर पडल्याली. सगळं रस्तं तुंबलेलं. मग डोंगरात चढलो. गावंल त्या वाटंनं जीव मुठीत घेवून चालत हुतो. मनाला वाटत हुतं, काय म्हनून आलो आसंल? गावात पोचणार न्हाई आपण असं बी वाटत होतं. वाट म्हणावं तर ती वाट न्हवतीच. वाटंला कुत्रं सोडा, चिटपाखरूबी दिसंना. चक्रावणारा पाऊस. लय इचार मनात चक्रावत हुतं. वाट सापडंल तिकडं जाईत हुतो. चुकत हुतो. कधी डोंगर चढायचो तर कधी उतरायचो. माझं मलाच कळत न्हवतं. आणि सगळ्या आयीकल्याल्या गोष्टीनं सैरभैर होत हुतो. ती पोरं, माणसं, मामा, बैल माझं मलाच खरं वाटत नव्हतं.

''काळूबाईच्या डोंगराला आलो नि मी काळूबाईला हात जोडलं. मला धीर आला. पर पावसानं गच्च झाडाच्या खालून रोरावत येणारं पानी. दरीतलं गच्च रान आणि कानटाळ्या फुटणारा पाण्याचा, वाऱ्याचा, मोडणाऱ्या झाडांचा आवाज. ढग काळूबाईच्या डोंगरावर उतारल्यागत आनि डोंगरानं त्यात डोकं खुपसल्यागत. त्यानं ढगाला भगदाड पडलेलं त्यातनच पाणी पडतंय, असं अखंड लागलेला पावसाचा धबधबा बघून मला वाटू लागलं. पाऊस मोठ्या दगडावरनी चाबकाच फटकारं वाजत्यात तसा वाजत होता. तो बघतच राहिलो.

''डोंगरात खाली आलो. एका जाग्याला मोट्ठं रान खचलंय. तटच तुटून गेलाय. व्हगळीच्या व्हगळी तुंबल्यात. लय खोल. सगळा तुटलेला डोंगर खाली आला तर गाव मुजवील आपलं. मला पावसानं डोंगराची व्हगळ बघून खरंच गावाची काळजी वाटू लागली. काळूबाईचा डोंगूर खचाय लागलाय. वर देवूळ आणि डोंगर सगळा खाली याचाच.''

पाणी गावाला आजगरागत गिळत होतं. वरनं डोंगर खाली खाली घसरत होता. कात्रीत गाव होता. रात्रीला पावसानं आवळली होती. गावाला पाऊस भरडू लागला होता.

आन्दू म्हणाला, ''पानी आमच्या परड्यात आलंय.''

''येनार की, तुजं परडं आनि घर सगळ्या गावापरास सखलात हाय. दसूच्या परड्यात बी पानी येनार. पर त्येच्या उंबऱ्याला पानी लवकर लागनार न्हाई. परड्यापरास ह्येचं घर उंचावर हाय.''

''गावच आपलं तसं. नदीपासून इचार केला तर चढाव हाय. म्हनून आपून बोलतोय. न्हाईतर उदूळा पानी घरातनी आलं आस्त उशेर.''

''काल बघिटलंय की टीवीला घरातनी पानी. मानसं नि मानसांचा प्रपंच्या उचलायचा चालला हुता.''

''आमी कुठं उचलायचा? जायचं कुठं? त्यास्नी पान्यातनं बाईर पडायला मार्ग तरी हुतं.''

''मार्ग हायतं म्हनून तिथं टीवीवालं गेलतं. आपल्याकडं कोन आलंय?''

''पानी उतरल्यावर येतील की सगळी पळत.''

''तवर आमी आसलो तर. पावूस बघ कसा बुक्का पाडाय लागलाय.''

''थोराताच्या मळ्यातबी कवा न्हाई ते पानी आलंय.''

''त्येचा वाडा तेवढा पाक बुडाय पायजे, त्या बिगार त्येचं काळं व्हायचं न्हाई.'' नाना पांगे.

''त्येचा वाडा बुडल्यावर गाव ऱ्हातंय व्हय जाग्यावर.''

आता नाना नि रामाच राहिली होती. सगळी कधी गेली ते कळालं नव्हतं.

अंधारात डोळं विझल्यागत काहीच दिसत नव्हतं.

पावसाच्या चिपळ्या वाजत होत्या. वारा चिपळ्यांना घुमवीत होता.

कानाचं पडदं फाटतात की काय असं वाटत होतं. अंधार भरला पाऊस आणि पाऊस.

अंधारपावसात हमीद पाऊस तुडवीत आला. नाना नि रामा निघालेली थांबली. दसू हमीदला बघत राहिला.

''नानासाब, रावणाच्या घराकडचा सपलाय तोडून मगाशी काढल्याल्या फ्यूजा तेवढ्या घालूया का,'' हमीद म्हणाला आणि तिथं असणाऱ्यांच्या पुढं अंधारात काजवा चमकावं तसं गजाप्पा, गजाप्पाचं प्रेत चमकलं. भीतीनं अंधाराची वळवळ खोल शिरली. मन गळटून गेलं.

दसू त्याच्यावर चिडला. नाना गप उभा राहिला.

"घरात राच्यान पिठाची चिमूट न्हाई. सकाळी हुतं तेवढं तांदूळबी सपल्यात. आता लायीटी बिगार गिरण तरी चालू करणार हाय गिरणवाला?" हमीद सांगू लागला. दसू त्याच्यावर आणखीन चिडला.

"हामीद, तू येवढी किंमत केलीस व्हय लेका. मध्यानरातीचा आला आसतास नि तुला रिकाम्या हातानं पाठवला आसता तर तू म्हनला आसतास तर चाललं आसतं. घाल जा फ्यूजा, आनि बस चिकटून, बघतोस काय झालंय ते. वारं कसलं? पावूस कसला? आनि तुला लायीटचं लागलंय. गावातल्या लायीटच्या खांबाचं नि तारांचा चोंबाळा तुला ठावं न्हाई म्हन की?" दसू बोलताना थंड बोलत गेला, "आरं या आमच्या दारात खांबावर यकदा यकदा रातरातभर ठिणग्या पडत्यात. कवा गाव जळंल त्येचा पत्त्या लागायचा न्हाई. ने जा लागंल तेवढं तांदूळ नि पीठ घरातनं."

हमीद पावसात भिजल्यागत भिजला. दसू आत घरात गेला.

नाना म्हणाला, "दसूचं खरं हाय हमीद. या अंधारात नि पावसात कशाला? बघू उद्या-बिद्या. बघतोया न्हवं आपून डोळ्यानं काय काय घडतंय त्ये." तो गेला.

दसूची बायकोही हमीदला बडबडू लागली, "हाय तेवढं सगळ्यांनी वाटून खायाचं- लोकागतीनं वागायला तुमाला कवा आमी वागीवलंय का?" तिनं तांदळाचं आणि पिठाचं गठलं बांधलं. दसूनं त्याच्यावर प्लॅस्टिकची पिशवी घातली. त्याच्या डोक्यावर ठेवलं.

हमीदचं डोळं भरून आलं. तो गेला.

पाऊस अंधाराला चिरीत होता. हमीद चिखल तुडवत होता.

तो गजाप्पाच्या दारात आला.

गल्लीतल्या बायका ह्याच्या घरात जेवणाची ताटं भरून अंधार पावसात जात होत्या. त्याला गजाप्पाच्या बायकोचा रडण्याचा आवाज आला. त्याचं मन चरकलं. त्याला गजाप्पाच्या आठवणीनं कसंतरीच वाटलं.

तो वाण्याच्या घराजवळ आला. वाण्याच्या घरावर पसरलेला मोठा उंबर आणि उबराला हालविणारा वारा त्याला हालवू लागला. वाण्यानं कितीवेळा उंबराचा व्यवहार केला आणि मोडला, एखादी फांदी मोडली तर केवढ्याला पडायचं या असल्या पावसात? घरचा सगळा सपारामा व्हायचा.

उन्हाळभर सावली देणारी घराजवळची झाडं माणसांना आता नको नको वाटत होती.

तो घरात गेला. बायकोला घरामागच्या निलगिरीचं झाड उठल्या उठल्या तोडून टाकायचं म्हणू लागला.

त्यानं नेलेलं गठळं सोडत बायको म्हणाली, ''मला रातभर ह्येचंच भ्या वाटतंय. वारा कसा बघताय न्हवं? आनि मान्याचा गजाभावू निलगिर पडूनच मेला म्हंत्यात न्हवं.'' हमीदनं लाईटीचं समजलं नाही ते बरं झालं म्हणून सांगितलंच नाही. गठळं सोडलं नि तिनं विचारलं ''हे कुनी दिलं?''

त्यानं मग दसू आणि त्याची बायको बडबडलेलं सांगितलं. आणि सांगता सांगता न सांगायची लाईटच्या फ्यूजची गोष्ट तो सांगून गेला. मग त्याची बायको, ''मी तुमाला सांगतोय त्या लाइटच्या फ्यूजाच्या नादाला तेवढं लागू नगा. उपाशी ऱ्हावूया चाराला आठ रोज. पर तेवढं काम करू नगा.''

हमीदनं मग तिला गजाप्पा कसा मेला ते सांगितलं. निम्या गावात निलगिर मोडून पडलं आणि त्याखाली गावला अशीही बातमी होती गजाप्पाची. हमीदला ती परत परत बजावू लागली.

तिनं तांदूळ धुऊन चूल पेटवली. पोरांच्या तोंडावर टकळाई आली.

हमीद घराचं दार उघडून शेरडाच्या सपरात गेला. सपार सगळं वाऱ्यानं हालतंय असं त्याला वाटू लागलं. सगळी शेरडं त्याला बघून उठली. त्यानं दिव्या उजेडी त्यांच्या पुढ्यात पाला टाकला.

अंधारानं गावाला गिळलं होतं. खरं पावसाला गिळायचं अंधाराला धाडस होईना. उलट पाऊस अंधाराला झोडपीत होता. अंधार मिचमिचल्या डोळ्यानं फक्त बघत होता.

रात सगळी पाऊस वाऱ्याच्या तावडीत निपचिप पडली होती.

त्यानं सपराकडचं दार बंद केलं; वाऱ्यानं घर राहत्यात का नाहीत? घरावर घोंगावणारा वारा डोक्यात अनेक धारा सोडत होता.

ती जेवायला बसली. पोरं जेवणावर तुटून पडली. हमीद तोंडात घास घालतोय तोवर दारातनं त्याला कोणीतरी हाक मारल्याचं जाणवलं. त्याचं दाराकडं लक्ष गेलं. दाराच्या फटीतनं त्याला कंदिलाचा उजेड दिसला. तो तसाच उठला. दार उघडलं. वारा नि पाऊस आत शिरला. दारातल्यांना त्यानं आत घेवून दार बंद केलं.

कंदिल घेऊन भवडाचा आन्दू आणि शिंदेच्या घरातलं पोरगं आलं होतं.

आन्दू म्हणाला, ''शामादानं तुला आताच्या आता बलिवलंय.''

''का? काय झालं गावात?'' हमीद काळजीत पडला.

पांडू शिंदेचं पोरगं आलेलं. ते रडतच सांगू लागलं, ''आमचा दादा सक्काळी गेलाय रानातल्या घराकडं आजून आल्याला न्हाई. मगाशी मी नि आई गेल्तो तर वढ्याला पानी लय हाय.'' त्याचा हुंदका फुटला. हमीदनं खरकटा हात धुतला.

त्याची बायको म्हणू लागली, "खावा की चार घास तरी."

भवडाचा आन्दू म्हणाय लागला, "खा की आमी बसतो तवर."

पांडू शिंदेचं पोरगं डोळं पुसत होतं. त्याला हमीद म्हणाला, "आरं रडू नगो – जेवतोस का तू?"

ते 'नाही' म्हणालं. हमीद त्यांना घेऊन निघाला. त्यांची बायकोही खरकाटा हात घेऊन उठली; तिच्या डोक्यात काळजी भरून राहिली. ती म्हणाली, "या लवकर. मला या पावसात नि वाऱ्यात–"

"हाय की वाळवकराच्या सपरात वाळवकरांचा बापू. मी सांगून जातो त्येला." तिला बोलत्याली थांबवत तो म्हणाला.

कंदिलाच्या उजेडात ती सगळीच बाहेर पडली. गावात आली.

सगळं गाव दारं लावून पावसाचा विचार करत घरात होतं.

ती दुकानात आली. शामा तिथं होता. हमीदला बघून त्यानं विचारलं, "जेवलास तरी का?"

हमीद म्हणाला, "जेवलो."

"आता ह्यो पांडूदा का बसला आसंल आसल्या पावसापाण्यात?"

"वाटच न्हाई याला. म काय करील?" हमीद.

"त्येला ते कळत न्हवतं व्हय? तिथंच ऱ्हातोय न्हवं बारामाही."

"काल आमी गावाकडं आलोय. गावातल्या घरात. दादा सक्काळी दूद काढून आणतो म्हणून गेल्याला तो आलाच न्हाई." त्याचं पोरगं बोललं.

पांडू शिंदेनं गावातल्या घरापेक्षा शेतातच मोठं घर बांधलं होतं. सगळं शेत तिथंच एका जागेला म्हणून त्यानं सगळा आटाला तिथंच ठेवून तो राहात होता. गावातलं घर बंदच होतं.

सकाळी गेलेला पांडू आला नाही म्हणून दुपारी त्याची बायको गेली तर जांभळटेकावरच्या ओढ्यावर पाणी. तिनं त्याला तिथनंच हाका मारल्या होत्या. परत ती संध्याकाळीही जाऊन हाका मारून आली होती; तिला वाटलं; दूध बंद आहे म्हणून सकाळ सध्याकाळचं एकदम दूध घेवून येणार आसंल म्हणून थांबला आसंल संध्याकाळपर्यंत. ती त्याची वाटच बघत बसली. जेवण वेळ झाली. तरी तो नाही.

त्याच्या घराजवळून जांभळी नदी जात होती. त्याचं घर टेकावर होतं. तिथं सहजासहजी पाणी येणार नव्हतं. त्याच्या घराकडं जाताना लागत असलेल्या ओढ्याचं पाणी हे त्या नदीचं नव्हतं. ही कासारी नदीची तुंबी होती. आता ती तुंबी बरीच फुगली होती. उतार नव्हता.

"नांदाय आल्यापस्नं बघतोय. कवा या वढ्याला पानी न्हवतं. तवा घराच्या जाग्यावर सपार हुतं. आता झाडं हायतं तीच झाडं तवापास्नं बगतोय. पर झाडं सोडून सपरात नि घरातबी कवा पानी आल्यालं न्हाई मला ठावं. पर मगाशी वढ्याच्या जांभूळ टेकावरनं हाका मारून दमलो. याक न्हाई का दोन न्हाई. घराबिरात पानी शिरलंय बिरलंय का काय म्हाईत? तसं झालं आसलं म्हंजी माझा बापय-" ती बोलता बोलताच दिव्याच्या उजेडाला टिपं गाळू लागली. "आनि ह्यो आग्यायेताळागत पावूस वाईच थांबना." तिनं पदर डोळ्याला लावला. तिचं पोरगं रडायला लागलं.

तिच्या पुढं कावणे आबा, गजाप्पा पावसागत नाचू लागली. काळीज धडधडू लागलं. नको नको ते विचार मनात फेर धरू लागलं. सगळं अंग थरथरू लागलं. ती थरथरतच बोलू लागली, "या मानसाला येवढंबी कळू ने? पावूस येवढा वत्तोय पिसाळल्यागत." तिला बोलता बोलता शंका आली; तसा माणूस कसा थांबंल? ढोरांची दावी सोडून आला आसता पवत. पण का आला नसंल? काय झालं असंल? तिच्या मनाच्या चिंध्या चिंध्या झाल्या.

शामानं आन्दूला दिवटा करायला लावला होता.

तो फाटकी कापडं गोळा करून त्या चिंध्याचा दिवटा करत होता.

पंधरा दिवसांपूर्वी पांडूनं पंचवीस हजाराची जातवाली म्हैस आणली होती. ती चार दिवसांपूर्वी व्याली होती. जातवाली रेडी ओंबगत घातली होती तिनं. जर पाऊस लय वाढलाच तर तिला गावातल्या घरात आणायची असं त्या दोघाचं ठरलं होतं. तिच्याम्होरं ती म्हैस आणि रेडी नाचत होती. घागरभर दूध. त्याचं काय? तिला बैलासकट आता सगळी जनावरं समोर उभी राहू लागल्यागत दिसू लागली.

दिवटा बांधला नि शामा म्हणाला, "तुमी जावा घराकडं. आसंल तिथं पांडूदा. वढ्यातनं वाट न्हाई म्हनून आला नसंल. आनि तो येवढा खुळा न्हाई. आमी जातो नि आणतो त्येला."

ती डोळं पुसत उठली. आन्दूला म्हणाली, "ये बाबा जाता-जाता, दिवटा भिजवायला राकील देतो. गाव सारं अंधारात हाय. कुनाच्यात राकील मागतोस."

ती पोरग्याला घेऊन गेली. आणि पावसाची मोठी चिपळी वाजू लागली.

शामा हमीदला म्हणाला, "चल हमीद, पावूस काय जगू दित न्हाई."

दसूची बायको हमीदला विचारू लागली, "जेवला नसचीला, जरा जेवा तरी."

"जेवलोय मी," हमीद सांगून उठला. दसू सांगू लागला, "शामा हुमदांडगावा करू नगोसा हां. रातीचा आदमास याच्चा न्हाई. आनि दिवटा तुमचा कसा टिकतोय कुनाला दखल वाऱ्यानं."

''व्हय बाई, तुंबीच्या पाण्यात काय बाय आस्तय, बेतानं,'' दसूची बायको बोलली आणि शामाला गेलं सालची गोष्ट आठवली; पूर आलेला. त्यात मोठी मोठी लाकडं वाहून येत होती. त्यानं त्यातल्या एका लाकडाला वाल्याचा फासका टाकून झाडाच्या बुंध्याला बांधलं. लाकडावरच्या सापानं शामाच्या हाताला तिढा दिला. लाकडाला वाल्याचा तिढा दिल्यागत. शामा तो तिढा सोडवत पाण्यातनं पळू लागला. बाकीची लाकूड सोडून शामाच्या मागनं पळत लाकूड सोडून बाहेर आली. कसाबसा सापाला झिंजडला शामानं. लाकूड ओढत आणलेलं परत गेलं पाण्यात. तेच लाकूड मान्याच्या तुकानं आणलं. शामाची आणि त्याची भांडणं झाली. पण तुकानं लाकूड दिलं नाही.

ती शिंदेच्या दारात आलीत.

शिंदेची बायको वळचणीला भिजत त्यांची वाटच बघत थांबली होती.

तिनं त्यांना बघितली. तिला बरं वाटलं. तिचं पोरगं त्यांच्याबरोबर जातो म्हणू लागलं, शामानं त्याला नको म्हणून सांगितलं. दहावीच्या वर्गात शिकणारं पोरगं. त्याला आणि पावसात कुठं संभाळायचं? त्याला वाटलं.

अंधाराला पाऊस चिंबवीत होता.

जांभळटेकावर ती गेलीत. वारा सैतानागत त्यांना व्हलपाटू लागला. पावसानं धुवून काढलं.

दिवटा गेला. हातातला कंदील पायापुरता राहिला.

''शामादा, मला तर काय खरं वाटंना बाबा, पायातलं दिसंना. आनि पायाखाली पानी मावंना. आसल्यात पांडूदा तिथं ऱ्हातोय व्हय?'' आन्दूला वाटणारी भीती तो बोलला.

शामाला ते मगाशीच वाटत होतं; पण शिंदेच्या टिपं गाळणाऱ्या बायकोपुढं काय बोलायचं. पांडूदा तिथं राहील कसा?

हमीद म्हणाला, ''खरं जायाचं कसं? वढ्यात पानी आसल्यावं दिसायचं तरी हाय व्हय?''

''आनि राच्चं, पानी किच्च हाय ते कळायचं तरी कसं?''

''आरं पन मागं जावून त्या पांडू शिंदेच्या बायकूला काय सांगायचं?'' शामाला अंधारागत प्रश्न पडला.

''पर जायाचं ते तरी कसं सांग? दिवसाउजेडी कसं बी चालतय. मागं जावू या नि धापाच मानसं गोळा करू या. उजेडाची बी काय तरी सोय करू या. मग येवू या,'' हमीद.

''उजेडाचीच बोंब हाय, चार्जिंगच्या बॅटऱ्या परतेक घरात यक हाय खरं

चार्जिंगला लायीट कुठाय? पाक सपल्याता बॅटऱ्या, कंदिलाचं काय चालतंय? आनि कंदील मला वाटतंय न्हाईच कुनाच्यात आता पयल्यागत.'' शामा.

''ह्योबी मी टाकल्याला, आडगळीतनं काढलाय पंध्रादिवस झालं,'' शामा आपल्या कंदिलाचं सांगून म्हणाला, ''पानी भलतंच चढलंय. वढ्याला उतार नसणार, त्यात ही वाटबी कस्तानानं भरलेली हाय.''

''पांडूदाला निघायलाच वाट नसंल. उद्या उजडायच्या आत येवू या शामादा. उगच कुनाला उठिवतोस आता. आदीच गाव सगळं गारठून गार झालंया,'' हमीद म्हणाला.

''आनि आसल्या पावसात तरी कोन राच्च बाईर पडायचं हाय म्हंतोस,'' शामा.

भवडाचा आन्दू आधीच पाण्यावरच्या कातवेरागत साईट मारत होता. त्यानं ही सूर तोच धरला.

क्षणभर थांबलेली पावसाची धार. परत अंधार चिरीत आली. सगळीच गदबाळून गेली. पाणी-पाणी कंदिलाचा उजेडही काचतनं बाहेर दिसंना. काचंवर पाण्याचा दुस्कारानं माखून गेलं. शामाचं डोकं चालंना. सगळं कोंडल्यागत झालं. तो बराच वेळ थांबून मग म्हणाला, ''आन्दू, मार हाका पांडूदाला, वारा बघून.''

''वारा काय तिकडंच जातोय व्ही शामादा नि पावसानं कुठलं आयकाय जातंय?'' आन्दू असं म्हणाला नि हाका मारू लागला.

''पांडूदा, आगा येऽ पांडूदाऽ ये पांडूदाऽ'' त्याचा आवाज घुमाय लागला. त्यांच्या भोवतीच. मग जरा थांबून हमीदनं जीव तोडून हाका मारल्या. तिकडून काय आवाज येतोय का त्याचा थांबून ती कानोसा घेवू लागली. पावूस वाऱ्याचा आवाज सोडून त्यांच्या कानावर काहीही आलं नाही.

शामाला काय तरी इपरीत घडलं असणार असं मनाला चाटून गेलं. तो म्हणाला, ''हमीद, उजडाय याच्चं बरका. आता काय चालंनाच म्हनून सांगा न्हाईतर? आसा थांबणारा त्यो मानूस न्हाई. आनि पानी हामखास तुला सांगतो त्येच्या घरात शिरलं आसणार. जांभळी नदी बारकी त्येची तर तुंबी लगीच वर आली आसंल त्येच्या घराकडं; वढ्याला या येवढं कवा पानी आलतं व्हय?''

''पर त्येच्या बायकूला काय सांगायचं?'' हमीदनं विचारलं.

''सांगायचं, हाका मारल्यावर त्येनं सांगिटलं मी हाय येवस्थीत. त्येला आमी सकाळनं येतो, तू बाईर पडू नगो म्हनून सांगिटलंय, म्हनून सांगायचं,'' शामा जुलमानं बोलला. काय तरी सांगायला पाहिजे होतं. त्याला ते पटत नव्हतं.

ती मागं फिरली. पावसानं चांगलीच घाई घेतली.

एकाच्या पावलापुरता कंदिलाचा उजेड दिसत होता.

‘‘उद्या मी बी घरामागची निलगिरीची झाडं सगळी तोडून टाकतो, शामादा,’’ हमीद त्याला सांगू लागला.

‘‘तुला मागंच बोललोय. निलगिराची जात लगीच लय वाढतीया. आनि लगीच मोडतीया बी,’’ शामा म्हणाला.

ती गावात आली. घरावरती पडणारा पाऊस ताशागत वाजत होता. वारा सगळा गाव व्हलपाटत होता.

गाव सगळं कण्हत असल्यागत त्यांना वाटलं.

नुसता आवाज; घरावरच्या पावसाचा, गावभर घोंघावणाऱ्या वाऱ्याचा. गावातली झाडं कण्हल्याचा.

त्यांना काहीच दिसत नव्हतं. आदमासानं ती पाय टाकत होतीत. तशी ती पांडू शिंदेच्या दारात आलीत. थांबलीत.

दाराला कान लावूनच पांडू शिंदेची बायको बसली होती. ती हालली.

दिवा हातात घेऊनच ती पळत दार उघडू लागली. वाऱ्यानं दिवा गेला. अंधारातच ती विचारू लागली, ‘‘कुठाएत त्ये?’’ ती भेदरलेली. दिवा लावून आणायला परत आत गेली. ती तिघं आत आली.

त्यांच्यात पांडू शिंदे नसलेला बघून ती हातातला दिवा ठेवून खालीच बसली. उभी राहाण्याची ताकदच तिच्यातली संपली. पुढं काय बोलावं तेच तिला सुचंना. त्यांच्या चेहऱ्याकडनीच ती बघू लागली.

तिचं पोरगं गदबाळल्यागत करू लागलं. तेही त्यांच्याकडं एकसारखं बघू लागलं.

मग ठरल्याप्रमाणं शामानं सांगितलं नि तो म्हणाला, ‘‘त्यो हाय, त्येला उजडाय जावून आणतो. तू काळजी करू नगोस’’.

ती गेलीत.

शामाला वाटू लागलं; जर काय त्येचं खरंच कमी जास्त झालं आसलं तर त्येच्या बायकोला वाटायचं; रात्री आपल्या नवऱ्याला हेनी हाक मारली तवा ओ दिली होती. ही माणसं त्या वेळी गेली असती तर माझा नवरा घावला आसता. ही इकडं आली असतील आनि मगच काय तरी त्येचं झालं आसंल. त्याचं अंग भिजून डोकं गारगच्च झाल्यागत झालं. अंथरुणावर पडला तरी त्याचा डोळा लागंना. मग तो कधी उजडंल ह्याची वाट पाहू लागला. उलथा-पालथा होत पडून राहिला. पावसाच्या आवाजानं त्रस्त होत. त्या आवाजानं त्याच्या डोक्यात कोणतरी हातोडा मारल्यागत वाटू लागलं.

एकटा माणूस. सगळ्या घराभोवतीनं पाणी. या असल्या पावसात कसा राहिला आसंल? पांडू शिंदेची बायको जागीच होती. आपण, आपल्या पोरानं, दुपारधरनं किच्या हाका मारल्या. एक 'ओ' आपल्याला दिल्याली ऐकाय कशी आली नाही? तिचा जीव कोंडल्यागत झाला. आपण तेंच्यासंगे गेलो आसतो तर बरं झालं आसतं. त्याचा एक शब्द तरी आपल्याला ऐकाय आला असता. त्या शब्दानं जिवाला लागलेला घोर कमी झाला असता. या माणसाला येवढीबी सूद राहिली नसंल? पानी वाढल्यालं आबूट समाजलं नसंल? ढोराचं काय का व्हिना, याच्चं निगून. आपला जीव हाय तर सगळं हाय. तिचा जीव तापल्या तव्यावर पाण्याचा थेंब पडावा तसा चरकला. तिचा तिला राग आला. पण तो थांबवतो म्हणून तिच्या मनातला विचार थांबना. पावसागत.

शेतातल्या घराकडं ती राहात असल्यामुळं गावातल्या घराकडं त्यांचं फारसं लक्ष नव्हतं. पावसानं सगळं घर गळत होतं. गळणाऱ्या गळत्याला लावायला भांडंही तिच्याकडं आता नव्हतं.

पोरगं हातात दिवा घेऊन लावलेली भांडी मोठी गळती बघून बदलत होतं. बारकं गळतं सोडून मोठं गळतं दिव्याला ते बघत होतं. वानरांनी खापऱ्यांचा, उड्या मारून चुरा केलेला. त्यामुळं गळत्याला तोटा नव्हता. भांडं नसणारी गळकी भुईवर लगीच खड्डं खोदत होती. गदीगत. गदीत नेम धरून चकणाऱ्या पोरागतीनं गळती नेम धरून चकत होती. गदीतच.

दार वाजलं; ती दचकली. उठली. दार उघडलं.

शेजारच्या दोघीजणी आल्या होत्या. त्यांच्याकडं बघून ती रडू लागली. रडतारडता शामानं सांगितलेली माहिती सगळी सांगितली. पोरगंही भिंतीला पाठ लावून डोळं पुसत बसलं होतं.

"गप्प बस राच्ची इरीची रडू नगो. प्वॉर उगच झुरतंय. काय हुतंया त्येला?" त्यातली एक.

"त्यो काय तिथं ऱ्हाल्याला हाय, आनि शामानं सांगिटलय म्हंजी त्यो जाईल सकाळ उजडाय. उगच तू रडत बसू नगोस." दुसरी.

"पावूस ह्यो काय करतोय त्येचा न्योम न्हाई, पाकच आभाळ फाटल्यागत धार लागलीय. त्येला उसंत म्हनून न्हाई, का बाई दम म्हनून खाईना."

"आनि वारं, वाऱ्यानं घरावच्या खापऱ्या ऱ्हात्याता का जात्याता, त्येचा पत्या न्हाई."

पांडू शिंदेची बायको डोळं गाळीतच होती. मग त्यांनी विषय बदलून विचारलं. "जेवलीस का न्हाई?"

“जेव जा. पोरालाबी वाढ, उपाशी ऱ्हावू नगोसा.”

“शिजीवलंसा का ऱ्हाईसा. व्हय रं बाळ?” दुसरीनं पोराकडं खात्री केली.

“केलंय जेवण.” पोरगं म्हणालं. आणि त्या दोघींचं चालू झालं. “ह्या वाघ्यानं गावाची पाठ धरलीया म्हनायची. त्या गजूच्या बायकूनं आता काय करायचं बघ की आता, यकाला चार पोरी लगनाच्या पाठूपाठ आल्या.”

ते ऐकून शिंदेच्या बायकोची छाती आणखी धड्धडू लागली. तिला दम लागल्यागत वाटू लागलं.

“आसला पावूस? लागतो की, खरं यकदमच सगळा. नदीला नेणारा. पडंल त्या ठेंबक्याला मुरायला जागा ऱ्हाई, आनि शिवारात तर जायालाच नगो. नवीन नांगरून पेरायला पायजे आता.”

वारं आलं आणि त्या पाठोपाठ अंधारात पावसाचा आवाज नाचाय लागला. अंधार सगळा आवाजानं बिथरला. वाऱ्यानं काय तरी धाडधाड् वाजलं. तिघीच्या तिघी हालल्या. “काय पडलं बाईऽ” त्या उठल्या. चौकांड्यात अंधार धरूनच उभ्या राहून अंदाज घेऊ लागल्या. पाऊस नाचत होता.

जो तो आपल्या चौकटीतनं अंदाज घेत होता. तिथं उभं राहूनच अंधारातल्या अंधारात एकामेकाला विचारत होता. आणि आपलं घर दिव्यानं बघून घेत होता.

तेवढ्यात आज्या मिणमिणती बॅटरी घेवून पावसातनं निघालेला दिसला. तो पत्र्याचं पान घेवून घराकडं निघालेला. त्याच्या घराम्होरच्या छप्परीचं पत्र्याचं पान निखळून वाऱ्यानं गल्लीत पडलं होतं. त्याचा तो थाड्थाड् आवाज. सगळ्यांनी दारं लगीच लावली. छप्परीवर दुसरा पत्रा होता. तो आता वाऱ्यानं एकसारखा आदळत होता. सगळी रात हालवत होता.

त्या दोघी गेल्या. तिनं दार लावलं.

दिवा घालवावा म्हणून ती दिव्याजवळ गेली. तिनं दिवा हातात घेतला. दिव्यात रॉकेल बघितलं. रॉकेल भरलं. पोरगं निजलं.

वारं पाऊस आल्यावर छप्परीवरचा पत्रा यांचा आवाज तिच्या कानात घुमू लागला; पाणी, पाण्यातनं येणारं काही बाही तिला दिसू लागलं. घराभोवतीनं पाणी आसंल तर तिथं काय एक वस्तू जाणार? ती दिव्याला एकटीच बसली होती. वाऱ्यानं माळ्यावर भिंतीवरची माती पडली तरी ती दचकू लागली.

डोळा लावतो म्हणायला लागंना. तिच्या घरावर काय तरी पडल्याचा आवाज तिला आला. ती दचकून चट्दिशी उठली. दिवा हातात घेवून घरात फिरू लागली. दार उघडायची तिला भीती वाटू लागली.

आपलं घर खुजं; शेजारच्या घरावरची वाऱ्यानं एखादी खापरी पडली आसंल. तिनं मनाला ताळा घातला.

मध्यानरात झाली.

असं काय वाजलं तर तिच्या पोटात गोळा यायचा. छाती धडधडायची. ती उठायची. मग स्वत:च स्वत:च्या मनाला आवर घालत परत अंथरुणावर पडून राह्यची.

वाऱ्यानं दार वाजलं तर ती दाराकडं पळायची. आणि मागं फिरायची.

तिचा जीव उकमारल्यागत झालता. अंथरुणावर पडू देत नव्हता.

सगळी रात्र वाऱ्याच्या, पावसाच्या, पत्र्याच्या नि दाराच्या वाजण्यानं हालून गेली. पावसात येणाऱ्या आडव्या तिडव्या विचारानं दमून गेली.

अंधारझोडप्या पाऊस.

०००

.. ७ ..

भगटायच्या अगोदर पांडू शिंदेची बायको ओतणाऱ्या पावसात शामाच्या घराकडं गेली.

शामा रेड्याला एका जागेवरनं सोडून दुसऱ्या जागेवर बांधत होता. तिला बघून तो दचकला. रेड्याला त्यानं कसाबसा गुतपळला. ''जातासा न्हवं-'' ती म्हणाली आणि तिचं डोळं टपटपू लागलं.

''निघालोयच वैनी. तू आनि कशाला आलीस?'' तो म्हणाला.

''मी येवू तर काय करू? रासारी -'' तिला आता बोलता येईना.

''तू जा घरला. मी जातोय आताच. आता कोन संगं नसलं तरी चालतंय.'' तो म्हणाला आणि बायकोला म्हैशीची जागा बदल म्हणून सांगू लागला. तशी त्याची बायको विचारू लागली; ''धार काढू का येचीला लवकर?''

''काढ की, दमानं काढलीस तरी चालतंय. आता कुठं डेरीला घालायचं हाय?'' तो तिला म्हणाला आणि बाहेर पडला.

सगळ्या गावाचं दूध घरात. नाव होती तेव्हा नावेतनं दुधाची कॅनं पलीकडं नेता यायची. गावाचं केवढं नुकसान? तो विचार करत निघाला, शेतातली पिकं गेली. दुधाची नासाडी झाली. तानप्या ढोरांची दुधं कमी झाली. त्यांची पोटं भरंनात.

त्याला आता कोणही बरोबर चालणार होती. त्यानं जाता-जाता एक दोघं संगं घेतली.

पांडूची बायको नि त्याचं पोरगं त्यांच्या पाठोपाठ आलं; तिच्या मनात पावलागणिक पावसाच्या ठेंबागत वाईट साईट विचार येऊ लागलं.

जांभळटेकावर ती गेलीत.

शामाला वाटलं आपण पांडूला आता हाक मारून बघावी. त्यानं मनात आलेला विचार टाकला. तो सावरून पांडूच्या बायकोला म्हणाला, ''वैनी तू आनि पोरगं इथंच थांबा. पानी लय आसलं म्हंजी पंच्यात व्हायची. आमी लगेच येतो जावून!''

''थांबतो, खरं माज्या धन्याला घेटल्याबिगार येवू नगोसा.'' तिच्या डोळ्याला धार लागली.

शामा ओढ्यात उतरला. त्याच्या मागं संगं आलेली दोघं.

''शामादा लय पानी – जरा वरच्या बाजूनं जाऊ या.''

''आरं या, हे पानी तुंबीचं हाय. वढीत न्हाई –'' शामा त्यांना म्हणत निघाला. झुडपं बुडलेली पायाला अंगाला ओरबडत होती.

मोडून पडलेली झाडं. त्यानं वाट सापडत नव्हती. सगळा शिवार पाण्यानं भरलेला. कुठंतरी दिसणारं झाडाचं शेंडं. त्यात ओतणारा पाऊस. सगळं घुसमटून टाकणारं.

ती तशीच पुढं आली. ओढा संपला. पण पुढं पाणी पसरलं होतं. एका झाडाच्या बुंध्याजवळ ती आली. थोडी थांबली. आजून पाणी पसरलेलं दिसतच होतं. त्या पाण्याकडं बघू लागली तर त्यात मिसाळाचा पंड्या माशांना कांड्याळ पेरलेलं गोळा करीत होता. त्याला बघून त्यांतला एकजण म्हणाला, ''हेला शामादा गावात कोन मेलं का जगलं त्येचं काय हाय का बग की.''

''आनि ह्यो कवा आलाय बग, काय राक्सानं काढलाय का काय गा?'' दुसरा.

त्याच्याजवळ ती गेली आणि शामानं विचारलं, ''आरं तुला पांडूदा नदरं बिदरं पडला काय?''

''न्हाई मी त्येच्या घराकडं गेल्यालो न्हाई, आनि त्यो गावाकडं गेलाय न्हव?'' त्यानं विचारलं.

''आलाय या घराकडं,'' म्हणत शामा पुढं बघू लागला. पाण्यानं सगळा या बाजूचा शिवारही मुजला होता.

''शामादा आगा त्येच्या घराच्या आढ्याला पानी लागलं आसंल. आपल्या कुंबी नदीच्या तुंबीला जांभळीची तुंबी पुढं यकजागी मिळाल्याता. आनि तो घरात काय करील आसल्या पाण्यात?'' पंड्या कांड्याळ गोळा करीत शामासंगं बोलत होता. इनरवर बसून. शामानं त्याला आपल्या बरोबर घेतला.

''जांभळी नदीचं कवाच यवढं पानी बाईर पडत न्हाई शामादा. आगा जांभळी कुठली नि कुंबी नदी कुठली वळखना झाल्याता,'' पंड्या, ''याच वर्सी मी बगतोय. शिंद्याच्या घरात पानी कवाच न्हाई.''

ती सगळी पांडू शिंदेच्या घराजवळ गेली.

चौकटीच्या वरच्या उतरंडीला पाणी लागलेलं बघून शामाही गदबाळला, पांडूचं खरंच कायतरी झालं असावं. घराभोवतीची मोठी झाडं सगळी निम्मी बुडली होती. त्या झाडांनी आखलेल्या घराभोवतीच्या कोंडरात जायाला पाहिजे; कसं जायाचं

तेच कळंना; ती सगळीच पोहत होती. ती तशीच कोंडराच्या बेळ्याच्या अंगाला आली. तिथं दोन झाडांच्या मधून जायाला वाट होती. तळं भरल्यागत कोंडर भरलं होतं. कोंडरातली झाडं पेचकाटून काहींच्या ढाप्या पडलेल्या होत्या.

कोंडरात पाऊस नाचत होता. त्यानं बघितलं, त्या कोंडराच्या तळ्यात म्हैशी बैलं पोहत होती. त्यांतली एक म्हैस त्यांना बघून ओरडली. त्या ढोरांच्याकडं बघून सगळ्यानाच पांडू शिंदेची काळजी वाटू लागली.

वाऱ्यानं कोंडरातल्या झाडांचा गहिवर वाढला. पेचकाटल्याल्या झाडांची भीती मनात घर करून होती. ती वाढली.

पावसाच्या माऱ्यानं कोंडरातल्या म्हैशी पाण्यात तोंड बुडवून थोडा वेळ थांबून तोंड वर काढू लागल्या. पाण्याच्या लाटा घराच्या भिंतीला चपट्या मारत होत्या. त्याचा चाप् चाप् असा आवाज येत होता.

पंड्यानं ढोरांचा, विशेषत: बैलांचा अंदाज घेतला. आणि तो कोंडरात शिरला.

त्याला बघून सगळी ढोरं कोंडरात जमा झाली. त्याला त्यांचं रिंगण घातलेलं बघून पाचावं धारण बसली. त्यानं त्यातनं कशीबशी सुटका करून घेतली.

तो इनरवरनं कोंडरात फिरू लागला.

शामा त्याला म्हणाला; ''तू हाळी दे पांडूदाला.''

पंड्यानं हाका मारल्या. शामाला खात्री पटाय लागली, पांडूदाचं काय तरी झालंच असणार. आता घरातच का आणि कुठं? गावातली आणि किती माणसं पाऊस नेतोय? तो समोरची झाडं पारखू लागला. झाडावर पांडूदा बसला आसला तर? मग त्याचं त्यालाच लक्षात आलं. मगापासून हाका मारतोय, झाडावर असता माणूस तर आला असता की खाली! ती सगळीच दुचमाटली.

वारा थोडा थांबला. आता पंड्या हाका मारू लागला. लगेच वारा आणि पावसानं कहर केला. त्याचा आवाज कोंडरात घुमू लागला.

लांब शिंगं आसलेली म्हैस घराच्या चौकटीजवळ जाऊन ओरडत होती. पाण्यात परत फिरून येत होती. आणि परत जात होती. ओरडत होती. त्या म्हैशीकडं सगळ्याच लक्ष गेलं. ती बघतच थांबली. थांबून थांबून म्हैशीचं चाललं होतं. मग शामा म्हणाला, ''पंड्या त्यातल्या म्हशींची दावी बघ हायत का गळ्यात?''

पंड्या धाडसानं एका म्हैशीकडं गेला. तर दावी कापल्याली त्याच्या लक्षात आली.

शामा कोंडरातल्या झाडावर जाऊन बसला. ते चांगलं नव्हतं. त्याला लक्षात आलं. मग तो झाडाचा बुंधा, फांद्या न्याहाळू लागला. बाकीची दोघंही दुसऱ्या झाडावर गेली. त्यांना सांगू लागला, बघून बसा, साप विंचूचं भ्या. मग त्यानं पंड्याला

सांगितलं, पंड्या तू यक काम करतोस? तसाच इनरीवरून जा. घरावर चढ आनि घराची यक खापरी काढून बघ जरा घरात. मला या मानसाचं आता खरं वाटत न्हाई.''

पंड्यानं इनर तिकडं पळवली. घराजवळ गेला. सगळी ढोरं त्याच्याकडं बघून फेरा फेरावर ओरडाय लागली.

त्याला त्या म्हैशीचंच भ्या वाटू लागलं.

तो घरावर चढला. खापरीवरनं सटासट् त्याचं पाय निसटू लागलं. त्यानं एक खापरी त्यातनंच काढली. मग त्याला आधार लागला. मग त्यानं आणखी चार खापऱ्या काढल्या. ओतणाऱ्या पावसाचा नि खापरीवरल्या पाण्याचा एकच धोशा आत पडू लागला. त्यातनं तो बघू लागला. माळा सगळा वाळक्या गवतानं भरला होता. खापरीला लागेपर्यंत माळा वाळक्या गवतानं गच्च भरलेला म्हणून त्यानं आणखी पुढच्या दोन खापऱ्या काढल्या तरीही तेच. मग तो तसाच पालथा पडून बघता बघता हाका मारू लागला. तसा चिरका भिजका आवाज त्याच्या कानावर आला. ''कोन त्ये?'' तसा पंड्या घरावरच ओरडाय लागला. ''शामादा शामादा, आगा पांडूदा हाय.''

शामानं धाड्दिशी झाडावरनं समोरच्या पाण्यात उडी मारली.

त्याच्या पाठोपाठ संगं आलेल्या दोघांनीही. ती पोहत गेली. घरावर चढली.

''वैरणीनं माळा ठासून भरलाय. हावादुखुल जायाची न्हाई आत,'' पंड्यानं सांगितलं.

''भरू दे, काढ खापऱ्या पुढच्या, आनि मार हाका, बघ कुठं दिसतोय का त्यो,'' शामा म्हणाला.

ती तिघं खापऱ्या काढत निघाली आढ्यापर्यंत. सगळा माळा गच्च. मग मागच्या पाख्यावर गेलीत. खापऱ्या काढल्या. तिथं थोडा माळा मोकळा दिसू लागला. त्यातनं शामानं हाक मारली. मग पांडू शिंदेचा आवाज आला. ''शामा कसा रं आलास तू?''

''आलो,'' शामा म्हणाला. तो खापरी काढलेल्यातनं बघू लागला; पांडू शिंदे मागच्या सोप्याच्या माळ्यावर नवीन आणलेल्या म्हैसीच्या रेडकाला घेऊन मुरून बसल्यागत बसला होता. आडं भिंतीला लागून. त्याला बघून शामा म्हणाला, ''तुला मानसानं काढलाय का ढोरानं? वर येऽ''

तसा तो शामाकडं भिजक्या नजरनं बघू लागला. भेदरून गेलाला. शामानं त्याच्याकडं बघून आलेला राग गिळला. त्याला दोन रिपच्च्यांमधनं वर येता येत नव्हतं. मग शामानं लाथनं रिप मोडली. आणि तो त्यातनं खाली गेला. तशी बाकीचीही तिथनंच खाली उतरली.

शामा म्हणाला, ''काल दुपारबस्नं तुला हाका मारून माणसांचं घसं बसलं.''

''मी बी आरडतोय वरडतोय. पर कुनाचा आवाज न्हाई. घोटमाळलो वरडून वरडून. पावसाच्या नि वाऱ्याच्या माऱ्यामुळं कुठला आवाज जातोय? आनि येतोय? माळ्याला पानी लागलं. रेडकासाठी जीव तळमळला. त्येला वर माळ्यावर घेता घेता गुदमारून गेलो.'' मग त्यानं सगळा प्रकार सांगितला.

काल तो आला तेव्हा जांभळटेकावच्या ओढ्याला गुडघ्याएवढं पाणी होतं. त्या वेळी इथं अजिबात पाणी नव्हतं. तरी त्यानं सगळी ढोरं मागच्या गोट्यातनं जोत्यावर घेतली. धारा काढल्या. संध्याकाळच्या धारा काढूनच संध्याकाळी गावाकडं जायाचं असं ठरवून तो बसला. पावसाचं चलन बघायचं आणि सगळीच ढोरं गावाकडं न्याची. बांधायला जागा गावातल्या घरात नव्हती तरी कशीबशी बांधायची ठरवून तो होता.

पुढच्या जोत्यावर सांजच्या धारा काढू लागला. तर मागच्या सोप्यानं पाणी घरात शिरल्यालं माहीत नाही. आडवून घरात पाणी घातल्यागत पाण्याची लाटच घरात आली. तो धारा निम्यात राखून पळू लागला. मागच्या सोप्यातल्या पाण्यानं पुढच्या सोप्यात उडी मारली आणि पुढच्या सोप्याच्या दारानंही पाणी आत येऊ लागलं. काय करावं ते सुचंना. ढोरांची दावी कापीपर्यंत घर पाण्यानं भरलं. ढोरं बाहेर घालवीपर्यंत पाणी छातीला लागलं. नव्या म्हैशीच्या रेडीला काय सुचंना, ती ओरडाय लागली. तिला तो उचलू लागला. पाण्यातनं बाहेर काढू लागला. ती येईना. ती मरणार असं वाटू लागलं. तिच्या नादात पाण्यानं माळा गाठला. बाहेर जायाला वाट नाही. सगळा अंधार झाला. जीव हालला. आता मरणार असं वाटू लागलं. ढोरं आरडून ओरडून बाहेर कशीतरी पडली. त्यानं ओरडून बघितलं. पावसाचा रम्माटा चालू होता. रेडीला उचलताना आतडी गोळा व्हायचा डाव आला. पर तिच्यासाठी आडकला तो. मग लावली ताकद आणि रेडीला उचलून माळ्यावर चढला. घोंगवणारा पावसाचा आवाज. अंधाराला भरून टाकणारा वारा. सगळं डोकच त्याचं भिनल्यागत झालं. सैरभैर तसाच पडून राहिला.

शामा त्याला म्हणाला, ''चल आता, घरावरनं बाईर पडायला लागणार.''

पांडू विचारू लागला ''माझी ढोरं कुठाएत? आनि माझ्या या रेडकीचं काय? आरं जातवाली रेडी हाय. हिला-''

''तुला लागलंय रेडीचं. आसाच पावूस लागला तर गावाचं काय व्हील ते सांगायला याच्च न्हाई. तुला ठावं हाय का गजाप्याचं काय झालं ते?'' शामा.

''गजाप्पा रावणाच्या रानात पाला काढाय गेलता, तिथं झाड तारंवर पडून

त्येला शॉक बसला नि मेला,'' शामासंगं एकजण आलेला, त्यानं पांडूला सांगितलं.

''काय? गजाप्पा मेला?'' त्याला झटका बसल्यागत झालं.

''आता तुला काय सांगायचं? तुझी बायको नि पोरं रासारी बसल्यात रडत,'' शामा म्हणाला. पांडू शिंदेला गजाप्पाचं ऐकून गलबलून आलं. चार दिवसांपूर्वीची गोष्ट त्याला आठवली; गजाप्पा त्याच्या उसात पाला काढत असलेला सापडला आणि पांडूनं त्याला शिव्या दिल्या. गजाप्पा एक शब्द उलट बोलला नाही. उलट जाताना म्हणाला, ''पांडूदा वाळक्या वैरणीचा योक भारा दे मला. आगा माझं ढोरावरनी प्वॉट हाय.''

पांडूला रेडकीला सोडून उठू वाटंना. तो हालंना. तसा शामा त्याच्यावर चिडला. तू थांब इथं. आमी जातो. जांभूळटेकावर तुझी बायकू नि पोरगं रडत बसलंय त्यास्नी सांगतो. पावसानं काय कवा घडंल याचा पत्या न्हाई नि ह्यो बसलाय रेडीला धरून. आमी रासारी तळमाळतोय तुझ्यासाठी. लय झालास ढोरंवाण. चला रं जावू या लवकर न्हाईतर आमास्नी जाया याच्चं न्हाई पाण्यातनं. त्यो बसू दे.

शामा उठला तसा पांडू शिंदे हालला. त्यानं रेडकीचं दावं सैलं केलं. गळ्याचं दावं रंगीत कंठ्याला बांधलं. आणि ते भिंतीच्या खुंटीला बांधलं. त्याला सहज बसता उठता यावं. तिथल्या तिथं माळ्यावर फिरता यावं. असं सगळं बयाजवार केलं. तरी त्याचा जीव टांगणीला लागल्यागत वाटू लागला.

जड मनानं तो त्यांच्या मागनं वर चढला.

वर मान करून भिजल्या नजरनं रेडकी त्याच्याकडं बघू लागली. ओरडू लागली.

त्याचं काळीज तुटल्यागत त्याला झालं. गलबलून आलं.

तो परत खाली मान करून बघू लागला. रेडकीच्या ओरडण्याच्या आवाजानं तो घायाळ झाला.

पाऊस जोर टिकवून होता.

''चल गा, पानी मगापेक्शा वाढलं चल.'' शामा नि ती तिघं घरावरनं खाली उतरू लागली. शामा म्हणाला, ''खापऱ्या घालीत उतार गा.''

त्यानं मनावर दगड ठेवून खापरी घातली. रेडी मोठ्यानं ओरडू लागली. तो पावसागत कोसळू लागला. त्याच्या कानात रेडकीचा आवाज घुमू लागला.

तो कोसळतच खापऱ्या घालीत पुढच्या बाजूला आला. कोंडरातलं पाणी बघून भुलून गेला. सगळी ढोरं कोंडरातच होती. नव्या म्हैशीनं त्याला बघून

'आँव' केलं. त्याचं हुरदं भरलं. त्याच्या भोवतीनं सगळी ढोरं जमा झाली. तो आतल्या आत उकलू लागला.

ढोरांना त्यांनी कोंडरातनं बाहेर काढली.

नवी म्हैस दरवाजावर रेडीसाठी जाऊन ओरडू लागली. पांडूदाच्या डोळ्याला परत धार लागली.

मग मागं घराकडं बघत ती म्हैस सगळ्या ढोरांतनी येवून मिसळली. एकसारखी ओरडत होती.

जांभळटेकावर पांडूची बायको त्येंच्या वाटंला डोळं लावून, डोळं गाळत बसली होती.

पाण्यातनं ढोरं येत्याली दिसली आणि ढोरंच नुसती बघून ती गळटून गेली. तिला भरून आलेल्या पावसात समोरचं काहीच दिसंना. ती पोरग्याला डोळं पुशीत उठून म्हणाली, "आरं, तुझा दादा, तुला तरी दिसतोय का बघ की रं."

ते जीव डोळ्यात आणून टाचा वर करून पाण्यातनं येणाऱ्या ढोरांच्या मागं कोण कोण दिसतंय ते बघू लागलं. त्यांना शामा दिसला आणि पांडू त्याच्या मागं दिसल्यावर तो म्हणाला, "आई, दादा हाय आपला, आलाय."

तिच्याकडं बघून ढोरं ओरडू लागली.

तिनं डोळं पुसलं. पांडूला बघून रात्रीधरनं दाबून ठेवलेला हुंदका फुटला.

पांडूला बायको आणि पोरगं रडत असलेलं बघून भरून आलं.

ढग फुटल्यागत पाऊस पडू लागला.

"चला आता, पावसाचं चलन येगळंच दिसाय लागलंय. आपला गाव टेकाव हाय म्हनून भागलंय. न्हाईतर हाल बघावलं नस्तं." शामा.

"आनि शिवार बी मोठा हाय पानी पसराय. पर आसा वतीत बसल्यावं गावाला हालाय जागा न्हाई," त्यातला एकजण म्हणाला. सगळीच तो विचार करू लागली. टेकावरनं गावाचा शिवार दिसत होता. पाणीच पाणी. मोठीधाटी झाडंच काय ती शिवारात पाण्यात उगावल्यागत दिसत होती.

शिवारबुडवा पाऊस.

नवी म्हैस पावलाला ओरडत होती.

पांडूच्या आणि त्याच्या बायकोच्या समोर रेडकी नाचत होती.

ती गावात आलीत.

गावातलं घर दोन जापत्याचं.

दाटी-वाटीनं सगळी ढोरं खुण्या मारून एका जापत्यात बांधली.

समजंल तशी माणसं घरात येऊ लागली; त्याला विचारू लागली. आणि त्याचा विषय तिथंच ठेवून बोलू लागली.

“आमच्या घराचा मागचा सोपा पडाय लागलाय.”

“घर पाण्यानं भरलंय, रातीच्या वाऱ्यानं घरावरच्या खापऱ्या उडल्या.”

“चांदीला बांधल्याली झड पाक तुटून पडली खाली, आता या पावसात नि वाऱ्यात बांधायची कशी?”

“बांधायला पायजे. न्हाईतर ह्यो पावूस रातीत भित पाडील.”

“घरामागच्या ओढ्यानं रातभर डोळा लागंना. वाऱ्यानं सगळा आंबा करकरतोय. जीव हालतोय, सारं घर जागं हाय.”

“घरात दामटी करील म्हटली तरी पिठाची चिमूट न्हाई. नुसता भात खातोय.”

“आमच्यात तांदूळ बी सपल्यात. टोपली भरल्याली आसून दाण्याची काय करायची? लायटी आसल्याबिगार काय चालतंय?”

“टोपली यंदाच, पुढल्या वर्षी पूजील म्हनलं तर पाच दाणं शिवारातलं मिळायचं न्हाईत.”

मग गजाप्पा, कावणे आबाचा विषय, पोटात खोल खड्डा पाडणारा.

सगळं पावसाचं ऐकून सगळ्यांचंच डोकं भरभरायला लागलं.

पांडू गजाप्पाच्या घराकडं निघाला. त्याला बघून चौकटीत उभा राहून कोण कोण चौकशी करू लागला. दसूनं त्याला बोलवला. दसू म्हणाला “तुला काय मानसानं काढलाय का न्हाई. आसल्या पाण्यात रात काढलीस तरी कशी? हिथं बायकू नि पोरगं सगळं गाव पालथं घालतंय. कोन या पावसात भ्यानं बाईर पडंना. त्यात गावात पावसानं सगळं इपरीत घडल्यावं तर मानसं आतल्या आत झुरत घरात बसल्यात.” शेवटाला शामा आला.

पांडूनं मग सगळा प्रकार सांगितला.

“काय नेलं गजाप्पानं? तुला सांगतो योक भारा घेवून येत होता तर त्यो मरत नव्हता. मी आलो तवा तिथनं नि मागं घडलं.” दसू सांगू लागला. “सगळ्या गावाच्या पोटात भीतीनं खड्डाच पडलाय या पावसाच्या. आपन हाय तर सगळं, रेडकू नि म्हस.”

पांडू उठला. गजाप्पाच्या घरात गेला.

गजाप्पाच्या बायकोनं गलका केला. त्याचं डोळं भरून आलं.

गजाप्पाची सगळी दावण उभी राहिली. त्यातली एक म्हैस ओरडू लागली; पाऊस उघडा बघून चार भारं वाळकी वैरण आणून टाकावी. गजाप्पानं मागितलेला एक भारा आपण दिला नाही. त्यानं ठरवलं.

''वाघ्याला माझं घर गावलं, नांगूर फिरवाय, कवा त्येचं नाव सांदीला पडतंय नि कवा पेटून त्येची राक हुतीया. माझा बापय तुला भ्याला न्हाई त्येचा राग आला का रं भाड्या. आरं माझ्या वैऱ्या डाव सादलास, फसीवलंस माझ्या धन्याला. तुझं कव्वा कव्वा सळ्ळ व्हायचं न्हाई. सळ्ळ व्हायचं न्हाई–'' गजाप्पाची बायको पावसाला शिव्या शाप देत होती. ती रडून दमून गेली होती. तिचा आवाज बसला होता. ''बापय माझा हुभ्या उसात धडपडला. उभा ऊस कडाडा मोडला. त्या वाऱ्याचं दार लागलं. मी नुस्ती वरढत हुतो. चिखलात लोळत हुतो. आता मी काय करू? कशाला म्हनून बापय हाक मारीना, माझा बापय तुमच्यातरी वैरणीला आलाय का? मला त्येनं तुमच्याजवळ भारा न्याला ये म्हनून सांगिटलंय का? मी आता त्येची किच्ची वाट बगू? मला माझा बापय कवा बलवायचा? या पावसाला कवा रगातपिती भरतीय आनि कवा त्येचा डाव मोडतोय? माझा डाव मोडला, पावसानं डाव सादला.'' तिचं एकसारखं चालू होतं.

पांडूला तिथं आता बसू वाटंना. तिच्या नि तिच्या पोरींच्या रडण्यानं पोटात कालवल्यागत होत होतं.

तो उठला; काय केलं आसतं आपल्या बायकूनं नि पोरानं?

तो पावसातनं घराकडं आला; गजाप्पा पावसागत नाचत होता डोक्यात.

ढोरांच्या पुढं टाकायचं काय? तो डेअरीत गेला. सुग्रास दोन पोती आणावं असा विचार करत. डेअरी बंद होती. मग तसाच डेअरीच्या शिपायाकडं गेला. तो घराच्या गरवत निघालेल्या भिंतीला फाटकं तुटकं कागद लावत होता. तो पांडूला बघून म्हणाला, ''काय पांडूदा, मळ्यातनं सुटका झाली म्हणं.''

''झाली पर ढोरांच्या पुढ्यात काय टाकू? माझी सगळी वैरण मळ्यात. वैरण मागायची कुणाच्यात? सगळा शिवार पाण्यात आसल्यावं कोन देणार हाय? मानसाला खायाला मिळायची पंच्याती झालीया. सुग्रास तरी दे तवर.''

''देतो खरं, येवढी झड कसल्याही स्थितीत बांधतो गा. न्हाईतर भित कवा पडंल त्येचा नेम न्हाई. दुसऱ्याच्या वळचणीला जायला लागायचं.''

''तुजं झालं की येचील?''

''येतो की–'' तो म्हणाला. पांडू रिकाम्या हातानं घराकडं आला; जर असाच पाऊस पडत राहिला आणि नवी म्हैस जर रेडकासाठी नि वैरणीसाठी दूध देता देता उडाली तर काय करायचं?

शिवारतुंबव्या पाऊस.

०००

.. ८ ..

सगळी दुपार पावसानं अंधारून आली होती.

सगळा गाव पावसानं जाळं टाकल्यागत झालता. विचित्र काळजीत अडकला होता.

कोण घरामागच्या लागलेल्या पाण्यात, कोण घरामागच्या झाडानं मांडलेल्या गहिवरात, कोण जनावरांच्या वैरणीत. कोण घरच्या भिंतीना चढत निघालेल्या ओलीत. कोण शिवारातली पिकं गेली त्यात. कोण जोपासलेली झाडं गेल्याच्या दुःखात. कोण घरातलं माणूस आजारी पडलेलं त्यात. कोण आपल्या शेताचा ठावठिकाणा नसल्याच्या चिंतेत. कोण खापरीतनं पाझरणाऱ्या पाण्याच्या काळजीत. कोण शेजारच्या गावात आसणाऱ्या पै-पावण्याच्या लेकीबाळीच्या विचारात. तर कोण आणखी कशात आणि कशात.

आणि असा किती दिवस पाऊस राहाणार त्याचं आता गणितच कुणाला मांडता येत नव्हतं.

सारखं आभाळ भरून येत होतं. आणि पखालीगत धारा सोडून देत होतं.

नाना पांगेची हुटीतली वैरण बऱ्याच जणांनी मागून नेली होती. नेत होती. पांडू शिंदेचं आणि त्येचं गेल्या महिन्यात शेतातल्या वाटंसाठी चांगलंच वाजलं होतं. त्यामुळं त्याला त्याच्याकडं हात पसरायला जाऊने असं वाटत होतं.

तो बापूसाब थोराताकडं गेला. त्यानं आपलंच चराट सुरू केलं; कधी नाही ते मळ्यात पाणी आलंय. माझ्याकडं पदरची माणसं आहेत का? या वर्षी वाळकी वैरण कमीच ठेवलीय. एकाला दिली तर मग बाकीची सगळी येणार. नाही कुणाला म्हणायचं?

तो त्याला शिव्या देतच आला; म्हणूनच थोराताच्या पोटाला देवानं काय दिलं नाही.

ढोरांच्या दावणीत त्याला बघू वाटंना. त्याला बघून ढोरं ओरडायची.

तो शिपायाच्या घराकडं परत गेला.

शिपाई बेघरवाडीवर गेला होता; हमीदच्या घरावर निलगिर तोडता तोडता

पडलेलं. तिथं तो होता. बरीचजणं होती.

अंधारून आलेलं तेवढा पाऊस पडला. आणि पावसानं फेर धरला. फैरी झाडल्यागत पाऊस झाडत होता.

हमीदच्या घरावर पडलेल्या निलगिरीनं मालवासा मोडून खापऱ्यांचा चुरा त्या जागेवरच झाला होता. घरात पाणी पाणी झालं होतं. सगळं सपार मोडलं होतं. शेरडास्नी जेवणाच्या खोलीत बांधली होती.

पडलेला निलगिरीला लागून दुसरं एक मोठं निलगिर होतं. ते आता वालं लावून खालून तोडायचं चाललं होतं. वाल्याला धापाच गडी होतं.

ते मोकळ्या जागेत पाडलं. हमीदला मोकळं मोकळं वाटू लागलं. पण सपार सगळ्यांत आदी मालवासा घालून खापऱ्यांनी झाकून घ्याला पाहिजे होतं.

मोडक्या मालवाशाला ठेपा दिला होता. तोडलेल्या निलगिरीचाच मालवासा काढून त्या जागेवर घातला. रिपा मारल्या. खापरीचं काय? कुठल्या आणायच्या? गावात या वर्षी नवीन घर कुणी बांधलं त्याच्यातच त्या आसल्या तर आसल्या. दसूला आठवलं; तो म्हणाला, ‘‘खापरी बरीच लागणार, मिळतीला खापऱ्या, खरं हामीदा तूच जायाला पायजेस. काय आसंल ते पैसे देतो म्हणावं, जावा चारपाचजण मिळून – पंड्या मिसाळच्यात. त्येनं नवीन घर बांधलंय त्येच्यात हायता शिल्लक खापऱ्या.’’

‘‘पंड्या काय हमीदचा खेकड्याचा नि मासंमारीचा जोडीदारच की, पर फुकट देनार न्हाई हं. याक खेकडं आगाव दित न्हाई.’’ नाना पांगे.

‘‘अवो फुकट ऱ्हावू द्या, इकत का आसनात येळंला मिळाय पायजेता. आता ह्यो पांडूदा कालबस्नं वैरणीसाठी फिरतोया. त्येला वैरणीची काडी मिळंना झालीया.’’ शिपाई.

‘‘ह्याची थोरातानं,’’ त्यातला एकजण.

‘‘हं ती देत्यात, पळा आणाय,’’ शिपाई म्हणाला.

‘‘तस्सं म्हनू नगो, त्येच्या पोरग्याला कळालं तर डेरीतनं काढील तुला.’’

‘‘डेरी गावाची का त्येंची यकट्याची?’’ शिपाई.

‘‘हां ह्ये कळाय पायजे गावातल्या लोकास्नी.’’ नाना पांगे छत्रीतनं डोकं काढून बोलाय लागला, ‘‘डेरी त्येंची, गाव त्येंचं. मग गावासाठी त्येनी काय करायचं का गावानंच त्येंचं करीत बसायचं? पांडूदालाबी कळाय पायजे. रातभर आडाकला होता तवा कुठं गेला होता बापूसाब का टापूसाब? आला न्हाई इचारायला त्येच्या बायकूला? पांडूदा जरा शानं व्हा. डेरीत सगळ्या गावात तुजं दूध जास्त हाय. आनि तू लागलायास या शिपायाच्या मागनं फिरायला. ये

माज्याकडं आनि ने दोन भारं. तुझी माप वैरण आसंल देचील मला परत. खरं, आता मागलं काढीत बसायची ही येळ न्हाई.'' पांडूदाला लाजल्यागत झालं.

शामा म्हणाला, ''हमीद तू जा बघू लवकर. घरावर खापरी घाटल्याबिगार भागणार न्हाई.'' तो प्लॅस्टिकचा कागद घरावर अंथरत होता. ''कागदानं पानी आवरायचं न्हाई. आनि वाऱ्यानं कागूदबी ऱ्हायाचा न्हाई.''

हमीद चारचौघांना घेऊन पंड्याच्या घराकडं गेला.

शामा सपराच्या मोडलेल्या मेढ्या परत रोवू लागला. दसू आणि बाकीची कूड बांधू लागली.

हमीदची बायको आणि पोरं घरात तुंबलेलं पाणी भरून बाहेर टाकू लागली. चुलीवरच्या गळत्याला लावलेलं भांड भरलं म्हणून हमीदची पोरगी उचलायला गेली. ते तिच्या हाताततनं निसटलं. चुलीवर पालथं झालं. सगळी चूल गारगुच्च झाली.

''शामा आसा पावूस लागला तर रातीला गावातल्या बऱ्याच घरांतनी पाणी येनार.'' नाना पांगे.

''आता आमच्या परड्यातल्या उंबऱ्याला पानी लागलंय. सगळं परड्यातलं सामान आत वढलंय. हुटीकडं जायाला वाट न्हाई. ढोरांच्या सपरात पानी खेळतंय. ढोरं म्होरच्या सोप्यात घेटल्यात,'' आन्दू सांगू लागला.

हमीद रिकाम्या हातानंच आलेला बघून शामानं विचारलं, ''काय झालं रं?''

''त्ये गेलं आसंल मासं मारायला.'' दसू.

''त्यो गेला आसंल, खरं त्येची बायकू म्हनतीया खापऱ्याच न्हाईता,'' हमीद सांगू लागला.

''मी बघिटल्याता, माळ्यावर ठेवल्याल्या.'' शामा.

''पंड्या गेलंय तरी कुठे इचारलं न्हाईस?'' नाना.

''ते गेलं आसंल कांड्याळ पेरायला.'' शामा.

''त्येनं या चार दिवसांत पैश्याचा धूरच काढलाय, माशा खेकड्यावर.'' दसू.

''हमीदनं कांड्याळ सोडल्यालच न्हाई वाटतं?'' नाना.

''माझंच कांड्याळ त्येंच्याकडं हाय. लगीच देतो म्हनलाता.'' हमीद.

''पंड्याच पायजे. त्येची बायकू ताकाला तूर लावून द्याची न्हाई.'' शामा सगळ्या मेढी खच्चून सरळा झाला.

सपार सरळ केलं तरी ते जागोजागी ठिबकत होतं.

''यकदा मोडलं की मोडलंच, पुनाच्यान किच्चं सळ्ळ केलं तरी त्ये नवं हुतंय?'' शामा.

दसू ठिबाकणाऱ्या सपराकडं बघत राहिला.

''बघतो मी आनि खापऱ्यांचं. परं तू पंड्याला गाठ,'' शामा म्हणाला नि ती सगळीच गेली.

घरावरच्या खापऱ्या लवकर घालायला पाहिजे होत्या; भिंतीवर येणारं पाणी वाईट. कागदानं पाणी निघत नव्हतं. आणि वाऱ्यानं कागद राहत नव्हता. घरात बसायला आता बघतो म्हणायला वाळकी जागा नव्हती.

पावसाची सर मोठी आली.

पाणी सगळं घरात, मगाशी काढलेलं सगळं परत तुंबलं.

हमीदची बायको परत घमेली पाटीत पाणी ओंजळीनं भरून टाकू लागली. मातीच्या भिंती. हमीदला भीती वाटू लागली. आपली चूक झाली. आपण घिसाडघाईनं निलगिर तोडले. तरी बरं रात्रीचं वाऱ्यानं पडलं असतं तर? तो बाहेरचा पाऊस बघतच राहिला. मग तो आणि दसू गावात गेला.

पंड्यानं माशाचं बरंच पैसे केलंलं. हमीदची बायको हमीदला बोलली एक दोनदा. त्याला आपलं कांड्याळही मागून आणायचं होतं. आणि खापऱ्या मिळाल्या तर कामच झालं. तो थेट पंड्याच्या घराकडं जात होता. तो थांबला. दसूच्या मागनं दसूच्या घरात गेला.

''पंड्या हाय का बघतो, खरं त्यो न्हाई म्हंडला तर कुठनं आनायच्या खापऱ्या?'' दसूला तो विचारू लागला.

''नवीन घर बांधल्याल्याच्यातच मिळाल्या तर मिळाल्या. दुसरं कोन आणतंय? आनि आणल्या तर लागंल तेवढ्याच आननार. पंड्याला सांग पानी उतारल्यावर मी आनून देतो म्हनून,'' दसू त्याला सांगतच जिना चढला. त्यानं हमीदला बोलवलं. ''बघू या मधल्या माळीच्या वरच्या दिवळीत आसल्या तर चुकून. तीन चारच आसतीला – तू वर चढ नि बघ हायता का त्ये.''

हमीद माळीवरच्या पोट माळीवर चढला. सगळा घरुसाच पडलेला. त्याला दिवळीत तीन खापऱ्या मिळाल्या. तो तेवढ्याच घेवून खाली आला. भिजक्या अंगाला सगळा धरोसा चिकटलेला.

''भिंतीवर तेवढ्याच ठेवायला ईतीला. ने जा–'' दसूनं सांगितलं.

हमीदला तेवढंच बरं वाटलं. त्या तीन खापऱ्या तिथंच ठेवून तो पंड्याकडं निघाला.

''त्येला सांग मी पायजे तर पाच धा जादा आणून देतो; खरं आता दे,'' दसू त्याला म्हणाला.

हमीद पंड्याच्या घरात गेला. तिथं पंड्याच्या घरात माणसांचा घोळका होता. माशावर आणि खेकड्यावर झगरं पडलं होतं. माणसं पंड्या मागील ते पैसे

देत होती. माणसांना तेवढीच वेळ निघाली तर बरं होतं.

हमीद बघतच उभा राहिला. आपली बायको म्हणत होती तेच त्याला दिसत होतं. पंड्यानं बरंच पैसे मिळवलं.

मासं संपलं. माणसं पांगली.

पंड्याचं हमीदकडं लक्ष गेलं. पंड्या दचकला ''तू कवा आलास? बोललाबी न्हाईस. यकादा मासा तरी नेला आसतास.''

हमीदला बघून पंड्याची बायको पंड्याला म्हणाय लागली, ''खापऱ्या न्हाईता कनाय ओ, आपल्यांत, मगाशी हमीदभावूजी आलतं. खापऱ्या आसल्या तर द्या म्हनून.'' पंड्या सावरत आवरत बायकोकडं बघतच सांगू लागला, ''हुत्या खापऱ्या खरं मागचा सोपा बांधला तवा सपल्या सगळ्या.''

हमीदच्या लक्षात या दोघांची लबाडी याला वेळ लागला नाही.

त्याला त्यांचा राग आला. तो म्हणाला, ''बरं खापऱ्याचं जावू दे, माझं कांड्याळ तेवढं मला दे. आता पावसात शेरडंबी सोडायला ईत न्हाईत, पोरास्नी तेवढंच चार मासं गावलं तर गावलं.''

''घरात ठेवल्याल्यातलं न्या जावा की पोरास्नी दोन मासं, पोरं खातील.'' पंड्याची बायको मासं आणायला आत गेली. तिला हमीदचं कांड्याळ ठेवून घ्याचं हुतं. बाहेर येऊन ती हमीदला मासं देवू लागली.

''नगोत, मला काय माशाला कमी पडलंय व्हय? पानी वाढतंय, गावाच्या गांडीकडंला कांड्याळ पेरलं तरी रग्गड मासं गावतील. त्येला काय वरसागत हाय व्हय यंदा.'' हमीद.

''बर त्ये न्हावू दे, खापऱ्या कशाला पायजे हुत्या तुला?'' पंड्या चौकशी करू लागला.

''तुला काय करायचं त्येचं? तुज्याकडं न्हाईता न्हवं, माझं कांड्याळ तेवढं दे. बघतो, गाव पडलंय अजून. आसल्या येळंला कोनबी दील खापऱ्या,'' हमीदला त्याचा राग आला होता.

''आरं बाबा मी तुला हुडकू लागतो. खरं लागत्याता कशाला ते तरी सांगचील का न्हाई?'' पंड्याला चूक झाल्यागत वाटत होतं. बायकोचा बहाणा त्येच्या अंगावर आल्यागत त्याला झालं होतं. हमीद कांड्याळ घेवून गेला तर चांगलंच नुकसानीचं होतं. त्याचं कांड्याळ होतं, खरं पाक जून होतं. हमीदनं अलीकडंच घेतलं होतं.

''तू हुडकायला मी काय गावात कुनाला वळकीत न्हाई व्हय? तू त्या खापऱ्याचं सोडून दे, माझं कांड्याळ कुठाय तेवढं लवकर दे. मी निगालोय जांभूळटेकावर.'' हमीदला शामानं सांगितलं असणार हे ताडून पंड्या म्हणाला,

''तिथं काय हाय? मी कालधरनं तिथंच हुतो. योक मासा गावला न्हाई.''

''ते बघतो माझा मी, उगच का तू लांबड लावतोयास?'' हमीद आता चांगलाच चिडला.

चिकाट पंड्या तरीही त्याला सोडीना. तो बायकूला विचारू लागला, ''व्हय गं कशाला खापरी मागीत हुता ह्यो मगाशी आलता तवा.'' ती चूल फुकत असणारी हातात फुकणी घेवून डोळं पुशीत बाहेर आली. सांगू लागली, ''हेंच्या घरावर, मानसं म्हनत्याली मी आयीकलंय. झाड पडलं म्हणत्यात.''

तसा तो बायकोवर उसळला. त्याला स्वत:चाही राग आला. आता कसं सांदरावं तेच त्याच्या लक्षात येईना.

''तुला मगाधरनं मी इचारतोय. सांगायला तुझी जीब पडलीती का काय? हामीद तुझं कांड्याळ ने, आणि खरं मर्दा तू बी सांगीनास,'' म्हणतच पंड्या माळ्यावर चढला.

हमीदनं ठरवलं. यानं खापरी आता दिली तरी कांड्याळ हे न्याचंच. खापरीचं पैसे लगेच द्याचं. पावसात खापरी एकदा कधी घालील असं झालं होतं.

माळ्यावरनंच पंड्या बायकोला हाळी मारू लागला.

ती खाली बसूनच, ''काय ते'' म्हणाली. तिथंच बसून राहिली.

मग तो तिच्यावर खेकसला. ''तुला वर ये म्हंतोय न्हवं-'' खालनंच काय ते म्हनून इचारतीस. तुझं ध्यान हाय का? ही बघ सगळी भितच्या भित गरावलीया. माझं याक ध्यान न्हाई त्ये न्हाई तू बी सुद सांडल्यागत बसलीयास. कवा बघायचं न्हाईस?''

ती तशीच मग माळ्यावर गेली. बघू लागली.

वरतीकडची भिंत संपूर्ण भिंजून गेली होती. भिंतीवर कोठून तरी गळत असावं. भिंत सगळी फुगल्यागत झालेली. भिजलेली आणि फुगलेली भिंत बघून दोघंही भिजून गार झाली.

पंड्यानं हमीदला वर बोलवला.

हमीद म्हणाला, ''मी आनि कशाला वर येवू. माझी भित तिकडं पडंल. बघिटलास न्हव बाईरचा पावूस. मला माझं कांड्याळ तेवढं दे. माझं घर पाण्यानं भरलं आसंल. जायाला पायजे. आनि मागं कवा येवू! घरावर कायबी करून काय तरी झाकलं पायजे. न्हाईतर भाक्‌दिशी सगळंच बसायचं खाली- कुनाच्या वळचणीलाबी कोन जागा द्याचं न्हाई. आदीच मानसांनी चुलीजवळ आंथरुणाजवळ गुरंढोरं बांधून टाकल्यात. मला आनि कुठली जागा देतील?''

तसा पंड्या मदघराच्या माळ्यावरनं पुढच्या सोप्याच्या माळीवर आला. जिन्यातनं वाकून हमीदला गयावया करू लागला, ''आरं आढ्याबस्नं खाली

सगळी चांदी बुडूद्यापातूर पाक भिजून फुगलाया. बाईरनं गिलावाबी मारलाय. बघ तरी वाईच.''

तसा हमीद जिना चढला. ''तुजं घर नवं हाय मर्दाच्या, माजं घर तुंबलं आसंल. पावूस जरासुदी उसंत खाईना झालाया. बायकू आनि पोरं घरात पडल्यालं पानी बाईर काढून काढून दमली आसतील.''

''नवं हाय म्हनूनच लय भ्या सुटलंय.'' पंड्यानं मोलमजुरी करून चांगलंच घर बांधलं होतं. तो डोंगरात, शिवारात प्रत्येक हंगामात हंगामशीर काहीही गोळा करायचा. आणि बाजारात नेऊन कोल्हापूरला विकत असे. मग भोपळं, कोहाळा, कडीपत्ता, केळीची पानं, फणसं, आंबे, आंब्याच्या झाडाची पानं आणि मासं, खेकडी – त्याला सगळंच चालत असे.

हमीद मदल्या माळ्यात गेला. त्याची नजर समोरच्या बिनदाराच्या कपाटात ठेवलेल्या शंभर एक खापरीच्या ढिगावर गेली. तो पंड्या दाखवणाऱ्या भिजलेल्या चांदीच्या जवळ गेला. पावसानं अंधारून आलेलं म्हणून पंड्यानं बायकोला दिवा आणायला सांगितला. ती पळतच गेली. जिना धाड् धाड् वाजवतच वर आली.

सगळी भिंत भिजलेली बघून पंड्याला घाम फुटला.

तो काळजीनं हमीदला विचारू लागला; ''काय व्हायचं न्हाई न्हवं? आनि कुठनं गळत आसंल रं? का वर खापरी बिपरी फुटली आसंल चांदीच्या टाळूवर?''

हमीदनं माळ्यावर शिडी लावून वर चांदीच्या मूंडथरावर बघ म्हणून सांगितलं.

लगेच पंड्यानं शिडी आणायला बायकोला पळीवली.

पंड्याला वाजणारा घरावरचा पाऊस नको नको वाटू लागला

पावसाचं पाणी खापरीच्या पावळणीत मावत नव्हतं. आणि हमीद खापरीच्या काळजीत होता.

खापऱ्यापाझरा पाऊस.

तो सगळी भिंत दिवा हातात घेऊन चापचू लागला. गारगिच्च भिंत त्येच्या हाताला लागली. तसं त्याचं डोकं गच्चं झालं. आणि तो शिडीवरनं खाली उतरत, ''काय कळंना गड्या, डोस्कं फिरायची वेळ आली,'' म्हणू लागला.

''दाखीव जरा त्यातल्या माहितीगाराला आणून. नवं घर नि भितबी लय उच हाय.'' हमीद खाली निघाला. ''आरं थांब की, हाय त्यातली आमाला जरा ठेवतो खापरी, ने जा बाकीची.''

हमीदला वाटत होतं, नको म्हणावं पन गावात आता कुणाच्यात मिळणार?

आणि मिळाली तर उद्या परवा त्येंचा काय उपेग. तोवर घर पडायचं.

"मी तुला आताच्या दराप्रमानं पयसं देतो न्हाईतर खापरी आणून देतो पावूस उघाडल्यावर." हमीद.

"रावणाच्या राजूनं धा खापरी नेली. वानरांनी फोडल्याता म्हनाला घर सगळं गळतंय. त्यो लगीच दोन दिवसांत आणून देतो म्हनलाता. त्याला पंध्रातीन आठवडं झालं. आजून देतोय. तरी त्येला दोनदा आठवण केली. देतोच म्हंतोय," पंड्याची बायको सांगू लागली.

"आनि आमाला लागली बिगली तर-" पंड्या हमीदला खापऱ्या देत म्हणाला.

हमीदनं खापऱ्या डोक्यावर घेतल्या. कांड्याळ मागितलं. पंड्यानं कांड्याळ दिलं.

तो भिंतीच्या काळजीत बाहेरच्या पावसाकडं बघत राहिला.

हमीद गेला.

पंड्या परत माळीवर चढला.

तो भिंतीला चापचून बघे. त्याला एकदा वाटायचं भिंतीला भोंगा आलाय. तर दुसऱ्यांदा वाटायचं नाही. तो खालवर करू लागला. त्याला गम पडंना; भिंत दाखवावी गवंड्याला.

तो उठला. गवंड्याच्या घराकडं गेला. गवंडी बापूसाब थोराताच्या वाड्याकडं गेलेला. तो तडक वाड्याकडं गेला; आता बापूसाबाचा तडज आवरायचा म्हणजे गावात पाणी शिरायचं तवर. पंड्या विचार करत पोहचला. वाड्याच्या पायरीवरनं सगळा शिवार तुंबलेला दिसत होता. नदी आणि शिवारातलं पीक नजरेला दिसत नव्हतं. माशाला लांब जायालाच नको.

तो वाड्यात गेला; वाड्याचा चौक तुंबलेला. त्या चौकात भिक्का आणि गवंडी उतरून चौकातलं पाणी भिंतीखालनं गेलेल्या नळ्यातनं चिव्यानं ढोसणून काढत होती. बापूसाब सोप्यातल्या झोपाळ्यावर बसला होता. पंड्याला बापूसाबानं बघितला. आणिं विचारलं, "आरं काय मासंबिसं घेवून आलास की काय?" पंड्या इरगाळल्यागत झाला; बापूसाबानं दोन वेळा मासं घेपून याला निरोप दिलं होतं. त्याला असल्या दिवसात फुकट मासं द्यायला परवडणारं नव्हतं. आणि मालच शिल्लक राहत नव्हता. आणि शेलका माल वजनात खाणार, देणं ना घेणं नि सगळं उताणं. त्यापेक्षा गावात एखाद्याला दिला तसा तर तो सात वेळा नाव तरी काढील. म्हणून तो वाड्याकडं फिरकलाच नव्हता.

पंड्या पावसागत पावसानं चेकळून गेलंला. पण भिंत बघितल्यापासून तो गारठून गेला होता. त्याला पावसाची सर आली की नको नको वाटत होती.

त्याला बघून गवंड्यानं त्याला चौकात बोलवला. भिक्का पाण्यातनं बाहेर निघाला. तो वाड्याच्या बाहेर गेला. नळ्यातला आतून घातलेला चिवा बाहेरून दिसतोय का बघीत होता. आणि ओरडत होता 'रेटा रेटा, हाणा, दाबा.''

चिवा दोघांनी धरून जरा देखील रेटंना. ''काय गा आडाकलंया?'' पंड्यानं गवंड्याला विचारलं.

''केपाट बसलंय मातीचं. आता चिवा ठोकावला पायजे.'' गवंडी.

''कधी आसं बसत नाही बरं का. यंदाच बसलंय. भुईमुंगाच्या जाळ्यांचा ढीग हितं टाकला. आणि शेंगा हिथंच तोडल्या. ती सगळी माती गेली आसंल. मानसं भाड्याची तशीच'' थोरात उभा राहून सांगू लागला. पंड्या चिवा दगडानं ठोकता ठोकता आपल्या भिंतीचं गवंड्याला सांगाय लागला. त्याला पडणारा पाऊस आणि पावसाचं भिंतीत मुरणारं पाणी दिसत होतं. तो दगडानं ठोकता ठोकता दमला. आणि विचारू लागला; ''व्हय गा, भिंत पडाय बिडायची न्हाई न्हवं?''

''हं पडतीया, तिला काय हुतया?'' गवंडी त्याला सांगून म्हणू लागला. ''आनि जरा ठोक बघू.''

''भित लय भिजलीया. कुठनं गळत बिळत आसंल?''

''भितीच्या टाळूवरची खापरी जराजरी तडाकली आसंली बिसली तर भित आतनं भिजत बाईर येती. आनि ह्यो पावूस काय बारका हाय?'' गवंडी सांगून त्याला म्हणाय लागला, ''जरा ऱ्हायलंय बग. सगळा चिवा गेला. हाण आता, थांबू नगो.'' त्याला आयताच माणूस गावला होता.

पंड्याला गवंडी भितीच्या टाळूवर म्हणाला आणि चिव्यावर मारणारा दगडाचा ठोका त्याच्या टाळूवर पडल्यागत त्याला वाटाय लागलं. भिक्का आत आला. म्हणाला, ''चिवा बाईर आलाय. खरं पानी कुठं आलंय?''

मग गवंड्यानं भिकाला दुसरा चिवा आणायला सांगून तो बाहेरून ठोकाय सांगितला.

भिक्का लगेच दुसरा चिवा आणायला पळाला.

चौकातनं गवंडी बाहेर आला. जोत्यावर उभा राहिला, पंड्या त्याला विचारू लागला, ''तुला इथं किच्चा टायीम लागणार हाय?''

''हिथं काय काम हाय तवा? खरं बापूसाबाला कुनी सांगायचं? त्यास्नी गावातला दुसरा गवंडी चालत न्हाई!'' गवंड्यानं छाती फुगविली. ''आनि मला जायाला पायजे लवकर. भवडाच्या घरात मागच्या अंगानं पानी शिरून भित पडून मागचा सोपा पडलाय म्हणं. खरं इथं आलो नि यवढा टायीम झाला. या पावसानं

लयजनांच्या घराची नुसकानी हुनार हाय. त्यात पावूसबी थांबना, काय करायचं म्हनलं तर चालतबी न्हाई या पावसात.''

''हिथलं झाल्यावर तेवढी माझी भिंत बघून जा.'' पंड्या काकुळतीला आला होता. ''तुला ठावं हाय घरासाठी मी कायकाय केलंय त्ये. आनि चांदीबिंदी पडली तर-'' त्याला पुढचं बोलता येईना.

''जावू या काय व्हीत न्हाई-'' गवंडी त्याला म्हणाला, ''आनि सुताराला दाखवायची नाहीस. वरनं खापरीतनं पानीबिनी ईत आसलं तर?''

''मारत्याला मासं दिल्यालं नाईत तवाधरनं त्यो बलीवला तरी माझ्यासंगं बोलत नाई,'' पंड्या, सुताराचं हळूच गवंड्याला सांगू लागला.

भिक्षा बाहेरनं ओरडला. पंड्यानं आतला चिवा आत ओढला. भिक्षानं बाहेरनं चिवा घातला. पाणी निघू लागलं. थोरात चेहरा फुलवून बघू लागला.

पंड्याला गवंड्याला घेऊन कधी जाईल असं झालं होतं.

तो घाई करू लागला.

''चहा ठेवलाय,'' थोरात म्हणाला. पंड्याला काही बोलता येईना. पावसाची घाई बघत बसला.

''पावूस उघाडल्यावर चार दिवसाचं काम हाय, वाड्याच्या खालच्या अंगाच्या दर्जा करायच्या सिंमेटानं. आनि कुठे कुठं पडलंय त्ये जरा बघायचं. मी हाय तवर तरी सगळं ठेवतो नीट,'' थोरात म्हणाला.

''करू या, कवाबी सांगा,'' गवंडी म्हणाला. चहा आला.

चहाचा कप खाली ठेवत पंड्या गवंड्याला खोचकू लागला.

थोराताला काय, सगळं गाव पाण्यात गेलं तरी वाडा पाण्यात जायाचा नाही. आणि त्याला गावात पाणी आलं, बुडलं तरी काय वाटायचं नाही.

पंड्या उठला. मग गवंडी उठला. त्याचा वाड्याचा विचार थांबला आणि भिंत डोक्यात घुमत होती. ती परत घुमू लागली. वाड्याच्या पायऱ्या उतरू लागली.

''पंड्या मी आलोच भवडाच्यातनं. ह्यो बापूसाब आयकंना न्हाईतर मी तिकडच जानार हुतो. आलोच चल तवर.''

''आगा मला काय कळतंय?''

''आलोच चल, ह्यो पावूस बघ. आरं मानसं काय म्हंतील? भवडाचं घर पडलंय खुळ्या.'' तो तसाच तिकडं पळतच गेला. पंड्या त्येच्याकडं बघत राहिला.

खाली शिवारातलं पाणी तो बघू लागला. लालभडक. कातवेराला घेऊन गावाकडं आजगरागत पाणी सरकत होतं. सगळ्या गावाला गिळाय बघत होतं.

पंड्या घरात गेला.

त्याच्या बायकोनं त्याला लगेच भवडाच्या घराकडं पिटळला; त्याच्या मागनं असल्याशिवाय तो गावायचा नाही असं तिला वाटत होतं. सगळ्या गावात कोणाचा नाही कोणाचा असा योट उसाळला होता. पाऊस पिसाळला होता.

पंड्या भवडाच्या घराकडं गेला.

तिथं बरीच माणसं जमली होती; भवडाची मागच्या सोप्याची भिंत पाण्यानं आरली होती. पाणी मदघराच्या उंबऱ्याला थडकलं होतं. मागच्या सोप्यातलं सामान सुमान उचलाय चालू केलं होतं. सगळी चिखलात माखून गेलेली. मदघरात डोंबाऱ्याच्या सामानागत सामान सगळं पडलं होतं.

भिंत बघत गवंडी म्हणाला, ''आता काय चालतंय, पावूस उघाडल्याशिवाय.''

डोक्याला हात लावून टाकलेल्या सामानसुमानात बसलेली भवडाची म्हातारी म्हणाली, ''वाद्या काय सगळ्या गावाला बुडिवतोय का काय? कवा कवा आसला पावूस बघिटल्याला न्हाई.'' ती ओलीकिच्च झाली होती.

आपली भिंत आसीच पडली तर काय करायचं? आजून वीटवाल्याचं पैसे द्याचे आहेत. आणि काय काय उचलायचं सामान? चांदी पडली तर सगळं घरच उघडं पडणार. पंड्याला पडणाऱ्या पावसात पडणारी चांदी दिसू लागली. त्याला थंडी वाजून आली. तो गवंड्याच्या मागं लागला, ''चल गा, तेवढं गळतं गावतंय का ते बघ, नुक्त दाखीव. मी घरावर चढून फुटली आसंल तर खापरी घालतो. खरं अशी झडती नगो–''

आन्दूचा वडील त्याला विचारू लागला. पंड्यानं सगळं सांगितलं; चांदीचं दुखणं. ते ऐकून आन्दूचा वडील त्याला सांगू लागला; ''सगळं गाव ही आमची सोप्याची भित बघून गेलं. तू म्हंतोस तशीच ही बी भित गरावल्याली. जो तो म्हणायचा; 'गरावली म्हनून लगीच पडतीय काय? पावूस तसा लागतोय म्हंटल्यावर गरावणार की भित. मी बी खुळ्या त्येंचच आयकत बसलो आनि ह्ये झालं बघ बंबाळ सारं.''

पंड्या सगळं ऐकून गळटूनच गेला. त्याच्या डोक्यात पाऊस वारा घुसू लागल्यागत त्याला झालं. तो हालून गेला; माशाच्या मागं लागून राहिलो. कधी माळ्यावर चढून बघितलंच नाही. बायको ती बायकोच. रेड्यावर पावूस पडल्यागत तिचा धंदा. त्याला राग आला.

गवंड्याला घेऊन तो निघाला.

दसूनं गवंड्याला हाक मारली. पंड्याला दसूचा राग आला. गवंडी दसूला, ''आलो मागं,'' म्हणू लागला. दसू दुकानातनं बाहेर पळत आला. ''मी मगाधरनं

तुझी वाट बगतोय. लगीच जा.'' पंड्याला दसूला काय तरी बोलावं धाड्किन असं वाटलं. तो मात्र तसाच थांबला. गवंड्याला घेऊन दसू घरात गेला. पंड्या त्याच्या मागनं दसूच्या घरात शिरला. दसू पंड्याला म्हणाय लागला, ''काय पंड्या, लेका आसल्या दिवसात नढीतढीला व्हायचं न्हाई तर कवा व्हायचं?'' पंड्याला हमीदच्या खापऱ्याबद्दल दसू विचारतोय हे लक्षात आलं.

''आगा दिल्या की खापऱ्या,'' पंड्या सांगू लागला.

''दिल्यास, खरं बायकोनं आदी न्हाई म्हनून सांगितल्या होत्या. म कशा होत्या?'' दसू.

मग पंड्या बायकोला शिव्या देवून राग काढू लागला. दसूला घराच्या चांदीचं सांगू लागला.

''नव्या घराला आसल्या पावसात जरा यकदोन वर्सं जपाय लागतंय, झड बिड बांधलीस का न्हाई?'' दसू त्याला विचारून गवंड्याला सांगू लागला, ''गेलं साली आमच्या पावण्यानं असंच मोठ्ठच्या मोठ्ठं घर बांधलेलं, झड बांधायला हेळसांड केली. आनि त्या शान्यास्नी कुनी सांगिटलं गिलावा सिमेंटाचं यका वर्सानं करा, पानी खावू दे यक वर्सं भित. तुला सांगतो आगाऽ आख्ख घर पडलं. बसलं पाण्यात.''

पंड्याला पाण्यात इनर फुटल्यागत झालं. हातपाय हालवायची ताकद भर पुरात सपल्यागत वाटाय लागलं. बुडताना गुदमारतोय असं वाटून गेलं.

''पंड्यानं झड बांधलीय, नि गिलावा बी केलाया, मी त्येला तवाच सांगिटलं हुतं. ही कामं लगीच कर. चांदी लय चढलीया. कुठंतरी यकादी खापरी चिरली आसंली तर पानी त्यातनं खाली भितीवर जाइत आसंल. मग भित गरावली आसंल. पावूस बघतोस न्हवं ह्यो. यका पावळणीतलं पानी गेलं तर भित न्हायाची न्हाई.'' गवंडी बोलता बोलता शेवटी तेच बोलला. पंड्याला कधी एकदा घरावर चढंल आणि फुटल्याली खापरी खाली फेकील ते लागलं.

पाऊस आपल्या डोक्यात पडतोय आणि मुरतोय असा पंड्या झुरत होता.

''बरं म कवा बांधतोस बाथरूम? सगळा उनाळा गेला. रोज येतोच म्हंतोस. तुझा रोज कवा उगवायचा? पोरगी बाळत झाली. ती याच्या आदी तुझं चाललंय. बांधू या म्हनून.'' दसू गवंड्याला विचारत होता.

पंड्याला आता दसूचा राग आला.

''काय झालं पोरीला?'' गवंड्याला सगळी चौकशी लागते.

''पोरगा झाला. तू त्या बाथरूमचं सांग.'' दसू.

''सिमीट हाय न्हवं? बांधू या की किच्च लागतंय त्येला.'' गवंडी

"सिमीट हाय, वाळूचं काय?" दसू
"वाळू आणतो मी – आलो परत." गवंडी पंड्याला घेवून निघाला.
"आता परत पुढच्या पावसाळ्यात ये," दसू त्याला म्हणाला.
ती दोघं पावसातनं निघालेली; कोण दारातलं पाणी खोऱ्यानं बांध घालून अडवत होता, तर कोण घरातलं गळत्यालं पाणी भरत होता. तर कोण पानपट्टी मोडलेली तिला मोळं ठोकत होता. कोण कागदं मारून भिंत कागदानं झाकत होता. कोण ढोरांच्या वैरणीसाठी फिरत होता. कोण शिवाराकडं बघून डोळं गाळंत होता. कोण शेतातनं माझ्या ओढा गेलाय त्याठावनं माझ्या शेताचं तोंड दिसंना म्हणत होता. कोण शिवार बुडल्याला बघून डोळं फिरायला लागल्यात म्हणत होता. तर कोण आता शिवार गिळलाय पुरानं, गाव गिळणार पूर म्हणत पावसातनं फिरत होता. कोण अंथरुणावर झुरत होता.
पाऊस एकसारखा दळत होता.
पंड्या गवंड्याला आता कोणीतरी हाक मारली तर सोडवणूक करून घेत होता. आणि त्यातनं दसूसारखा परत कोणी जोरा केला तर भांडणावरच जात होता. चिडत होता. त्याला फुटलेली खापरी कधी गावंल असं झालं होतं.
खापरी फुटल्याली आसली म्हणजे लगीच घालून माशाला जायाचं. सगळ्या शिवाराचं तळं झालेलं गावाला बघू वाटत नव्हतं. पंड्याला आपला यंदा शिवार चांगलाच पिकल्यागत वाटत होतं. दसूच्या दुकानात गावातली सगळी दुकानं फिरून अंडी बटाटं मागायला आलेलं गिऱ्हाईक त्यानं बघितलं होतं. त्याला दसूच्या दुकानातही अंडी बटाटं संपल्यात हे दसूनं सांगितलेलं ऐकून माशा नि खेकड्याला मागील तो पैसा मिळणार असं वाटू लागलं. माणसांना आता कोरड्यासासाठी काही नव्हतं.
तो घरात आला. गवंड्याला घेऊन जिना चढला. बायकोला दिवा आणायला न सांगता ती आता दिवा घेऊनच जिना चढली. शिडी लावली होतीच.
गवंडी शिडीवरनं वर चढला. भिंतीला दिव्या उजेडी हात लावून बघितलं "यवढी कशी काय भित भिजली?" मग तो दिव्यानंच सगळी जागोजागी शिडी लावून भिंत निरखू लागला. चापचू लागला.
पंड्या नि त्येची बायको त्याच्याकडं बघू लागली. त्यांची छाती धडधडू लागली.
गवंडी शिडीच्या शेवटच्या फावंडीवर चढला. त्यानं मुंडथराला हात लावून बघितला. त्येचा हात चिखलात भरल्यागत झाला. मग त्यानं भिंतीलगतच्या खापऱ्या काढल्या. पावळणी घरात लागली त्यातनं तो डोकं वर काढून आढ्यापासून खाली बघू लागला. त्याला पावसानं काहीच दिसंना. त्यानं डोकं

परत आत घेतलं. काढलेली खापरी घातली. ''काय खापरीच फुटलीया का?'' पंड्यानं विचारलं.

''काय दिसंना, मुंडथर लयच भिजलाय,'' गवंडी शिडीवरनं खाली उतरत म्हणाला.

पंड्याची काळजी आणखीन वाढली. अशीच भित भिजत राहिली तर दसूच्या पाव्हण्याच्या घरागत व्हायचं.

गवंड्यानं तिथनं शिडी काढली. परत आणखीन आढ्याकडच्या बाजूला सरकून लावली.

वर चढून परत तशाच खापऱ्या काढल्या. परत वर डोकं काढलं. तोंडावर पडणाऱ्या पावसानं जीव घोटमाळल्यागत झाला. परत डोकं आत घेतलं. पाण्यानं माळीवर घोंगड्याएवढ्या जागा लगेच भिजला. फळीच्या फटीतनं पाणी खाली उतरलं. त्याची धार चुलीवर लागली.

गवंडी भिजलेलं तोंड निरपून घेत म्हणाला, ''अंगावर पोथं दे जरा खोळ करून.''

पंड्यानं त्याला पोतं दिलं. खोळंत डोकं घालून त्यानं परत डोकं वर घातलं. काढलेल्या खापरीच्या जाग्यावर पडणारं पाणी. त्याला काय लावायला येत नव्हतं. गवंडी सगळा पाण्यानं भिजला होता. त्याला भिंतीवरची खापरी फुटलेली दिसली. ती घरावर चढूनच बदलायला पाहिजे होती. त्या खापरीतनंच भिंतीवर पाणी उतरत होतं. तो सगळा भिजला. खाली उतरला. ''खापरीच फुटलीया, खरं वर घरावर बेतानं चढून घालाय पायजे. भितीवरची खापरी आसल्याकारणानं वर चढल्याबिगार खापरीच हाताला येनार न्हाई.''

''आण्णा, आण्णाऽ हाय का आमचा?'' गवंड्याची पोरगी धापा टाकीतच पंड्याच्या घरात आली. भिजून काला झालेली. तिला बघून गवंडी आणि पंड्या, पंड्याची बायको खाली आली.

''आण्णा, आपलं ढोरांचं सपार सगळं ढोरांच्या अंगावर पडलंय. ढोरं वरडाय लागल्यात. आयी रडतीया; मी वाड्यातनं भवडाच्यातनं जावून आलो.'' पोरगी रडू लागली. ''आयी लय रडतीया-''

''या पावसाच्या नि वाऱ्याच्या आयीला। धोडा कवा लागायचा- चल चल, पंड्या खापरी तेवढी घाल. आमच्या महारुड्यातलं याक घर धडसं नाई. सगळ्यांची घरं वल्लीनं माखल्यात. बसाय म्हनलास तर वाळकी जागा मिळायची नाई. आता ढोरं कुठं बांधायची नि आमी कुठं निजायचं? नि कुठं शिजवायचं?'' तो पोरगीला घेऊन पळतच गेला. सगळी माणसं सपराभोवती जमलेली. ढोरं बाहेर काढली. त्याची बायको नरसूला म्हणाली, ''सगळ्या गावाची घरं धड करा. आपल्यास्नी ऱ्हातो म्हनलं तर जागा नाई.''

मग दुधाची म्हस चुलीजवळ बांधली. गाब असणाऱ्या म्हशीला नि रेडकाला जागा मिळंपर्यंत पावळणीलाच उभा केली. तो भिजतच पडल्या सपराला उभं कसं करायचं याचा विचार करू लागला. तसाच समाजमंदिरात गेला. तिथं अंथरुणाच्या वळकटीनं भरलेलं. म्हातारा दादू कांबळे म्हणाला, ''नरसू आता काय चालतंय पावसात आसल्या. बघ जा थोराताच्या टाक्टर लावल्याल्या शेडात थोराताला इचारून, पावूस उघडस्तवर ढोरं बांधू का म्हणून.''

नरसू तसाच सपराचा विचार करत वाड्यात गेला.

थोराताला विचारलं. थोरात म्हणाला, ''तिथं ढोरं बांधायसारखी जागा नाई नरसू. लय आडगळ. काल यकजण आलता, त्येनं बघितलं नि गेला मागं. सगळ्या गावाला आडचण. काय करतोस?''

नरसू न बोलताच मागं फिरला. पावळणीच्या रेडकाची नि गाबण म्हशीची त्याला काळजी लागली. गावात कुणाच्यात जागा नव्हती. तो विचार करून थकला.

पंड्या नि त्याची बायको जिन्यावरनं वर पळत गेली.

खापरी काढलेल्यातनं येणाऱ्या पाण्यानं सगळी माळी भरून फळीतनं खाली पाणी पळत होतं.

त्यानं हमीदला खापऱ्या देऊन पासा खापऱ्या ठेवल्या होत्या. त्यांतली एक खापरी घेत त्याची बायको त्याला म्हणू लागली, ''आसं आसतंय. घरातली कुठलीबी वस्तू पाक संपवून चालत न्हाई. कंच्यायेळंला गरज लागंल त्ये सांगता येत न्हाई. सगळ्या दिल्या आसत्या तर आता मागीतच फिराय लागलं आस्तं न्हवं? आनि मागून ही काय आपल्या गावात मिळणारी वस्तू हाय, त्यात पुलावर पानी.''

तो पोत्याची खोळ डोक्यावर घेऊन शिडीवरनं वर चढत म्हणाला, ''तुझं बास कर शानपण, त्यो आला म्हनून तरी हे भितीचं बघिटलं. तुझ्या भनं तुझं ध्यान हाय का? त्या खापऱ्यासाठी वर चढलो नसतो तर भित अंगाव पडल्यावरच जागं झालो आस्तो. सांगतीया, त्यो देवागत आला म्हन, दे हिकडं खापरी. आनि धर शिडी.''

ती गप झाली. खापरी त्याच्या हातात देवून शिडी धरून उभी राहिली.

''बेतानं, पावूस तोंडावर पडतोय,'' ती म्हणाली.

तो डोकं वर काढून बघू लागला. खापरी भितीवर आर्धी नि बाहेर आर्धी होती. त्यानं हातातली खापरी वर खापरीवर ठेवली; तो आता पूर्ण भिजला होता. खापरी घालायची आणि भिजल्या अंगानच कांड्याळ पेरायला जायाचं.

रिपंच्या मधनं कसाबसा वर चढला.

"बेतानं बरं का, पाय घसारत्यात खापरीवरनं पावसात," बायको वर बघत त्याला सांगत होती.

तो खापरी काढलेल्या जागेवर एक पाय आणि भिंतीवर एक पाय देऊन उभा होता. वारं त्याला हालवत होतं. त्यानं तडा गेलेल्या खापरीला हात घातला. त्याच्या हातात खापरीचा एकच तुकडा आला. त्यानं तिथनंच खाली त्याला टाकला. मग दुसराही तसाच फेकला. नवी खापरी त्या जागेवर बसवली. त्या जागेचा पाय त्यानं बेतानं खापरीवर ठेवला. एक पाय भिंतीवर होता. त्यानं सुस्सकारा सोडला. 'आता गळ आनि भिजीव भित' तो पावसाला म्हणू लागला. त्याचा एक पाय भिंतीवरचा होता तो खापरीवर पडला. वाऱ्यानं तो सगळा हेंदकाळला. खापरीवरनं पाय घसरलं. तो आडवा झाला. ओरडला. घसटतच खापरीवर घरावरनं तो परड्यात येऊन पडला. हे कसं घडलं त्याचं त्याला कळलं नाही. धाड्दिशी आवाज आला.

बायको त्याच्या आवाजानं पळतच जिन्यावरनं खाली गेली. परड्यात; त्याला बघून ठो-ठो बोंबलू लागली. तो परड्यात चिखलात पडलेला. त्याच्या बायकोनं दंगा केला. माणसं त्येच्या घराकडं पळू लागली. "घर माझं पाण्यानं भरलंऽ माझा धनी मेलाय का जित्ता हाय त्ये तरी बगा."

चिखलात तो निप पडलेला. दोघाचौघांनी त्याला उचलून आणला. डॉक्टरकडं एक दोघं पळाली.

घरात सगळं गळत होतं. त्यातली दोघं वर गेली. शिडी बघून त्यावरनं वर चढून काढलेली खापरी कशीतरी घातली. पाणी खाली यायचं बंद झालं. पण मदघरात बसायला जागा नव्हती.

पंड्याला पुढच्या सोप्याला आणला. त्याला वारं घालू लागली. तो जरा हालला. तशा बायका त्याच्या बायकोला कावू लागल्या, "तुझं त्वांड तेवढं बंद कर. आधीच भेदरलाय, तू आनि रडून जादा करू नगो."

त्याला पाणी पाजलं. तो पाण्याचा एक घोट प्याला.

डॉक्टर आला; त्याला सगळं धुऊन काढायला लावला. पंड्याचं हात पाय हालत नव्हतं. तो बोंबलू लागला.

एक हात आणि एक पाय फरफरला. त्याला हालताच येईना.

डॉक्टरनं बघितलं; हात नि पाय सुजलेला. मोडला आसावा. त्यानं इंजेक्शन दिलं. "कोल्हापूरला न्याला पाहिजे." तो म्हणाला. डॉक्टरला पेशंट होती. तो उठला.

कोल्हापूरला नेणार कोठून? पुलावरचं पाणी उतरणार कधी?

"लय नशीब थोर, यवढ्या वरून पडून वाचला म्हंजी."

''त्येच्या बायकूचं कुक्कू बळकट म्हनायचं.''

''या पावसाला कसं कोन ढकलून दीना आनि त्येचा कसा पाय मोडंना बघ की.''

''त्यो आता आपल्यास्नी मोडल्याबिगार थांबायचा न्हाई.'' बसलेल्या बायका-पुरुष बोलत होते.

मदघर आजून ठिबकत होतं.

गावात समजंल तशी माणसं येत होती. जात होती.

विझलेली चूल त्याची बायको पंड्याला शेकायला म्हनून पेटवू लागली होती. फुकत होती.

रक्तचंदनाची बाहुली एकजणीनं आणून दिली. ती उगळून लावायला सांगितली.

पंड्याला, हात लावला तर मुतायला येत होतं. जरा हालला तर बोंबलायची कळ यायची.

''आबा कावण्या मोडल्याली हाडं कांबटं बांधून जोडीत होता. आता गावात तसा कोण न्हाई.''

'' त्यो आसता तर पंड्याला त्यानं सरळा केला आस्तां.''

''त्येला त्यातली माहिती हुती. त्येचा 'बा' म्हणं मोडल्याली कंबार बांधीता - त्येचा लय हातगुण. त्येचंच आबा सिकलाता.''

''आता आबाचं पोरगं मोट्ठ झालं. त्याला हे करायची गरज काय?''

''आनि आबाला तरी काय गरज हुती?''

''गरज म्हनायला? आबा काय कुनाकडं पयसं घेत हुता? पदरमोड करून सगळं करीत हुता. पयसं दिल्यावर गुण ईत न्हाई, त्यो म्हनायचा. दिलं तरी घीत न्हवता.''

''त्येला तशी बरीच गावठी अवशीदं माहीत हुती.''

''आनि त्येचा हातगुण बी चांगला हुता'' माणसं बोलत होती.

पंड्याला आता आपलं कसं? कोडं पडलं होतं. पाऊस कधी थांबणार? पुलावरचं पाणी कधी उतरणार? याचं लागलं होतं.

जाळ्यात अडकलेल्या माशागत त्याला झालं होतं.

शामाच्या घराकडं माणसांची धार लागली. अचानक.

त्याच्या चुलत्याला अ‍ॅटॅक आला. माणसं डॉक्टरकडं पळाली. डॉक्टर

आला. या आधी त्याला कधीच असं झालं नव्हतं, असं कोण म्हणत होतं. तर कोण म्हणत होतं; दुसरा झटका. शामाला डॉक्टर म्हणाला, ''शामा, न्याला पाहिजे हार्ट स्पेशालिस्टकडं ताबडतोब.''

शामा, त्याचा चुलतभाऊ डॉक्टरला विचारू लागले. डॉक्टर गप्प. मी काय करू? तुमी तरी आता काय करणार? सगळ्यांना घाम फुटला. चुलत्यासकट सगळ्यांना. मग चुलत्याला वारं घालण्याचं तेवढंच हातात. ते चालू होतं. माणसं भरली होती पावसात. प्रत्येक जमलेलं माणूस; पळवाय पायजे असलं पेशंट. आणि परत. पळवायचं कसं? मग मरण डोळ्यानं बघत सगळी गप्प बसली जीव जाईपर्यंत बघत. पाऊस म्हणजे पाणी. पाणी म्हणजे पूर.

नदीच्या पात्राबाहेर पसरलेलं आक्राळविक्राळ पाणी, रोरावणारा वारा डोळ्यांना नि कानांना सोसवत नव्हता. त्याचं रूप मनाला भय पेरून उलटंपालटं करत होतं. दडपून टाकत होतं.

पुलावर पाणी म्हणजे वाट बंद.
वाट बंद म्हणजे मरण.
मरण म्हणजे जिवंत माणसांच्या डोळ्यांत भय.
भय म्हणजे पाऊस.
पाऊस, पाऊस म्हणजे भयपूर.
भयपूर म्हणजे मरण.
पाऊसभय, पूरभय, मरणभय.
माणसंमाऱ्या पाऊस.

०००

.. ९ ..

कोंडराच्या ओढ्याला आलेल्या तुंबीला मेलेल्या बैलाचं फुगून टम्म झालेलं धड बघून मारत्या सुतार पळतच नंदू वाळवकराच्या घराकडं गेला. नंदूच्या मागनं गावातली बरीच गेली. बैलाचं धड बघून नंदूचं डोळं पाझरू लागलं. मामाच्या आठवणीनं त्याचा बांधच फुटला. आपल्या मामाचं काय खरं नाही. गेला आसंल असाच कुठल्यातरी तुंबीला!

तुंबीतनं असं बरंच यायचं. गावभर व्हायचं. दुसऱ्या दिवशी ते गप्प व्हायचं. दुसरंच दिसायचं. कोण म्हणायचं, थोराताच्या मळ्यात माणसाचं प्रेत आलतं. कोण म्हणायचं, थोरातानं राहिलेल्या उसात पाला काढायला जातील कोण तरी म्हणून आवई उठवलीय. कोण म्हणायचं, मला थोरातानं पाला काढून आणाय सांगितलं तवा मी डोळ्यानं बघून पळत आलो.

डॉक्टरांना लघवीला जायाला वेळ नव्हता. रडणाऱ्या पोराला, रडलास तर नरड्यात इंजीक्शन देइल असं डॉक्टर म्हणत. मग रडणारं पोरगं भीतीनं कळ दाबून सोसत त्याला आतल्या आत शिव्या देत तोंड वाकडं करून त्याच्या हातातला दंड सोडवून घेई. तरी त्यांच्याकडची औषधं संपत आली होती. डोळ्याला दिसंल एवढंच सेंरीजमध्ये औषध भरून ते टोचत होतं.

'पाऊस आजून चार दिवस भरपूर लागणार' इंजेक्शन टोचून घेणाऱ्या माणसाला त्यांचं बोलणं म्हणजे पंचांगातली ओळच वाटत होती. दंड चोळत बरीच माणसं त्यांना विचारत होती, 'पुलावरचं पाणी कवा उतरणार?' त्यांना डॉक्टर सांगे, ''आजून आठ दिवस त्याचं नाव काढायचं नाही.''

दिवस संपून सांज पडू लागली की लोकांना पोटात गोळाच यायचा, भीतीचा; पावसाचं आभाळ भरून सांज बुचकाळायची. अंधाराला धरून गावावर टाकायची. सगळा गाव अंधारा पावसाच्या जाळ्यात ढकलायची. अंधार घरात,

पावसात, वाऱ्यात, मनात, गावात, खायाला उठायचा.

मग गावातल्यांच्या मनात महापुरातली नाव नाचत यायची. अंधारात थैमान घालायची. पावसागत. वाऱ्यागत.

पुलावरचं पावसाचं पाणी मनात अंधार लवंडायचं.

अंधार झोडप्या पाऊस.

सगळं गाव घोटमाळायचं, वारा घोटमाळल्यागत. कोंडून ठेवल्यागत.

भवडाचा आन्दू डॉक्टरला बोलवाय आला होता.

डॉक्टरकडं पेशंट संपत नव्हती. एक गेलं की दुसरं येत होतं.

आन्दू बराच वेळ थांबला. डॉक्टरांना म्हणाला, ''आमची आजी कशीच करतीया. येता का घराकडं?''

आन्दूनं फार मोठी चूक केल्यागत समोरच्या ढणढण करणाऱ्या चिमणीच्या उजेडात बघत डॉक्टर म्हणाला, ''घराकडं? ही सगळी समोरची पेशंट सोडून येवू का तुझ्या घराकडं?''

आन्दू चिमणीगत तोंड करत म्हणू लागला, ''अवो तिला हिकडं याला ईत आस्तं म्हंजे मी तुमाला बलवाय आलो आसतो का?'' त्याचं बोलणं ऐकत डॉक्टरनं समोरच्या पेशंटला एका गोळीचं दोन तुकडे करून द्याला त्याच्या शेजारी बसलेल्या दहावी नापास पोराला सांगितलं. त्या पोरानं समोर मांडलेल्या भरपूर एका आकाराच्या, एका रंगाच्या डबीतली एक डबी उचलली. त्या डबीतल्या गोळ्या घेतल्या, त्यातली एक घेऊन तिचं तुकडं केलं. आणि कागदात बांधून दिलं. ते पोरगं रोज येत होतं. अशी पोरं डॉक्टरांनी शिकवून सुया हातात देवून कोकणात, डोंगरातल्या वाड्यातनी डॉक्टर म्हणून सोडली होती. हा त्यांचा मेन डॉक्टर. देवडॉक्टर!

पुढचा पेशंट बघत डॉक्टर आन्दूला म्हणाले, ''जावू या थांब, एवढी समोरची तरी घालवतो.'' पेशंटला इंजेक्शन टोचत त्यानं आपल्याकडं असणाऱ्या सलाईन बॉक्सची चौकशी गोळ्या देणाऱ्या पोराकडं केली. सलाईन बॉक्स संपत आले होते. मग त्या पेशंटला गोळ्या देत सांगितलं, ''पाणी उतारल्यावर दोन सलाईन लावायला पाहिजेत. लावू या. तोवर इंजेक्शन दिलंय.''

पुढचा पेशंट आला. त्यानं काय होतंय ते न सांगता विचारू लागला, ''सायब आजून किती दिवस पावूस लागणार आनि पुलावरचं पानी कवा उतरणार हे वाईच पंचांगात बघून सांगा की.'' डॉक्टरनं हाताजवळ असणारं पंचांग घेतलं. ''का शिवार बुडिवलाय, तसं गाव बुडिवतोय का पावूस त्ये तरी बगा.''

डॉक्टर चष्मा घालून पंचांगाची पानं उलटून सांगू लागला, ''आजून पाऊस लागणार. पाणी त्या शिवाय उतरंल कसं? आमावस्या तोंडावर आसल्यामुळं पावसाचा जोर वाढंल असं पंचांग सांगतंय. मग उतरंल पाणी पुलावरचं.'' पंचांग बघण्यापुरता चष्मा लावलेला. तो डॉक्टरनं काढून ठेवला. त्या पेशंटनं पंचांगावर पैसे ठेवले.

मग दुसरं पेशंट आलं. टोचलं. लावलं वाटंला. ''जावा गोळ्या खावून झोपा,'' डॉक्टर सांगत होता.

असं बराच वेळ चालू राहिलं. पंचांग आणि सुई बदलत.

पेशंट त्यांचं ऐकून लगेच जात होती. काहीजण तिथंच कोपरा धरून बसत होती.

आन्दूला आता उभं राहून पायात गोळं येऊ लागलं.

''सायब आजीला आमच्या लय झालंया, लगीच या बगून,'' तो म्हणाला.

''जावू या, जावू या. आन्दू आसल्या वेळी पाणी उकळून प्याला पाहिजे. काय झालंया म्हातारीला?''

''तिला थंडच लय वाजतीया म्हंतीया. अंगावर दोन वाकळा टाकल्या तरी हालतीया. मागचा सोपा पडल्याठावनं तिनं हाथरूण घाटलंय,'' आन्दू सांगू लागला.

''पाण्याला भ्याली बिली का काय म्हणायचं?'' डॉक्टर इंजेक्शन देता देता आन्दूला विचारू लागला. इंजेक्शन घेणारी बाई किंकाळली.

पंड्याची बायको आली. डॉक्टरला म्हणू लागली. ''सायब काय वं करायचं आता? हात नि पाय मोदळ्यागत झालाय जरा हालला तरी बापय ठो - ठो बोंबालतोय.''

''आता मी काय करू सांग, त्येचं पायाचं नि हाताचं हाड बी फॅक्चर झालंय. त्याला कोल्हापूरला नेल्याशिवाय इलाज नाही. आता तू तरी आणि कोण तरी काय करणार? नाव असती तर कसं तरी असंना गेला असतासा - माझ्याकडं होतं तेवढं मी औषध दिलंय,'' डॉक्टर म्हणाला, ''त्याचं खरंच टायमिंग बरं. नाहीतर माणूस जाग्यावर संपला असता.''

ती ऐकत गप्प खांबागत उभी राहिली. ''मी येतो चल,'' तिला डॉक्टर म्हणाला. सैरभैर होऊन ती गेली.

आन्दू म्हणाला, ''सायब तिला भ्याला आमी हुतो की तिथंच.''

''तुम्ही आसलासा म्हणून काय झालं? तसं नसतंय आन्दू. तुमास्नी चेष्टा वाटतीय. पावसाची करा बा चेष्टा. त्यो अभ्यास निराळा आहे. त्यांनी बांधलेलं घर. त्या शेणामातीत त्यांचा जीव कालवून उभं केलेलं आसतंय. उगच होत

नसतात सगळ्या गोष्टी.'' डॉक्टर काय बोलत होता ते आन्दूच्या डोक्यावरनं जात होतं. डॉक्टरनं बॅगेत बऱ्याच बाटल्या टाकल्या. ती बॅग आन्दूकडं दिली. तो ''चल मी आलोच,'' म्हणाला. आन्दू बॅग घेवून घराकडं गेला.

पंड्याची बायको हळद मिठाचा लेप देत होती. त्याला हात लावलेला सोसवत नव्हता. तो डॉक्टरला बघून म्हणाला, ''मी काय आता जगत न्हाई. माझं आता कसं हुनार?'' तो रडू लागला.

''काय होत नाही. पाणी उतरल्यावर जावू या कोल्हापूरला. झाडपाल्याचं औषध गावात कोण देतंय का बघा तोपर्यंत. पण ही माझ्याकडं एक ट्यूब होती ती लाव. तेवढंच जरा बरं वाटंल. बराच पाय सुजला. तरी तूच म्हणून टिकलास. दुसरा कोण आसता तर संपला असता,'' डॉक्टर त्याला सांगू लागला, ''तुझं टायमिंग चांगलं म्हणायचं.''

''कसलं टायमिंग म्हनायचं सायब, सगळ्या अंगाचा खुळखुळा झालाय. कळा सोसवत न्हाईता,'' तो रडत सांगत होता. ''या पावसानं गावाचं लय वाटुळं करायचं घेटलंय.''

पाऊस कधी लागंल असं नेहमी त्याला वाटायचं, ते आता त्याला पाऊस कधी थांबल असं झालं होतं.

आन्दू घरात गेला. त्याला घरात बरीच जमलेली विचारू लागली. त्यानं डॉक्टर, पंड्याच्यात गेलेला सांगितलं आणि बसलेली बोलू लागली. ''पंड्याचं आता काय खरं न्हाई. सगळा गडी मोडलाच. वाचला कसा तेंच कळंना.''

''आनि ह्यो डॉक्टर जावून काय करणार हाय?''

''आगा, तरी मरणाला रात आडवी. दुसरं काय करतोय.''

''पाटील डॉक्टर हुतं बग. त्येला समजायचं बरंच, हेच्याकडं काल गेलं तरी उद्या, परवा याच परत.''

''यकाला दोन डाक्टर गावात पायजेत.''

''माप पायजेत खरं गावचं हुबलाक न्हायूच दीना दुसऱ्या डाक्टरला.''

''गावाचं काय सांगतोस, या रेडकराचा सगळा ख्योळ हाय. त्या चंदू पैलवानाला दारू मटन देतोय. आणि नव्या ईल त्या डॉक्टरावर सोडतोय. तसंच पाटील डाक्टराच्या मागं लावला.''

''न्हाई त्ये आसंल काय बी. खरं ह्यो तसा बरा हाय. किती वरसं झाली आसल्या पान्याबिन्यात हाक मारली तरी उठतोय. आनि बाईरचा बादिकाराबी झाला आसला तरी बी सांगतोय. मानसाला कुठं जायाला लागत न्हाई.

अवशीदावर भागत नसलं तर लगीच दुसरं काय कराय लागंल त्ये बी सांगतोय.''

प्रत्येकाचं आपल्या सोयीप्रमाणं बोलणं चालू होतं.

''काय म्हनला तरी काय डॉक्टर?'' आन्दूचा वडील विचारू लागला.

दसू आला. ''आला का डॉक्टर'' विचारू लागला. मग आन्दूनं डॉक्टरच्च्यात तास दोन तास उभा राहून बघितलेला पाढा वाचला.

दसू म्हणू लागला, ''काय झालंय, गावाला आता त्येची गरज हाय. आडला हारी नि गाढवाचं पाय धरी अशी गत.''

''आता काय करायचं? पावसानं वाद्यानं पाय धरायला लावल्यात'' आन्दूची आई म्हातारीच्या हालणाऱ्या अंगावर हात ठेवून बसली होती. तरी म्हातारी हालत होती. तापानं फणफणली होती. बडबडत होती. पावसाची सरीवर सर चालू हाती. पाणी उंबऱ्याला लागलेलं चपट्या मारत होतं. त्याच्या काळजीत सगळीच होती.

''मला बलीव डाक्टर आला की'' आन्दूला सांगून दसू निघाला.

''दसूदा त्येला आनि बलवाय जायाला पायजे. त्यो पंड्याच्या बायकूला देवरसपण सांगीत बसला आसंल.'' आन्दू बोलला. दसू थांबला.

''तुला तेच्यासंगंच याला इथं काय कुरी खुळांबलीती?'' आन्दूचा वडील.

''त्योच माझ्याकडं पिशवी देवून चल पुढं म्हनाला. मग मी त्येच्या मागनं जावू?''– आन्दू. ''त्येला तरी काय म्हनायचं? पोरग्याचा ताप का उतरल्याला न्हाई आजून, बाईरचं काय आसलं तर बगा असं म्हणणाऱ्या बायका येत्याता, त्येला बगून भक्तीनं जमत्याता, आनि त्यो लिंबू टाकायला सांगतोय. त्या मास्तराची बायकूबी त्यात इचारायला?''

''त्येला घालवीत हुतो खरं गाव चांगलं न्हाई आपलं,'' दसू म्हणाला. मगापासून बोलणारी दसूकडं टवकारून बघू लागली.

''इथं कवाच चांगलं चालत न्हाई. चांगलं कोन करायला लागलं की त्येला टांगलं म्हनून समज. मी बघतोय न्हवं.'' आन्दूची आई.

''त्येच्यावर बोगस डाक्टर म्हनून कितीयेळा तक्रारी झाल्या तरी गाव त्येलाच आणतंय पाया पडून. आनि वर 'तुमच्या हातचा गुन चांगला हाय' म्हणीत बसतंय.'' दसू.

''येळंला केळं नि न्यारीला सीताफळं, दसू तेवढाच आधार हाय, चालायचं.'' आन्दूचा वडील.

''ह्यो आधार? आगा जीव जायाचा यखाद्याचा.'' दसू.

''आनि मेला न्हाई गुरवाचा सदा म्हतारा. भूत लागलंय म्हनाला. कापा

कोंबड्या नि बकरी. ह्यो डाक्टर हाय का देवरशी?'' तिथं बसलेला गुरवाच्यातला एकजण म्हणाला.

चर्चा वाढत गेली. डॉक्टरची वाट बघत सगळी बसलेली. त्याचीच चर्चा करत होती.

''पावूस जरासुदीक थांबंना, थेंब फुटा पाऊस का घर पाड्या पावूस म्हनायचा गा ह्यो?'' डॉक्टराला मानणारा एकजण चर्चा पावसाकडं नेण्यासाठी बोलला.

मग आन्दू सांगू लागला, ''डाक्टरनं सांगितलंय मगाशी यकाला, आजून पावूस लागणार. पुलावरचं पानी आठ रोज उतरणार नाही.''

आन्दूच्या आईला आणखीन काळजी वाटू लागली.

पाऊस पळव्या वारा घरावरनं गडगडत गेला.

म्हातारीचं आता दातावर दात आदळू लागलं होतं. वाकाळ अंगावरची जास्तच हालत होती.

आन्दूचा वडील उठला. म्हणाला, ''त्या डॉक्टराला काय मानसानं काढलाय का न्हाई! मीच येतो. काय म्हंतोय त्ये बगतो,'' तो गेला.

आन्दूची आई आन्दूला म्हणू लागली, ''तू गेला आसतास आनि यकदा तर तुझ्या अंगावं फाळा आला आसतां. आदीच मागचा सोपा पडल्याठावनं मानूस कावदारून गेलाय. तिथं आनि जावून काय तरी बडबडला म्हंजी येत्याला डाक्टर बी याच्चा न्हाई म बसा म्हातारीकडं बघीत.''

''तूच जा त्येला आनाय, त्या डाक्टरची लय सिपारस झालीया.'' आन्दूला राग आला.

''याला काय त्यो फुकट येतोय? आला नसला तर मला सांग,'' दसू सांगून निघाला आणि म्हणाला, ''आला की मला बी सांग. आमचं बी पोरगं लय किरकिरायला लागलंय. त्येच्याकडं आता बारक्या पोराचं अवशीद आसलं तर म्हणा.''

''बारक्या पोरास्नी बी ह्यो भसासा इंजीक्शन टोचतोय. भोगावात जावा की बगा. नि पाटील डाक्टर आलता त्यो बी कवा बारक्या पोरास्नी टोचीता? आमची रंजी आलती तवा तिच्या पोराला नेलतं तर त्येनं गोळ्याच दिलत्या. आनि कमी न्हाई आलं तर चिठ्ठी लिवून दिलती.'' आन्दूची आई सांगत होती. पण तिला नवऱ्याची काळजी लागली होती.

मागच्या सोप्यातली ओढलेली भांडी-कुंडी सगळ्या मदघरात पसरलेली होती. पुढच्या सोप्यात ढोरांची दाटी झाली होती. माणसांना येता जाता दोन म्हैसीच्या मधनंच यावं लागत होतं.

जनावरांच्या शेडमध्ये कमरंएवढं पाणी होतं. त्याला लागून हुटी होती. तिथं वैरण काढाय गेलं तर सगळी हुटी पाण्यात ढासळंल असं वाटत होतं.

दूध देणारी ढोरं तक्रार करू लागली होती. असं झालं तर एकदम आटून जातील, या काळजीत सगळी होती. आन्दूच्या आईला, माणसानं कसली म्हणून काळजी करायची असं वाटू लागलं होतं.

जरा थांबलेला पाऊस ओतू लागला. त्येच्याकडं बघत; ''लाग बाबा. उघडून दमलास. पाक शिवाराचा चिखूल केलायस. तसा घरादाराचा कर म्हंजी तुजं मनाचं समाधान व्हील?''– ती पावसाला म्हणत होती. तेवढ्यात आन्दूचा वडील आलेला तिला दिसला. त्याला एकट्यालाच बघून; या माणसानं केली वाटतं डाक्टरासंगं भांडणं. तिच्या छातीत धडकी भरल्यागत झालं. तिला त्याला विचारायची छाती होईना. तो आला म्हणाला, ''आन्दू उठवू या धर म्हातारीला, बसवू या.''

''डाक्टर तरी येवू दे,'' ती उठत बोलली. तिला आता छातीत बरं वाटलं.

''आलाया, त्याशिवाय कशाला उठवू?'' तो तिला सांगू लागला.

डॉक्टर आला. त्याला आन्दूनं म्हैसीच्या समोर उभं राहून आत घेतला. ''मागचा सोपा सगळाच पडला होय? आणि जनावंराचं शेड होतं न्हवं?''

''शेड हाय, खरं शेडात पानी खेळाय लागलंय. आनि सोपा सगळा पडला. तुमी या गावात आल्यास यवढा पावूस कवा लागलाता? मदघराच्या हुंबऱ्याला पानी लागलंय आमच्या. मला आठवतंय आसं यवढं पानी न्हाई. कवा तरी परड्यात पानी याच्वं, लगीच एकदोन रोजात मागं परतायचं. खरं घरात? कवाच न्हाई. रातभर झॉप न्हाई. पाण्यातनं काय यक वस्तू येतीया व्हय? बाद तेवढी वस्तू आसऱ्याला येतीया पान्यातनं बाईर'' आन्दूचा वडील. बाद वस्तू म्हणजे साप असं त्याला सांगायचं होतं. पण तो रात्र पडली होती म्हणून साप असं म्हणत नव्हता. मग जमलेली तुंबीला आलेल्या लाकडाचं, सापाचं, माणसांची, ढोरांची प्रेतं याचं बोलू लागली. त्याचं बोलणं आन्दूच्या आईनं बंद केलं. आदीच म्हातारी जाबडतीय म्हणाली.

डॉक्टर मांडी घालून म्हातारीच्या जवळच बसला.

आन्दूच्या आईनं घोंगडं दिलं. तर तो 'आसू दे' म्हणाला आणि म्हातारीला बघू लागला.

त्यानं म्हातारीच्या अंगावरची वाकाळ काढली. तशी म्हातारी वाऱ्यानं झाड हालल्यागत हलू लागली.

''लय थंडऽऽ लय थंडऽऽ बाई, अंगावर घाल, अंगावरचं काढू नगो.'' तिचं दातावर दात वाजू लागलं.

डॉक्टरनं तिचा हात हातात घेतला. तापानं अंग भाजत होतं.

त्यानं इंजेक्शन भरलं. दिलं. ''आयीऽ'' म्हातारी तेवढंच म्हणाली.

''दोन सलाईन लावायला पाहिजेत. आता माझ्याकडं आसतील तर बघतो. आता थोडंसं खायाला काय तरी द्या आनि यातल्या गोळ्या द्या,'' तो गोळ्या बांधत म्हणाला.

''येचीला मागं का आन्दूला लावून देवू? सलाइनी आसल्या तर लावा की,'' आन्दूची आई डॉक्टरला म्हणाली.

''मीच येतो, तिथं पेशंट बरीच आल्यात.'' डॉक्टर निघाला.

''म्हातारीला तेवढी सरळ करा सायब. पावसाचं बघताय न्हवं, न्याची म्हटली तरी काय चालतंय.'' त्यातला एकजण म्हणाला.

''आता पंड्याला न्याला पाहिजे होता ताबडतोब, पण काय करणार त्याला? या निसर्गाच्या पुढं कुणाचं चालतंय?'' डॉक्टर सांगू लागला.

''पंड्याची हाडं मोडल्यात – आता आवघडच हाय त्येचं सायब.''

''होय तेच म्हणतोय –'' डॉक्टर, ''आणि लय ती माणसं भीतीनं अंथरुण धरून हायत. कोण शिवार बुडला म्हणून, तर कोण आपलं झाड पडलं म्हणून. तर कोण घर पडलं म्हणून. तर कोणाला आपल्या ढोरांचं काय? तर कोण आपल्या पोराचं काय? हे सगळं मनात नाचतंय पावसागत. कोलमडून टाकतंय माणसाला वाऱ्यागत. यानंच लय ती माणसं आजारी पडल्यात. काय करणार?'' डॉक्टराचं सगळ्यांना पटलं. बसलेली पावसाची उघडण्याची वाट बघून उठली. गेली.

''जरासा च्या करतो, त्यातनं म्हातारीला बिस्कुट चारू या.'' आन्दूची आई म्हणाली. आन्दूच्या वडलानं आन्दूला दुकानात पाठवला. ''बिस्कुटाचा पुडा घेवून ये.''

आन्दू दसूच्या दुकानात गेला.

''आलाता का रं डाक्टर?'' दसूनं त्याला विचारलं. त्याला डॉक्टरला नातवाला दाखवायचं होतं.

''आला बी नि गेला बी,'' आन्दूनं सांगितलं.

''काय सांगितलं आजीला?'' दसू.

''काय सांगणार, त्येचं ठरल्यालं हाय, इंजेक्शन. आता दोन सलाईन लावणार हाय.''

''लावू दे लेकाच्या, आता बोलू नगोस कसंबी त्याला. पण मला सांगायचं नाहीस होय. आमच्या पोराला दाखवायचं होतं. रातभर ते रडतंय.'' दसूच्या मनात नसताना तो पर्याय नाही म्हणून त्याला आपल्या नातवाला दाखवणार होता.

"आनि यायचा हाय की आजीला सलाईन लावायला– तवा तुला सांगतो, मला येक बिस्किटचा पुडा दे," आन्दू पैसे देत म्हणाला.

"बिस्किटचं पुडं संपलं. नानासाब आलता. त्यो सांगीता गावात कुनाच्याच दुकानात बिस्किटं मिळाली नाहीत. माल सगळाच संपलाय मर्दा." दसू रिकाम्या बरण्या दुकानातल्या दाखवू लागला. त्याला दुकान उघडू वाटंना. पूल झाला की लागंल तसा माल आणता येईल असं वाटलं होतं. थोडाच माल भरला. त्याचा दणका बसला. पुलानं फसलो.

त्यानं आन्दूला बरणीत असणारी बारक्या पोरांना असलेली बारकी बिस्किटं होती ती बरणी झाडून दिली. आन्दूच्या आईनं हाक दिली. त्यासरशी तो पळाला.

"तुला त्या दुकानात गेलास की तिकडंच पाण्यात पडल्यागत हुतोस," ती म्हणू लागली.

"बिस्किटचं पुडं सपल्यात, बिस्किटं दिल्यात बारक्या पोरांची," तो सांगू लागला.

"बायला या दसूचंबी ध्यानच न्हाई दुकानात –"आन्दूचा वडील म्हणू लागला.

"गावातल्या कुनाच्याच दुकानात न्हाईत. सगळ्याच दुकानातला माल संपलाय. मानसास्नी कायच मिळंना झालय. मग दुकानात जे आसंल ते नेलं. आता कायच न्हाई. च्या ची पूडबी मिळंना."

त्यानं आणलेली बिस्किटं त्याच्या आईनं चहात टाकली. म्हातारीला उठवून ती चमच्यानं तिला पाजली. आन्दूच्या वडलाला वाटलं; म्हातारी एक दिवसात पाकच घाईला आली. पावसात आणि काय कमी जास्त झालं तर? त्याला थंडी वाजून आली. असं एकाएकी कसं बिघडलं म्हणायचं?

चार चमच्यावर लगेच म्हातारी आडवी होत म्हणाली, "अंगाव घाला, अंगाव घाला." अंगावर घातलं तरी ती तशीच बडबडत राहिली. तो म्हणाला, "आय्ये तुझ्या अंगावर दोन वाकळा हायता."

"आनि वाईच टाक. लय थंडऽ लय थंडऽ"

"थोरल्या बांबरातला आंबा पडला न्हवं? लय वर्सांचा आंबा. कशाचा शिवार नि कसलं पीक. मानसानं खायाचं काय नि जगायचं कसं?" तिचं दातावर दात आपटत होतं. आन्दूनं तिच्या अंगावर घोंगडं टाकलं. "लय वंगाळ पावूस, लय वंगाळ. आगवसरा पावूस, आन्दू बाळा, बाईर जावू नगोस." ती बडबडत होती.

अंधार वळवळत होता. पाऊस त्याला सोडत नव्हता. वारा 'घू' करून घुमत होता.

"ढोरांस्नी काय तरी बघा की." आन्दूची आई.

''काय बघतीस, मला त्येंच्याकडं बघू वाटंना झालंय. वैरण मागायची कुनाकडं. आनि यकायेळची मिळंल. जेचंतेचं हेच हाय. कुनाच्या शेतावरच्या वस्तीवर, तर कुनाची शेतातल्या घरात, हाय ती तरी किच्ची देनार. त्येंच्या मागं गाव सगळं. त्येंच्या ढोरास्नी वैरण मिळंना, भुतागत सगळं गाव गेल्यावर काय हुनार?'' आन्दूचा वडील. ''रावणाच्यातनं योक भारा तरी आनायचा म्हंतोय. तेवढीच यकयक पेंडी तरी पुढ्यात सोडाय ईल. ठार उपाशी ढोरं म्हंजे, आपल्याबी तोंडात घास जायाचा न्हाई. खरं रावणाच्यात बी सताठजण मागतकरी बसल्यात, मगाशी डाक्टर याच्या आदी गेलतो तवा.''

''आता बगा जावा, गेली आसतील तवर आणा जावा योक भारा, दुसरं भ्या न्हाई कशाचं, याल्याली ताजी म्हस आटून जायाची.'' आन्दूची आई. ''आता डोळ्यात बॉट घालील म्हनलं तरी दिसत न्हाई, आनि या पावसात कोन हाय, जावा.''

तो उठला. त्यानं पोत्याची खोळ डोक्यात घातली. तो रावणाच्या घराकडं गेला. आणि दारातनच परत आला. तिथं आजून मगाची माणसं बसली होती.

त्याला बघून आन्दूची आई म्हणाली, ''का आलासा? का न्हाई म्हणाला?''

''तिथं आजून बसल्यात मगाची माणसं तळं करून. मग आलो.'' आणि तो सांगू लागला, ''शामाच्या भावकीची बिबीची डाग सगळी दऱ्यात घसारलीया म्हंत्यात. कुठं ती डाग नि कुठं दरा. खरं दरा पाकच मुजलाय म्हंजी काय म्हनायचं?''

डॉक्टर परत आला. सलाईन घेऊन. त्याच्याबरोबर दोघं पोरं होती.

त्यानं म्हातारीच्या अंगावरनं सगळं काढलं. म्हातारी हालाय लागली, ओरडाय लागली. तिचा हात हातात घेत, ''मगापेक्षा ताप उतारलाय. खाल्लं का काय?''

''खाल्ली दोन बिस्कुटं च्यातनं.'' आन्दूची आई.

डॉक्टर सलाईन लावून बरोबर आणलेल्या एका पोराला बसवून त्याला सांगून निघाला. नवीन डॉक्टर तयार करायचं डॉक्टरचं काम जोमानं चाललं होतं.

''सायब तुमाला दुकानदारानं बलिवलंय,'' आन्दूनं दसूचा निरोप सांगितला.

डॉक्टर न बोलताच गेला. आन्दू त्येच्या पाठीमागनं पळाला.

दसूच्या घरात हाक मारत डॉक्टर गेला. ''दसूदा, दिवा तरी दाखीव सायब आल्यात,'' आन्दू अंधारात बोलतच घरात गेला.

''या सायब,'' दसूनं मदघरातल्या दिव्याला दुसरा दिवा ढसीवला आणि

बाहेर येत म्हणाला, ‘‘राकील इदमान दिवं सगळ्या घरात लावायचं कुठलं? त्यात लायीटीनं टांग मारलीया.’’

‘‘काय झालं, कोण आजारी आहे?’’

‘‘नातू आमचा रासारी रडतोयच. हातावर थरंना.’’ दसू दिवा दाखवत डॉक्टरला घेऊन आत गेला.

दुकानदाराची पोरगी खाटंवर उठून बसली.

‘‘सायब कावं आसं रातभर यकसारखं रडत आसंल प्वॉर?’’ दसूची बायको विचारत बाळूत्यातल्या पोराला डॉक्टरला दाखवत म्हणाली, ‘‘मगाधरनं तापानं हुंबाय लागलंय.’’

दसू बघत होता; डॉक्टरनं इंजेक्शन काढलं तर सांगायचं इंजेक्शन तेवढं देऊ नको म्हणून.

डॉक्टर पोराला तपासत होता. ते दिव्याच्या उजेडाकडं बगून गालातल्या गालात हसत होतं. दिवा जरा बाजूला चेहरा सोडून गेला तर लगेच रडत होतं.

‘‘हेचं पोट बिघडलंय. माझ्याकडं पातळ औषध आहे. ते देतो. कोणतरी या माझ्यासंगं. अर्धा चमचा घालायचा.’’ डॉक्टर उठला.

‘‘बसा की, च्या घ्या.’’ दसूची बायको.

‘‘नको तिकडं पेशंट वाट बघीत बसली आसतील.’’

दसूनं बाहेरची खुर्ची मदघरात आणली. त्यानं डॉक्टरला बसायला दिली. ‘‘बसा च्याला किच्चा वेळ लागतोय,’’ तो म्हणाला. दुकानात कोणी तरी आलं. त्याच्या अंगावर गिऱ्हाईक आलं की काटा यायचा. तो दुकानात गेला. गिऱ्हाईक मागत आसलेली एकही वस्तू नव्हती.

डॉक्टर बसला होता. दसूची बायको चहाचं आदाण ठेवून डॉक्टरला विचारू लागली,

‘‘पावूस आजून आसा किती दिवस लागायचा सायब? पुलावरचं पानी कवा उतरायचं?’’

‘‘पंचांग तर सांगतंय पाऊस आजून लागणार म्हणून.’’

‘‘मग कसं ओ गावाचं नि मानसांचं व्हायचं?’’ ती काळजीत पडली.

‘‘आता कसं?’’ डॉक्टर.

‘‘आनि भवडाच्या म्हातारीचं चलन येगळंच दिसतंय.’’

‘‘ती भ्याली असणार. घरातली म्हणतात, नाही.’’ डॉक्टर.

‘‘व्हय व्हय सायब, सोपा पडायच्या आदल्या दिसी नि सोपा पडल्याव बी हिंडती न्हवं. खरं पानी मदघराच्या उंबऱ्याला लागल्याव तिनं हाथरूण धरलं

आनि त्याठावनं शेताशिवाराचं ढोरागुरांचं नि झाडाझुडपाचं सारखं बडबडतीया.'' दसूच्या बायकोनं सांगितलं आणि तिनं डॉक्टरला चहा दिला.

डॉक्टर चहा पिऊन उठला.

नाना पांगे अंधारातनं आत घरात आला. दसूनं घरात विचारलं, ''च्या सपला का हाय?''

डॉक्टरला बघून नाना विचारू लागला, ''डॉक्टर आनि कुनाला आणलंस, दसू?''

''नातवानं रासारी पावसागत रिंगाणच घाटलंय.'' दसू.

''सायब, तुमच्याकडं अवशदं तरी हायत का? गाव सगळं आजारी पडलंय. दुकानातला माल संपलाय हेंच्या. पावसानं आनि पुलावरच्या पान्यानं गावाचा कोंडवाडा झालाय. ह्यो पावूस आजून काय करतोय त्येचा नेम न्हाई.'' नाना.

शामा दसूकडं आलेला. डॉक्टरला बघून म्हणाला, ''आमचं पोरगं बी तापानं भाजाय लागलंय, येताय का घराकडं?''

''त्येला घेवून आला तर बरं होईल. मी पेशंट सोडून आलो होतो. भवडाच्या म्हातारीला सलाईन लावायची होती म्हणून. दुकानदार, कोण येतंय का, औषध देतो.'' डॉक्टर शामाला सांगून दसूला म्हणाला नि गेला.

''पानी उकळून प्याला पायजे?'' नाना पांगे – ''बायका आलेल्या वताचंच पाणी भरून आणतायत, त्यात काय काय वाहून आलंय मेलेलं नि कुजलेलं. दुनयेची गहाण. नळाला पाणी आलं तरी तिथलंच याच्च म्हना. मानसं पानी पिवून मरतील असा सगळा खेळ मांडलाय पावसानं. गावाला उनाळ्यात नदीस्न पाणी आणून बायकांच्या डोक्याची केसं गेली. आणि आता गांडीजवळ आलेलं पाणी पिवून सगळ्यांची पोटं बिघडली. पण सांगायचं कुनाला? मानसानं आपल्यापुरता विचार करावा. पानी उकळून प्यावं.''

''पंड्याकडं गेल्तो आता. आवघड हाय. त्येचा पायबी नि हातबी मोडलाय. कस व्हायचं त्येचं. कळा सोसंनात. रासारी वरढतोय.'' शामा बसला. ''मरायला निमित बगतोय वरचा, नाना, पान्यातला जंतूबी मानसाला मारतोय. मला इथंच वरचा थोर वाटतोय. आता आमची बिबीची डाग खाली घसारलीया. किती झाडं नि दगडं त्यात. धा वर्सं लागली आसती ते एका रातीत पावसानं केलं. हुत्याचं न्हवतं नि न्हवत्याचं हुतं कवा करील त्यो पत्ता लागायचा नाई.''

''तू आता मागनं बसायला ये. आदी पोराला नेवून दावजा. डाक्टरकडची अवशदं संपत आल्यात.'' दसू.

आतनं रडण्याचा आवाज आला. शामा दसूला विचारू लागला, ''नातू यवढा का खवाळलाय?''

''रासारी असं हाय. डोस्कं उठिवलंय त्येनं. आमाला रडायची येळ आणलीया त्येनं. आता न्याचं तरी कुठं? आनि करायचं काय? लोकांचं पोरगं त्येंच्या त्या घरात यकदा गेलं आसतं म्हंजे दगदग न्हवती,'' दसू सांगू लागला, ''रातभर तिघं मायलेकं हातावर घेवून पाळीपाळीनं रात काढली. पावूस म्हंजे रासारी वाजतोय. नि हे एकसारखं रडतंय. पोटात कालावल्यागत हुतंय त्येच्याकडं बघून. पोरगी त्येला बघून त्येच्यासंगं रडतीय. उठावं म्हडलं फोन करावा त्येच्या 'बा' ला तर त्येची बोंब. आनि लायीटीची तर आशी गत – दिव्याला राकील जाळीत बसलोय.''

''त्येच्या 'बा' ला कळवून त्यो तरी काय करणार, दसू?'' नाना.

''हे समजून घेनारी मानसं न्हाईत वो ती. आदीच, म्हणीत हुती आमच्या हिथंच न्हावू द्या आमच्या सुनंला. तेच उगळीत बसणार. मला बी तेच वाटत हुतं. खरं आमच्या बायकोच्या अंगात लय पानी. त्या दिवशी काय कमी जास्त झालं आसतं तर काय झालं आसतं पाण्यात? केवढ्याला पडलं आसतं?'' दसू.

''दसू, तू तिला का सारखा दोस देतोस? खुळ्यागत तुझी ही बडबड लय येळा आयीकलीय. पयलं बाळतपण पोरीचं. कुठल्या आयीला वाटंल सासूकडं व्हावं म्हनून? आनि सासू म्हनाली म्हनून करतीया व्हय? पदरच्या पोरगीसाठी केलंस तर यवढं बोलतोयास. सासू केवढी बोलली आसती त्येचा इचार कर,'' शामानं दसूला झाडून काढला. पावसानं झाडल्यागत.

मग दसूच्या बायकोच्या अंगात वारं शिरल्यागत झालं. ती नातवाला पोरीकडं देवून बाहेर आली. ''हे बघा, माझ्या पोरीच्या मुळावर पावूस उठलाय त्येला कोन काय करणार? हिनं केलं– हिनं केलं सारखं लावलयंसा त्ये. तुमास्नी काय माहिती हाय बायकांचं दुखणं? रिनपन फिटतं, खरं इनपन फिटत नाई म्हणत्यात ते उगच नाई वाडवडलापास्नं. तिची सासू तुमच्याम्होर ग्वॉड बोलून दावतीया. तेवढी ती ग्वॉड हाय व्ही? बोरागतीन बाई नोका. वरनंच ग्वॉड गुळमाट. आत कढीन खॉट. कळायचं न्हाई तुमाला. त्येला आयीचं आतडं लागतंय, जल्मभर पोरीला टोमणं मारीत बसली आसती 'तुझी आयी म्हनायची का शेजारची बाई, पयलं बाळातपण बी केलं न्हाई' तुमाला कोन बोलतंया? जल्मभर माझ्या डोक्यावर टोपूर न्हायला आसता. आनि आता कुठं धा पाच बाळतपणं हुत्यात तवा लगीच बोलायला. पोरीच्या जातीचं प्वॉट पिकल्याशिवाय नांदणं सुडाला लागत न्हाई. दादासाब त्या बाईनं लग्नात कुठल्या शेजारच्या बाईला आजीचा आहेर घ्याला नाई म्हंडलो तर आजून शेजारची ती बाई घरात आली की आमनधपक्यानं पोरीला बोलतीया. तवा पोरगीचा सासराच म्हनलाता शेजारची म्हातारी तिला कुठं आजी करायला लागलीस? तर तुमाला सांगतो ती बाई कमरची पैशाची पिशवी काढून नवऱ्यापुढं

त्या आजीला लुगडं घेवून उठली. ती बाई पदरच्या नवऱ्याला सतरा मानसात पावर दाखवाय भीत न्हाई नि ह्ये सांगत्यात मला.''

''आता जा पोराला घेवून उड्या घीत पान्यातनं. आता ह्यो डाक्टर अवशद देनार नि पोराला बरं वाटणार. त्येला इचारलं न्हाईस लिंबू कुठं कापून टाकू का म्हनून?'' दसू.

''इचारलं, इचारलं. तुमास्नी चेस्टाच वाटतीया सगळी. गाव सगळं इचारतंय त्ये सगळं खुळं. आनि तुमी तेवढं शानं. बास करा तुमचं. मला ठावं हाय, करायचं करायचं नि जित्यापनी मरायचं तुमच्यासंगं. चांगलं झालं की मी केलं नि वंगाळ झालं की हिनं केलं. नांदाय आल्याबस्नं बगतोय हे काय नवं हाय?'' ती बोलतच आत गेली.

सगळीच अंधारातला पावसाचा आवाज ऐकत बसून राहिली.

शामा दसूला म्हणाला, ''दसू तू आजा झालास तरी सुदरला न्हाईस, कशाला या आसल्या बायकाच्या गोस्टीत लक्स घालायचं? करू द्यात काय करत्यात त्या.''

''काय करू द्यात मर्दा, तुझ्या पोराला आता ताप आलाय. लिंबू टाकून बरा व्हील? तू बी सांगतोस त्ये मला. दाखीव जा नि इचार जा लिंबू कुठं कापून टाकू म्हनून,'' दसू रागातच शामाला म्हणू लागला. शामा हसतच म्हणाला,

''आरं निगालोयच, पावूस तरी जरा वाव देवू दे की?''

''न्हाई त्ये बी इचार की, पावूस कवा वाव देनार? मी कवा जानार? कवा थांबणार?'' दसू रागातच होता. पावसागत तो पेटला होता. त्यात आन्दूनं तेल टाकलं, ''दुपारी इचारीत हुती मानसं डाक्टरला.''

''सांग, हेला मी बोलत्यालं दिसतय. न्हाईतर सगळी मिळून जावा त्या डाक्टरला घेवून आनि पावूस थांबवून या जावा, बोलतोयास का रडतोयास तू बी.'' दसूचा राग पावसाच्या सरीवर सरी ढासळल्यागत ढासळत होता. नाना पांगे म्हणाला,

''दसू आरं मेणबत्या तरी हायता का? दे की दोन.''

''मेणबत्या? आमच्यात लावील म्हटली तरी न्हाई. या दोन दिवसांत सगळ्या सपल्या. मागच्या वर्सीच्या तशाच हुत्या. त्याही मानसांनी नेल्या.''

''काय करतील मानसं? राकीलची बोंब. इकणारा त्या बोंबत आनि बोंब करतोय. म्हंजी सगळी बोंबतबोंबच.'' शामा.

दसू दिवा हातात घेऊन तुटक्या मेणबत्या शोधत होता. त्याला मेणबत्तीचं खोकं रिकामंच सापडलं. त्यानं ते अंधारात तिथंनच फेकून दिलं. ''नानासाब बघतो न्हाईतर पावूस उघडंपर्यंत दुकान बंदच ठेवतो. माल नसल्याव न्हाई म्हनून किच्चं सांगायचं? तोंडाकडं बघू वाटंना मानसांच्या. मानस काय खातील रोजची

वस्तू नसल्यावर? मनाला बरं वाटंत न्हाई. रोजची मानसं.'' दसूचं रिकामं दुकान झालेलं, त्याला तिथं उभं राहू वाटंना म्हणून सांगत होता.

''आमच्या घरात ते आता एक हाय तर एक न्हाई -''

दसूचा राग ओसरला होता.

पाऊस मात्र अंधाराला धरून झोडपीत होता.

अंधारझोडप्या पाऊस!

शामा उठला; त्याला पोराला डॉक्टरकडं दाखवायचं होतं. रात्रीचं आणि जास्त झालं तर काय? तो गेला.

नाना पांगेही मेणबत्या नाहीत म्हणून घरातल्या अंधाराच्या काळजीतच उठला. दसूही त्याच्या बरोबर डॉक्टरकडं औषध देतो म्हणालेलं आणायला गेला.

त्याच्या समोरनं तसल्या अंधारपावसात कोणतरी वैरणीचा भारा घेऊन येत्यालं दिसलं.

''कोन रं त्ये? आनि आता रं कुठनं आनलीस वैरण?'' नानानं विचारलं.

डोक्यावर भारा घेतलेला न बोलताच गेला.

ती दोघं त्याच्याकडं बघत पावूस अंधार तुडवीत गेली.

आन्दूच्या वडलाला तसं रावणानं सांगितलं होतं. तो म्हणूनच दसू आणि नानासंगं न बोलताच गेला.

''नानासाब, ढोरांच्या वैरणीसाठी लोकांच्या मारामाऱ्या होत्यात का काय असं झालंय या पावसानं. कोन तरी आसंल मागून आणलेली न्हाई तर चोरूनबी आणलेली,'' दसू नानाला सांगतच निघाला.

तो डॉक्टरकडं गेला. नाना आपल्या घराकडं.

नानाला आपल्या घराजवळ गेल्यावर; निखाळलेल्या पाणपट्टीचा पत्रा वाजत आसणारा आवाज कानावर आदळू लागला. चांदीला निखळून लोंबणारा पत्रा आपटून रासारी त्यानं त्याची झोप उडवली होती. तो सगळा निखळूनही पडत नव्हता. ताड् ताड् वाऱ्यानं धडकत चांदीवर आपटत होता. आयला, माणसाला साधा त्यानं मारलेला पत्रा त्याची झोप उडवतो म्हणजे काय? आणि हा पाऊस तर जगूच देत नाही आता. जगणं हाराम करणाऱ्या आसपासच्या किती गोष्टी. नानाला आलीकडं असलं काय तरी आठवतं आणि सगळंच भयाण वाटू लागतं. डोक्यात वारा आणि पावसाच्या झिम्मा फुगडीनं तो त्रस्त होतो. त्याची केळीची बाग बुडली त्याठावनं तर तो आसलाच विचार करत तडपडतो. शिवार कुजवा पाऊस. शिवारबुडवा पाऊस. असं त्याचं चालू असतं.

दसू डॉक्टरकडं गेला; डॉक्टरपुढं जळणारा मोठा ढण्ढण् दिवा बघून याला रॉकेल एवढं कुठलं मिळतंय असं त्याच्या मनात आलं. डॉक्टरनं पेशंटच्या गराड्यातनं त्याच्याकडं बघितलं; म्हणाला, ''दुकानदार, बाटली आर्धी आहे. एक दोन वेळा घालून बघा. मात्र रडायचं थांबलं तर घालायची नाही.''

''बरं,'' म्हणून दसूनं औषधाची बाटली घेतली.

शामा आपल्या पोरग्याला घेऊन आला.

धोतरात लपेटलंलं पोरगं. तापानं हुंबत होतं.

''जाताना येनार का?'' दसूनं त्याला विचारलं.

''बघतो. गर्दी लयच दिसतीया.''

''तुला सांगिटल्यालंबी कर. मिठाच्या पाण्याच्या पट्ट्या ठेव. त्यात हायगय करू नगो,'' दसू त्याला सांगून गेला.

अंधार पावसात तो देवळाम्होरं आला.

देवळाम्होरचा पावसानं काकडून गेलेला पिंपळ. पावसाच्या कल्लोळात अंधारात बुडून गेललं देऊळ. देवळाभोवती असणारी या वेळची गजबज सगळी निप पडलेली. घरं आतनं कडी कोयंडं लावून अंगावर पडणाऱ्या पावसानं गारठून गेलेली. खापऱ्या फोड्या पाऊस झेलत.

सगळं भयाण भकास. देवळाकडंही त्याला बघू वाटंना. पायातलं पाणी चालू देईना. तो छत्री आसून सगळा ओलाचिंब झाला. अंधार चिरणारा पाऊस. चिंध्याचिंध्या झाल्यागत वाटू लागलं.

तो घरात आला.

पोरगं खवळलं होतं. पावसापेक्षा जास्त.

हातावर घेतलं तरी उसळत होतं. त्याची बायको आणि पोरगी रडकुंडीला आल्या होत्या.

''घ्याचं तरी कसं आनि काय?'' त्याची बायको हाताचा पाळणा करून उभ्याउभ्याच त्याला हालवत होती. ते जास्तच खवळल्यागत करत होतं.

''तू रडू नगोरा, बल्या बाईनं रडायचं न्हाई सारखं.'' ती पोरगीच्या डोळ्यातलं पाणी बघून बोलत होती. स्वत:चा भवंडा सावरत होती.

तो दिव्याजवळ गेला. बाटली आत बाहेर बघितली. एक्सपायर डेट बघितली. मग स्वत:च चमच्या घेतला. बाटलीचं टोपण काढलं. चमच्या अर्धा घेतला. ते बघून रडणारं पोरगं पोरगीकडं तिनं दिलं. ''वाईच आम्याला लाव बघ थांबतंय का जरा,'' ती म्हणाली, ''म्हंजी अवशद घालता ईल.'' पोरगं पोरीनं घेतलं. ती त्याच्या हातातला चमच्या घ्याला गेली. दिव्या अंधारी बाटलीला बूच

न घालता दसू तिला चमच्या द्याला लागला होता. बाटली खालीच होती. तिला तिचा पाय लागला. तशी हालली. ''हा त्येचा वणवा झाला.''

तिच्या हातात चमचा देऊन दसूनं दिव्याउजेडी बाटली बघितली. तो तिच्यावर कोसळू लागला. त्याचं अंग थरथरू लागलं. तिचा जीव थरथरू लागला. कसाबसा तो अर्धा चमच्या तिनं पोराला पाजला. डोक्याला हात लावून दसूचं ऐकत गप्प बसली. ''तुझी सूद सांडल्याली मला कायमचं ठावं हाय. आता बस बघीत पोराचं रडं. काय कमी जास्त झालं तर तुझा पायच मोडतो कनाय बग. बोल्लो की राग येतोय तुला.''

तिला वाटत होत म्हणावं, बाटलीला बूच घालायची सूद कुठं गेलती. पण ती वाढंचोर लागंल म्हणून थांबली. तिनं दिवा घेतला. सांडलेलं औषध चारएक चमचं होतं ते पुसलं.

सांडल्या मनानं ती पोरगीकडं बघत होती; आता या पोराला काय करायचं? माझ्या पोरीचा जीव काय करील?

दसू अंधारातच दुकानात येऊन बसला. डोक्याला हात लावून; त्याला पावसाचा आवाज पोरग्याच्या रडण्यानं ऐकायला येत नसल्यागत झालं होतं. सगळं सुन्न. भयाण भूक. सैरभैर मन. डचमळू लागल्यागत वाटत होतं. पावसाला आठवंल तेवढ्या शिव्या दिल्या.

ती विझलेली चूल पेटवाय लागली होती. वादाळीनं जळाण धुमत होतं. धुमणाऱ्या लाकडांचं तिखट झोंबणाऱ्या धुरानं गुदमरल्यागत होत होतं. सगळ्या घरभर धूर झोंबत फिरत होता. जेवण सगळं केलेलं गारंगार झालेलं. त्याला थोडंतरी कोमट करावं म्हणून ती फुंकत होती. फोडलेला विस्तू लगेच गार पडाय लागला होता. तिच्या डोक्यात पाऊस; चूल गार पडल्यावर लय लागतो हे शिजू लागलं. डोळ्यात नाकात झोंबणारा वास तिला घोटमाळू लागला. पोरगं थोडं रडायचं थांबलं होतं; 'माझाच वादणीचा पाय मोडला त्यावर पडला. औषधाचा चांगला गुण आला असता. आणि ह्यो वाद्या किच्ची परीक्षा बघतोय माझ्या पोरीची? थांबला बिंबलास तर तुला कोण फासावर दील. थांबू नगोस. लाग बाबा, पाक यकदा आमच्या जिवाची राख कर. म बघ तुजं समादान हुतंय का? पोरीला दूधच नाई. मला बी या पोरीच्या येळा कुठं दूध हुतं? पर तवाचं येगळं दिवस. तीही पोरीची जात हुती आता ह्यो पोरगीचा पोरगा हाय. हमीदच्या बायकोला पाजून जा म्हनून सांगावं. पोराचं प्वॉट भरत नसंल त्येनंबी रडत आसंल.'

दसू दुकानातनं उठला.

बाहेरच्या छप्परीत आला. अंधारात वाजणारा पाऊस त्याच्या डोक्यात

फुटल्यागत वाटू लागला. धड अंगानं पोरगीचं पोरगं त्येच्या घराकडं गेलं की काळजी नव्हती. आमच्या बायण्णाक्काचं असंच झालं. पूर्वी लग्न झाल्यावर नवरा बायको पहिली पासा वर्ष धड बोलत नसत एकामेकाशी. त्यात त्यांना मूल व्हायचं म्हणजे सताठ वर्ष लागायची. त्याआधी मूल झालंच तर संशयानं सगळीजण त्यांच्याकडं बघायची. बायण्णाक्काचं तसं झालं नाही. मात्र तिला सताठ वर्षानं मुलगा झाला. ती वर्षभर आमच्या घरातच होती बाळंतपणाला आणल्यावर. पोरगं रांगतं झालं तरी तिचा नवरा येईना तिला न्याला. त्याचं मत तसं वाईट नव्हतं. बाळंतणीला आईच्या घरात सुख मिळतं तेवढं सासूच्या घरात मिळत नाही. आपली घरं वरनं गड्यांची वाटत आसली तरी आतनं बायकांचीच असतात असं तिच्या नवऱ्याचं मत. झालं, पोरगं रांगता रांगता गेलं आमच्या बैलाच्या दावणीत. बैलं मारकुटी. आईचं आणि बायण्णाक्काचं रडून घर भरलं. दादा गावाला गेलेलं. मी कळता झालतो. पोरगं दावणीत, बैल हुंगतो. जवळ जाणाऱ्या माणसांना शिंग मिरवतो. पोरगं तिथंच हसत. आमचं पाणी झालेलं. बघता बघता गाव घरात भरलं. बैल डिरकाय लागला माणसं बघून. मग आईनं, बायण्णाक्कानं धरच सोडला. आई, लोकाचं पोरगं सोडं रं माज्या राज्या म्हणून बैलाला सांगू लागली. बैल पोराला चाटू लागला. पोरग्याचा कोवळा हात. पोरगं त्याच्या तोंडाला हात लावू लागलं. दादा आला. बघतो तर ह्ये. मग सगळी सुटका झाल्यागत झाली. पण तोंडाला फेस आलता. या पोरानंही तसाच फेस आणलाय. आई तवा म्हनत होती, माझ्या बायण्णाक्काचं तकदीर चांगलं. तिची सासू मारकी, बैलं बरी एक वेळ. तिला वेसण लावणारा धनीच नव्हता. तो तिला मागं राखून गेलेला. दादा वेळेत आला यापेक्षा बैलानं पोराला माशी बसली तरी शिंगं हालीवलं नाही. ही वेळच आई बायण्णाक्काचं तकदीर म्हणत होती. मग आई बायण्णाक्काचं लहानपणी अशीच बैलानं शिंगावर घेतली होती आणि तो बैल घराच्या गायीचा असल्यामुळं की काय कोणाला माहीत, आईनं त्याला शिव्या दिल्याव आचूत बायण्णाक्काला भुईवर ठेवली. आणि आज तिच्या पोरग्याचं असं. मग आई मरेपर्यंत हे सांगत होती. आपल्या पोरीचंही तसंच. तिच्या लग्नाच्या वेळी आणि आता बाळंतपणातही पाऊस पाठी लागलेला. बायण्णाक्काच्या मागं बैल तसा हा पोरीच्या मागं पाऊस –

म्हाताऱ्यापावसाची, वढ्याखोड्याला साठवणऽ
माझ्या बंधूला झाली लेक, नाई भनी ची आठवणऽ

तो तसाच अंधाराला फोडणाऱ्या पावसाकडं बघत उभा होता. त्याच्या कानावर त्या आवाजात माणसांच्या आवाजाची एक लाट आली. गोंगाट.

वाऱ्याच्या लाटेवर ती लाट येत होती. जात होती. तो तसाच छप्परीत कान वाऱ्याला लावून थांबला होता.

अंधारात कोण तरी त्याला पावसातनं निघालेला दिसला.

छप्परीतनंच त्यानं विचारलं, ''कोण ते?'' आणि ''काय झालं? आवाज कसला येतोय खालच्या गल्लीतनं?''

''तेच बघायला निगालोय, रावणाची नि पांडू शिंदेची भांडणं लागल्यात म्हणं,'' पावसातनं निघालेल्यानं सांगितलं. तो अंधारपावसात गप झाला. तो घरात आला. आणि एक जरी डोस बाटलीत असता तर पोराला बरं पडलं असतं. पोरगं शांत होतं. म्हणून त्याला वाटत होतं. बायाण्णाक्काचं पोरगं बैल, पोरगीचं पोरगं पाऊस असा उगळत त्याच्या तोंडाला फेस आला. डोक्यात वात जळत राहिली.

''ती बाटली कुठं फेकलीस का काय म्हणावं आयीला तुझ्या,'' तो पोरगीला विचारू लागला आणि मग सांगू लागला, ''तशीच ठेव म्हणावं बाटली बूच लावून. सकाळच्याला गरम पानी घालून खंगाळून अर्धा चमच्या तरी पाजाय ईल.''

तो छत्री घेऊन बाहेर आला.

छप्परीत त्याला बघून, ''या टायमाला कुठं निगालास का दसूदा?'' आन्दूनं विचारलं.

''चल भांडनं कुनाची लागल्यात म्हंत्यात. या पावसात बी मानूस थंड बसंना,'' दसू म्हणाला. ती दोघंही निघाली. रावण गल्लीत गेलीत.

गल्ली बुडव्या पाऊस.

अंधारात आपल्या वळचणीला उभा राहून सर्ज्या रावण पांडू शिंदेला पाऊस पडल्यागत शिव्या देत होता. ''आरं मागायची वैरण, आनि कशाला पाळायची यवढी ढोरं, जमत नसलं तर द्याची कसायाला. वैरणी मिळत न्हाईता तर कशाला थॅर करायचं? काशीत घालायला? आनि म्हनं गावात लय दूद घालतोय मी. पर त्यास्नी वैरण चोरून घालतोय, त्ये बी म्हनायचं. वैरण घालायला जमत नसंल तर ईकायची यका सवनं. घेटली आसती आमी. आनि बायकू वर त्वांड करून बोलतीया दिली आसती वैरण परत तुमची म्हनून. आसल्या टायमाला आमची ढोरं काय नदीला लावू?''

तो थांबला आणि त्येच्या बायकोचा आवाज अंधार चिवडू लागल्यागत येऊ लागला, ''वर त्वांड करून बोलतीय तिला आडवी पड की म्हणावं दावणीत. वर म्हंतीया लय वैरणवाली झालायसा. तू दूदवाली हायस न्हवं. मग कशाला गावभर मिरावतीयास नि नवऱ्याला वैरण चोरायला घालिवतीयास?''

''आगं तू लय चांगली हायस, पड ये दावणीत. तुला चाटतील माझी ढोरं. लय चांगली!'' पांडू शिंदेच्या बायकोनंही अंधार किवचला. तसा सर्ज्यानं सपराचा, अंधारातच हाताला लागलेला वासा उपसला. तो पावसात पळतच पांडू शिंदेवर आला, ''कुनाला तुझी बायकू आडवी पड म्हंतीया रं, तुझ्या बायलंला पाड की, कशाला आमच्या वैरणीला हात लावाय आलतास?'' असं म्हणत त्यानं त्याच्यावर वासा टाकला. आभाळ गडगडल्यागत त्याची बायको ठो- ठो- बोंबलत पावसात नाचाय लागली, ''भाड्या, तुला मानसानं काढलाय का राक्सानं. तुझी बाईल कवा रांड हुतीया? आरं कुनीतरी हेला पान्यात ढकला की रं. हेला वैरनवाल्यानं काढलाय, टाक मारून माझ्या बापयाला. तुला येळं काळचं तरी जरा काय हाय का? वाईच दया मया पाळ. चेकाळून गेल्यागत पाक पावसागत लाज सोडू नगो.''

''तुझ्या आयीला तुलाच लय गड्यानं काढलाय व्हय?'' पांडूनं दुसरा त्येच्याच सपराचा वासा उपसला. सपार मोडकळीला आलेलं सगळं पालथं झालं. मग रावणाची बायको ओरडाय लागली, ''भाड्या आमचं घर पाड. यासाठीच गावात शिवारातनं आलाएस व्हय? हाणा की रं पोरानू याला.'' तेवढ्यात पांडूनंही अंधारात सर्ज्यावर वासा टाकला. आणि अंधार पावसात हाणामारी सुरू झाली.

जमलेली धराधरी करू लागली. अंधारात सगळीच त्यांना शिव्या देऊ लागली.

वळचणीला उभा राहिलेल्या बायका, ''ह्यास्नी कुठला आळ आलाय म्हनायचा, या दिसात मानसाला काय सुचंना झालय नि ह्यास्नी काय लागलंय म्हनायचं?''

''वैरण न्याची मागून पांडबानं.''

''मागून बघितली त्येनं. खरं आदीबस्न त्येंचं कसलं घुसमाट हाय.''

''त्येच लय हाय - वैरणीचं निमीत हाय.''

''मगाशी भवडानं नेला अंधारात भारा, मग पांडूदा गेला आणायला.''

''माप त्येच्यात हाय खरं आता न्हाई - पावसानं डोक्यात किडं पडायची येळ आणलीया, त्येच्यावं कवा रोग पडतोय कुनाला दखल? लागंना पापूस. खरं असा वर्साचा यकदम चार दिसात?''

''लाग म्हंडलं तरी लागायचा न्हाई - यकदम वतून घेतोय. पिरतीमी धुवून घालिवतोय आता.''

''पेटला त्येचां धंदा त्यो. आसा वतून सगळी गावं आशी पेटवायचा आता. माणसास्नी माणूस ऱ्हावू दीना.''

पांडूदाला घरात नेला.

“मी नेलीय म्हंडलो. तुझी यकाला चार भारं आणून देतो म्हंडलोय. तर झडगं दंगाच कराय लागलंय. मला ठावं न्हाई व्हय त्येला पित कसलं आलंय त्ये? त्येला पित वैरणीचं न्हाई – त्येला बयलं भरणीला दिली न्हाईत. त्येचं उट्टं काढाय लागलाय.”

“भाड्याच्या नावावर इस्तू पडू दे. तुमी जायाच न्हाईसा तिथं. जात किऱ्यानिस्ट नोका. त्येला पोटच्या पोराची दयामया याची न्हाई नि आमच्या ढोरांची याची हाय व्ही.” पांडूची बायको.

“मला वाटलं ती हुटी आपल्या रामाची हाय. त्याला आमचं चांगलं बगावतंय व्हय? गावल का न्हाई माझ्या तावडीत यकाद दिवशी. मी जातोय का त्यो ह्ये गाव सोडून?”

समोरचं घर, रावणाच्या बायकोचं लक्ष होतं. ती अंधारातच उभी होती; “व्हय व्हय, सोडू नगोस. आमच्यात आशी चोरट्यानं काढलेली कोन न्हाईत. बायकू आजून टाण्टाण् उडतीया. तिला पावसात येवून पड म्हणावं. चोर ते चोर आनि वर शिरजोर. त्वांड वर करून तरी कसं बोलावतंया?”

परत भांडणाला तोंड फुटणार असं वाटू लागलं.

पावसात माणसं पांगू लागली; बसा भांडत. पावसाला एक लाज वाटंना. तुम्हाला वाटली तर बसचीला गप.

अंधाराच्या तोंडाला कुत्रं बांधल्यागत पाऊस वाजू लागला.

नरळणाऱ्या कुत्र्यागत वारा नरळू लागला.

सगळी गेलीत तरी; रावणाच्या बायकोचं ऐकून शिंदेच्या बायकोला उतारा टाकल्याशिवाय गप बसवंना; “तुझ्यात चाल आसंल उथाणं पडायचं. आमच्यात न्हाई – तूच बघ या पावसानं भागतंय का?”

शामा आला आणि शिंदेच्या बायकोला त्यानं घरात घालवली. ती त्याला बघून रडत सांगू लागली.

“येळ चांगली न्हाईतर बापयाचं डोस्कं फुटलं आस्तं.”

“पावसानं मानसांच्या चिंध्या केल्याता आनि तुमास्नी लागलंय भांडणाचं. काय कमी जास्त झालं तर न्याला बी याच्चं न्हाई कुठं? जावा घरात. गाव सगळं काय भोगायला लागलंय नि तुमी नवं भोगायला आणू नका–” शामा म्हणू लागला.

“त्येला कळाय नगो. त्येला हे शोभतंय का?” सर्जा.

“गरजंला लाज नसतीया बाबा. शोभायला? गरज काय बी करायला लावतीया,” शामा, “झाली आसंल चूक.”

"म मानसानं गप्प बसावं – भाशा बघिटलीस. त्येची, त्येच्या बायकूची."
तरी सर्ज्याचा पाऊस सुरू होताच.

"जा आत. ती गप्प बसल्यात –" शामानं त्याला घालवला.

गल्लीत आता फक्त अंधार आणि पावसाच्या सुया पडल्यागत धारा. भाल्यागत अंधारात घुसणारा वारा. सगळं गाव अंधारात विरघळून गेलंलं.

शामाच्या मस्तकात सगळं ठणाणू लागलं. गोठून गेल्यागत सगळं गेलं. माणसंमाऱ्या पाऊस, ढोरंमाऱ्या पाऊस!

कोसळणाऱ्या पावसानं त्याच्या मनात भीतीची सावली पसरू लागली.

तो पाऊस तुडवत निघाला; गावाचं आता कसं होणार? पाऊस थांबना. मनात सगळं काळजीचं जाळं दाट विणलं जाऊ लागलं.

तो दसूच्या घरात गेला.

"डॉक्टरकडं भलती पेशंट, त्येनं इंजीक्शनाचा दर बी वाढीवलाय." दसूला तो सांगू लागला.

दसूनं मग त्याला औषधाच्या बाटलीचं सांगितलं. दसू मग शांत झाला. शामालाही काही बोलू वाटंना. अंधार आत पडल्यागत ती चाचपडत बसली.

"दसू बिस्किटचा पुडा हाय?" शामानं विचारलं.

"तुला काय सांगतोय? माल दुकानात नाईच. सगळं रिकामंच दुकान." दसू.

"दोन दिवस पोरानं आन्नाचा कण तोंडात घेटल्याला न्हाई. बिस्किट मागत हुतं," शामा म्हणाला.

दसूला कसंतरीच वाटलं. त्यानं फुटाण्याची बरणी पालथी करून पुडी बांधली. मग गोळ्याची बरणी पालथी केली. त्यातल्या चार गोळ्या होत्या त्याही दिल्या.

शामा निघाला. दसूच्या नातवाचा आवाज त्याच्या कानावर आदळला. तो थांबला.

दसू त्याचं रडणं ऐकून गडबडला. त्याच्या मनाला करवत लागल्यागत झालं.

"शामा, आता टाळा बंद करीत न्हाई बग रासारी. पानी वसरस तवर काय खरं न्हाई," दसू, "जागं आसू दे, खरं, हातावरबी थांबत न्हाई. किंचाळतंय असं म्हनतोस दमल्यावर पाक कोसळून पडतंय. त्येच्याकडं बगू वाटत न्हाई. त्येच्याकडं बगून पोटात कालावल्यागत होतंय. पोरगी झुरून मरायची." त्याच्या डोळ्यात पाणी मावंना. त्याचा जीव कुरतडल्यागत झाला.

इलाज नाही बघत बसण्याशिवाय. पुलावरचं पाणी पाऊस थांबल्यावर उतरायला आणि किती दिवस जातील ते ही सांगता येत नाही. शामा बोलायचं म्हणून बोलला, "रडत्यात काई पोरं जल्मल्यापासून तीन तीन म्हैनं. त्येला काय

हुतंय? बारक्या पोराचं नि मुक्या जनावराचं सारखंच. त्यास्नी काय हुतंय त्ये सांगाय ईत न्हाई. नि आपल्याला काय म्हंत्यात ती ते कळत न्हाई.''

तो गेला. दसूचा नातू खवळला होताच.

दसू आत गेला. त्याच्या बायकोनं पोराला हातावर घेतलं होतं. ती त्याला गप करत होती.

मात्र तिचं डोळं गळत होतं.

पोरग्याला बघून पोरगी तळमळत होती. डोळं पुसत होती.

त्याला आपलाच राग आला; आपणच औषधाची बाटली बूच न घालता ठेवली. आणि उलट तिला शिव्या दिल्या. ती गप बसली; एक शब्द बोलली नाही. त्याचं डोळंही गळायला लागलं. तिच्या लक्षात आलं. मग ती डोळं पुशीत म्हणाली, ''काय हुतय त्येला? माप रडत्यात पोरं. तुमी डोळं गाळू नगा.''

तसं दसूला जास्तच भरून आलं, ''आगं मीच धांदल केली नि बाटली सांडली.''

''सांडू दे - त्यात आनि यकाच टायमाचं अवशीद हुतं,'' ती सांदरू लागली.

परड्यातनं कसला तरी आवाज आला आणि ती हालली. ''कसला आवाज आला वं परड्यातनं?''

त्याचाही जीव हालला. तो उठला.

''बेतानं जावा पुढं - ह्ये घे गं पोराला. हातावरच धर.'' ती पोराला देत त्याच्या मागनं गेली.

अंधारातनं परड्याचं दार उघडायची भीती वाटू लागली. दिवा, दाराला हात लावला नि गेला. तो पावसाला शिव्या देऊ लागला. भडकला.

तिनं पदराच्या आडोशानं दिवा आणला. वाऱ्यानं तोही गेला.

मग दुकानातला कंदील तिनं आणला. त्याची काच फुटलेली त्याला कागदाचा आडोसा लावला होता. माळ्यावर अडगळीत टाकलेला कंदील.

परड्याकडच्या दारात गेली. भणाण वारं. परड्यातली करकर वाजणारी झाडं. तिथं उभा राहू वाटत नव्हतं. सगळ्यानं डोकं बधिर होत होतं. भयसूर वाटत होतं.

परत धाप् असा आवाज आला. तो परत हालला.

मग कंदिलाच्या उजेडात त्याला फणसाच्या झाडाखाली फणस पडलेला आणि त्याचं गर पसरलेलं दिसलं. तो सावरला. फणसाचं झाड निरखू लागला. कंदिलाच्या उजेडात त्याला काही दिसंना. झाडाखाली दोन फणस पडलेलं दिसलं. त्याचाच आवाज. त्यांची खात्री झाली.

''चला आत, आनि यकादा पडायचा फणूस,'' ती म्हणाली, ''या वाऱ्यापावसाला कवा जायाची गाठ येतीया परमेसोराला ठाव.'' तिनं दारं लावलं.

पोरगं रडत होतंच. पोरगीला त्याला घ्यायला आजून जमत नव्हतं.

तिनं भाकरीसाठी चूल दोनदा पेटवली आणि विझली. ती परत चूल पेटवू लागली. परत धूर. ती दसूला म्हणाली, "लाकडं वादळून गेल्यात. जरा माळ्यावरची खळखळीत चार लाकडं काढतासा."

त्यानं लाकडं काढून दिली.

जेवण झालं. पोरगं दमून दमून निपचिप पडलं होतं.

रात्र पावसानं चिंबत होती.

ती चढंल तसा पाऊस चढत होता. वाऱ्याला लगामच नव्हता.

सगळं सुन्न झालं होतं. पोरगं परत किंकाळत उठलं.

पोराचं असं करून करून काय तरी बरं वाईट झालं तर? दसूनं तो विचार पुसून टाकला.

पण तो परत परत उमटू लागला.

पावसागत त्याला तो विचार चिंबवू लागला.

कंदिलाच्या उजेडात ती तिघं आणि रडत आसणारं, उसळणारं पोरगं.

अंधारात पाऊस वारा आणि गोठून गेलेलं गाव.

मध्यान्ह रात झाली. पोरगं आता पेंगळून गेलं होतं. त्याचं तोंड सुकलं होतं. त्या तिघांनी कंदिलाच्या उजेडात त्याला बघितलं. आणि त्यांचं मन लवंडल्यागत झालं. त्यांना भडभडून आलं. दसू उठून बाहेरच्या सोप्यात अंधारात कोसळू लागला.

– आता काय करायचं?

– सगळीच अंथरुणावर आडवी झाली.

– पापणीला पापणी लागतीय तोवर परत पोरगं किंकाळत उठलं.

पाऊस घोड्यागतीन किंकाळत उधळत होता.

अंधारझोडप्या पाऊस.

०००

.. १० ..

नाना पांगेला रातभर झोप नव्हती. त्याचं डोळं तारवाटलं होतं.

जरा काय वाजलं की तो उठून बसत होता. पाणपट्टीचा पत्रा पूर्ण निघून पडंना. वाजायचा थांबंना. आणि घरात उंदराचं खांड्याखांड फिरत होतं. कालच्या रात्रीपासून नानाची झोप त्यांनी उडवली होती.

अंधारात उंदरानं नानाची केसं कुरतडली. कानाला चावला. नाना धडपडत दिवा लावून उठला. उंदीर पळून गेला. त्याच्या पाठीमागनं उंदरांची रांगच पळाली; तुळईवरनं सैनिकागत संचलन करत निघालेलं उंदीर बघून त्याला राग आला. कानाला जखम. तो चाचपू लागला. लाल रक्त हाताला लागल्यावं घाबरला. मग दिवा घेऊन आरशात बघू लागला. दळंच्या दळं डोक्यात दिसू लागलं. भातपिकावरच्या करप्या रोगागत. त्याला आपल्या आईच्या लकवा मारलेल्या पायाची बोटं उंदरांनी कुरतडलेलं आठवलं. त्याला काय सुचंना. तो रात्रीचाच दळं पडलेल्या केसावर बाकीचं केस कंगव्यानं ओढू लागला. थकला. पावसासकट सगळ्या उंदरांना शिव्या देऊ लागला. मग आई म्हणालेलं त्याला आठवलं, उंदराना शिव्या दिल्या की त्याचं दात शिवशिवत्यात नि मग लयच गावंल ते कुरतडत्यात. मग तो दिलेल्या शिव्या मागं घेत पावसाला शिव्या घालू लागला. पावसानं शिवारातली सगळी बिळं भरल्यानं उंदीर सगळं घरातनी शिरलं होतं. माणसाळल्यागत झालतं. गावंल ती वस्तू कातरीत होतं.

नानाची रात्री तेल लावून झोपायची सवय उंदरांनी मोडली.

नाना अंथरुणात काठी घेऊन झोपू लागला. उंदराचा आवाज आला तर हालू लागला. मग दिवा लावून झोपायचं म्हणून झोपला. तरी उंदराची लाट आलीच. तो उठला. सगळी पळाली. एक उंदीर दिव्याजवळच तरंगू लागला. तो भिजला होता. ती उंदरीन असावी. शिव्या द्याच्या नाहीत पण एखाद्याला मारावं, पण केवढी दहशत. उंदरीनच. गाब असावी. तिचं पोट फुगलेलं; बायला जातीला लय उत्पन्न. तो त्या उंदरीनीकडं बघतच राहिला. बघू वाटत नव्हतं तरी. त्याला राग होताच. पण

गाबण उंदरीन थरथरत असलेली बघून नानाची त्याच्यावर काठी हातात असून मारायची छाती झाली नाही. मग त्यानं काठीनं उंदरीनीला ढकलून बाहेर लावली. भिजकं गिळगिळीत अंग बघून त्याला मळमळू लागलं. त्याचा राग उलट्या करू लागला. उंदरानंही आपलं जिणं हाराम करावं. उंदरं मांजरातनी फिरावीत? त्याला आपल्या मांजराचा राग आला. त्याला दूध जादा झालंय? नाहीतर उपाशी असतं तर उंदरं कुठंली घरात पळत्यात?

तो दसूच्यात उजडायला आला होता. कोणी विचारायच्या आधीच तो उंदराविषयी शिवी न देता सांगत होता.

शामा नि हमीदशिवाय पाणपट्टीचा पत्रा धाडसानं कोण बसवणार नाही. त्यांना घेवून त्याला पाणपट्टीचं वाजाप बंद करायचं होतं. नरसू गवंडी म्हस मेल्याठावनं आंथरून घालून होता. पंड्या घरावरनं पडल्याठावनं मारत्या सुतार भ्याला होता.

त्यानं हमीदला, गल्लीतनं बेघरवाडीवर निघालेल्या वाळवकरांच्या पोराकडं निरोप दिला होता.

शामा रात्री, 'येतोच' म्हणाला होता. त्यांची वाट बघत तो बसला होता.

लगाऱ्यांची म्हातारी अंगावर पोत्याची खोळ घेऊन काखंत जोंधळ्याचं पातेलं घेवून दसूच्या घरात आली. तिला बघून नाना विचारू लागला.

''म्हातारे, लवकर आलीस? हणमंता कुठाए?'' त्याला हाणमा असला तर तेवढाच आणखी एक गडी म्हणून त्यानं चौकशी केली.

''हाय की घरात. कुठं जाईल? काल मरायचाच, तरी हात पाक मोडलाय. सपार पाकच उडलं ढोराचं. पतरं पाक फुटून सगळा सुपडासाप झाला,'' ती तिथंच जोत्यावर बसून सांगू लागली; बेघरवाडीवर त्यांचं जनावरांना सपार घातलेलं होतं. रात्री वाऱ्यानं सगळं पत्रं उडून निघालं. मग हणमंतानं सपराच्या आढ्याला वालं बांधून वाऱ्यानं हालणारं सपार धरून बसला. हाताला तिढा देवून. वारं मोठं. आढ्यासहित सगळं सपार उचललं. सपार उडव्या वारा! हाणमंताचा वाल्याला हात गुतपळलेला. सगळा हातच उजवा बावळ्यातनं निसटला. सगळ्यासहित तो उचलून आपटला. हमीदनं त्याला घराकडं आणला. ढोरं आणून बांधली. नवं सपार. आणि हाणमंताचा हात गेला कामातनं.

''बसलाय शेकीत आता. खरं हात वर बी उचलंना झालाय. पाक लुळाच पडलाय – त्येला आता दावाय तरी न्याचा म्हंडलं तर न्याचा कुठं? पोरगं माझं तळमाळतंय. हाताचा खुळखुळा झालाय खुळ्या.'' लगाऱ्यांची म्हातारी आत वळून दसूच्या बायकोला विचारू लागली, ''हाय का गं प्वॉर बरं?''

पोरगं थोडं झोपलं होतं; दसूच्या बायकोनं सगळा प्रकार म्हातारीला सांगितला. मग म्हातारी म्हणाली, ‘‘त्येच्या आज्याचं नाव ठेवतो म्हनून त्येला अंगारा लाव उठल्यावर.’’

‘‘कुठल्या आज्याचं ठेवतीस? त्येचं आजं हायात जित्तं.’’

‘‘आगं मग पणज्याचं ठेव न्हाईतर तुझ्या सासऱ्याचं ठेव, त्येला काय हुतंया.’’ म्हातारीनं तिचं कोष्टक लगीच सोडवलं.

‘‘ठेवाय ईल. खरं त्येचा ‘बा’ आनि काय ठेवतोया नाव कुनाला दखल? आमास्नी पोर तिच्या घरात यवढी चांगल्या वाळल्या अंगानं गेली की दगदग न्हाई आतीसाब! जिवाला घोर लागलाय रातध्याड. प्वॉर रडाय लागलं की जीव नुसता पाळण्यागत हालतोया. काय कराय तरी येतंय का बघ की, सारं दुचमाटल्यागत झालंया.’’

‘‘दुचमाटल्यागत? आगं बाई, माझं पोरगं रासारी तळमाळतंय. गड्यासारखा गडी बोंबालतोया. या पावसानं समद्या गावाला पाण्याचा फास आडिकलाय, काय करतीस?’’ ती म्हणाली आणि विचारू लागली, ‘‘तुझ्यात तरी जातं हाय का गं? पिठाची चिमूट न्हाई, उन उन भाकरी हाणमाला दिली आसती करून म्हनून, भात भात तरी किच्चा खायाचा? तांदूळबी सपल्यात आता. लायीट कवा जळायची हाय कुनाला दखल? सगळं गाव उजाडल्याबस्न फिरतोय, जातं कुनाच्यात न्हाई.’’

‘‘आमचं जातं घरात फरशी मारल्यावर काढून टाकलं. परड्यात पडलंय. आता सांजला माझ्यातबी पीठ न्हाई. दोगी तिगीनी परवाच्या दिशी नेलं मापटं मापटं भर. त्येंच्याकडं मागावं तर त्या तरी आता कुठलं देतीला? आनि तांदूळबी संपत आल्यात.’’

‘‘आता ह्यो असाच पावूस बळवत गेला तर, घरात दाणं आसून शिजवून खायाची पंच्याती हून बसंल गावात साऱ्या.’’

‘‘गिरणी चालू असत्या म्हंजी झालं आसतं.’’

‘‘गिरणी न्हवत्या तवा गावात आमी पावसूळभर लागणारं तांदूळ कांडून ठेवीतो.’’

‘‘मानूस पावसूळ्याची बेजमी लागंल त्येची करीत हुतं.’’

‘‘त्या गिरण्यांनीच ह्यो ढोणा केलाय, माप आमी चारचार पायली दाणं दळलं जात्यावर. खरं आता मूठभर डाळ बायास्नी गिरणीत नेल्या बिगार चैन पडंना. सत्रा घरं फिरलो. सगळ्यांनी रिकामं डबं दावलं. जातं कुनाच्यात आता गावायचं?’’ म्हातारी उठतच विचार करत निघाली. तशी ती आहे तोवरच दसूची बायको दसूला म्हणाली,

“म्हातारी काय म्हंतीया ते बघा,” ती थांबली, “तुमास्नी आनि त्ये पटलं तर खरं.”

“काय ते काकू?”

“पोरगं रडतंय म्हंतीया रासारी.”

“नुसतं रडतंय? काकू, ह्यो पावूस बरा. खरं त्ये रडल्यालं तू बघिटलंस तर आयीकणाऱ्यांचा जीव रडकुंडीला आणतंय.”

“मला सांगीती, म्हनूनच म्हंतोय, तुज्या तरी ‘बा’चं नाव ठेवतो म्हनून अंगारा लावून बघ.”

तो ऐकून थांबला; त्याला म्हातारी कसलं तरी औषध सांगील असं वाटलं होतं. पण लावीना का अंगारा त्याला काय? तो म्हणाला, “अंगारा लावाय ईल, त्येच्या पोटात बिघडलंय डाक्टर म्हंतोय.”

“म अवशीद दिलं न्हाई त्येनं?”

“दिलं की –” त्यानं औषधाचा सगळा झाला प्रकार सांगितला.

“तुला सांगतो, त्येला मधाची बोटं चोखीव. लगीच बरं वाटंल बग,” म्हातारीनं सांगितलं. ती निघाली.

“काकू बस, का निगालीस? हाणमंताला आता काय करतीस?” दसू.

“करतोय, त्येच्या बानं आसं आढं धरलंतं वाल्यानं बांधून? कुनासंगं बी कुस्ती धराय जावून भागतंय? ह्यो वाऱ्यासंगं धराय गेलाय. मोठी मोठी झाडं पाडऱ्या ह्यो वारा, त्येला ह्यो आर्ध्या बुदीचा माझा पोरगा धराय गेलाय. कुठलं दसू कच्ची बुद आसल्यावं काय चालतंय नि आता इवाळतोय. निसरगं मनात आलं तर यका घटकंत सारी दुनिया यक जागी करील बाबा. मानसाला कायबी वाटतंय. खरं त्येच्यापुढं आजून कुनाचंच चालत न्हाई. माळापुडच्या म्हारुड्यात पाणी शिरलंय म्हंत्यात. सगळा म्हारुडा गावानं देवळात आणून ठेवलाय. काय खातील नि कशी जगतील? घरदार, शेतशिवार गेल्यावं मानसानं काय करायचं? आमच्या थोरल्या बांबरातला वढा नदीगत दिसतोय. त्येच्याकडं बघू वाटंना. भिवून मरायचा डाव आणलाय या पावूसवाऱ्यानं. त्येच्यापुढं मानूस म्हंजी कस्पाट हाय. आनि माझा पोरगा आपली ताकत दावाय गेलाय. सांग आता हासू का रडू? जातो, आमची येळ म्हनायची, आनि पयल्यागत आता दीस न्हाईत. कोन कापल्या करंगळीवर मुतायला धजंना. रासारी रगतचंदनाची बावली हुडीकली तवा कुठं यकाच्यात गावली. आता पिठाचं तसंच. तुझ्या आयीनं नि मी पंध्रापंध्रा दिस येकामेकीला उसनंपासनं देवून काढलं. आनि आता? कोन जातंय कुनाच्यात, खरं आता आलीया येळ तर येकामेकाला व्हायला नगो? ह्यो लायटीचा वणवा झालाय. न्हाईतर गिरणीची तोंडं वाजली

आस्तीत नि आपलीबी. आमचं जातं हाणमानं वळचणीला टाकलंतं, त्येच्या बायकोनं टाकलं न्हाणीत बसवून, काय सांगतोस बघ? 'आता कोन दळतंय नि कुनाला वढतंय' म्हणाली, काय सांगायचं? आनि काय बोलायचं? आपल्याजवळ न्हाई तर जगाजवळ न्हाई म्हनायचं नि गप बसायचं.'' ती काखेत पातेली घेऊन अंगावर पोत्याची खोळ घेत बाहेर निघाली. ''आनि या गोल साडीतल्या बायकास्नी दसू, जातं तरी वढतय व्ही? त्येंचं नवरं त्यास्नी दळून देतील. म त्यास्नी कशाला लागतंय वढायला? उद्या भाकरी थापाय लावतीला बायका नि भाड्ये थापून वाढतील. आमच्या येळच्या नवऱ्यागत नवरं आसतं तर या आताच्या बायका या आसल्या पुरातनं पळाल्या आसत्या सारं सोडून. काय दिवस आलं बग,'' ती छप्परीतनं बोलू लागली.

''वढतीला माप, आता तू सकाळ बस्नं फिरतीयास. हाय जातं? साधी झुनक्याची मूठभर डाळ दळायला गिरणीला पाळीत ठेवत्याता. आता कळलं,'' नाना पांगे मगाधरनं ऐकत होता तो बोलला.

''कुठलं कळतंय नि पळतंय? ह्यो पावूस कवा मला कळतंय आसं इतका लागल्याला न्हाई, असा यकायकी सगळ्या पावसूळ्याचा चार रोजात. सगळ्यास्नी यकदम बुडिवली म्हंजी बरं. पाण्यातनं रोज यकाचं मढं येतंय नि जातंय. काय वाटत आसंल मागं ऱ्हायल्याल्यास्नी?'' म्हातारी बोलत पावसात निघून गेली.

ती दसूच्या घराशेजारच्या बोळातनं मागं गेली. भवडाच्या घरात.

समोरची दाटीवाटीनं बांधलेली ढोरं दावण फुंकून खाऊन गप्प उभी होती.

दावणभरून गदाळा करणारी ढोरं. पायात ओढून वैरणीची गादी करणारी ढोरं. वैरणीचं नुसतं शेंडं मारून तशीच ठेवणारी ढोरं. आता दावण फुकत होती, काडी नि काडी वेचून घेत होती. कागदाचा तुकडा जरी समोर पडला तरी उचलत होती. उपाशी ढोरं. ढोरंमाऱ्या पाऊस.

तिनं, आत जायाला ढोरांच्या मधनं वाट नव्हती म्हणून भवडाच्यात हाक मारली.

आन्दूनं तिला मदघराच्या चौकटीसमोर उभा राहून एका म्हैशीला बाजूला करून आत घरात घेतली. ''काय करत्यात, खरं उपाशी मानसं कावदारल्यात ही तरी ढोरं म्हनून आपलं सावरून असल्यालं बरं,'' म्हातारी आत जाईत बोलली.

''काय खाल्लंय का न्हाई म्हातारीनं?'' बसतच तिनं विचारलं.

''खाल्लंय राती जरा. पर सलायनी लावल्याठावनं पाक पेंगळूनच गेलीया आनि दमच भरल्यागत तिला झालंय,'' आन्दूची आई सांगू लागली.

लगाऱ्याच्या म्हातारीनं तिच्या तोंडावरलं काढलं. तिची छाती गुरगुर वाजत होती.

मग तिनं तिला हाक मारली, ''बाईसाब, बाईसाब मी वळाकतोया का?''

तिनं माननं होकार दिला. आणि उठवायला सांगितलं. ते बघून आन्दूचा वडील भिंतीला पाठ लावून गुडग्याला मिठी मारून बसलेला उठला. चौकटीत उभा राहूनच तोंडातला तंबाखू दावणीत थुंकला. थुंकलेल्या तंबाखूची गुळणी हुंगायला गुडघं टेकून ढोरांची धडपड चालली. त्यानं म्हातारीला उठवून भिंतीला पाठ लावून बसवली. तो सांगू लागला, ''घशात रात्रीधरनंच वाजाय लागलंय. मानसं वळखतीया पाक.'' म्हातारीच्या घशातला गुरगुराट चालू होता. तिला खोकला होता. सलाईन लावल्यापासून खोकल्याचा बडका तुटत नव्हता.

''दम लागलाय. खोकल्याचा बडका निसटाय पायजे म्हंजी मोकळं मोकळं वाटंल तिला,'' लगाऱ्याची म्हातारी म्हणाली. भवडाची म्हातारी म्हणू लागली, ''ह्यातनं काय आनलंस?'' तिला खोकला आला. भडाभडा ओकली. सगळं पिवळट जळमट. रात्री पोटात गेलेली बिस्किटं चहा. चिकट उलटी. सगळं अंथरूण भरलं. ती धापलू लागली.

भवडानं सगळं अंथरूण गोळा केलं. तिला मग थंडी वाजून आली. तिथंच आन्दूच्या आईनं घमेलं पाटी घेवून तिला चूळ भरायला पाणी दिलं. ''माझं काय आता खरं न्हाई – पावूस ह्यो आसा,'' ती चूळ भरून म्हणाली.

''आता वाईच ढिलं पडंल,'' लगाऱ्याची म्हातारी म्हणाली.

''सगळं आंगच ढिलं पडलंय रातीधरनं, कवा न्हाई नि दमच लागलाय,'' ती थांबून थांबून बोलू लागली.

''मी इचारीतो तुला भांड्यातनं–'' तिला आणि खोकला आला. ती थांबली.

''जुंधळं आणल्यात, जुंधळं दळायला,'' लगाऱ्याच्या म्हातारीनं सांगितलं आणि म्हणाली, ''गाव हिंडलो, जातं गावंना झालंय.''

''जाती पाक गेली. खालचं पेड हाय बघ, आनि वरचं त्या डब्याखाली ठेवलंय, कोन दळतंय आता?'' तिला आता थोडं मोकळं बोलता येत होतं. पण घशात गुरगुर वाजत होतं.

लगाऱ्याच्या म्हातारीला भवडाच्यातलं जातं बघून कोसळणाऱ्या पावसात चांद दिसल्यागत झालं. ''हाणमाचा राती हात निखळला बाईसाब!'' ती डब्याखालचं वरचं पेड जात्याचं काढून सगळं सांगीत जातं स्वच्छ करू लागली. मग कोपऱ्यातनं हुडकून आन्दूच्या आईनं जात्याचा खुंटा दिला. लगाऱ्याची

म्हातारी सांगू लागली, “तुझ्या या सासूनं आनि मी लय येकीमेकीच्या येळा काढल्याता. लय इमानानं कामं केली आमी. आसल्या पावसात रोपा लावल्या, कडूस पडंस्तवर. पहाटचं दळून भाकरी केल्याता. उजडाय चिखलात.”

आन्दूच्या आईनं तिला विचारलं, “आता कंच्च नक्शीतार म्हणायचं?”

“आता पयल्या गतीनं नक्शीतरावं पावूस लागतोय व्ही? काय म्हनीतीत, मगा नि लागल्या न्हाईतर ढगाकडं बगा नि लागल्याच तर चुलीपुढं हागा, आता या मगा नसताना चुलीपुढं हागायची भारी आलीया. सगळंच बदाललं. उद्या कवा बी लागंल नि कवा बी रगडंल. नक्शीतराचं सगळं गढाळलं.” तिनं जातं पुसल्यावर मूठ जात्यात घातली. आणि म्हणू लागली, “म्हातारीला वाईच कण्या करून घाल. तेवढाच या वाऱ्यावावदुळीत पोटात उबारा.” तिचं जातं आता फिरू लागलं. पीठ पडू लागलं.

नदीच्या निवाऱ्याला, बाळा माजीला म्याबी दिली.
नदीच्या निवाऱ्याला, बाळा माजीला म्याबी दिली.
आंबा हुंबूर तिच्या शेती, बाळा नदीला पाणी किती?
आंबा हुंबूर तिच्या शेती, बाळा नदीला पाणी किती?
आईबापाला दुआ देती, आईबापाला दुआ देतीऽऽ
आईबापाला दुआ देती, आईबापाला दुआ देतीऽऽ

“ढोरास्नी काय केलंसा?”

“काय करतासा आतीसाब? राती बघिटलीसा न्हवं रावणाची नि शिंद्याची वैरनी इदमान पावसात भांडनं.”

“आमास्नी काय ठावं पडंल? आमचा रातीच सगळा योट झाला. सपाराचं ते तस्सं नि पोराचं ते आस्सं. भाडे पावसात भांडत्यात त्यास्नी आकला कुंच्या गावच्या म्हनायच्या? काय म्हनं आता मानुस कसली ती गरज काढीना झालंया. पयलं तुझ्या सासूला इचार. सा सा म्हैन्याचं उसनं पासनं दिवस काढीतो आमी. पावूस काय आताच पडतोय व्ही? कुठलं काय, आपसवराती मानसं झाल्यात. बाकीची जगली मेली सारखीच.” म्हातारीनं परत जात्याची चाल धरली.

नदीच्या पलिकडं नगं देवूस गं येडी आई,
नदीच्या पलिकडं नगं देवूस गं येडी आई,
आंबी दादाला हात जोडी, आंबी दादाला हात जोडी.
आंबी दादाला हात जोडी, आंबी दादाला हात जोडी.
नेणता मुराळी, नगं देवूस बयाबाई
नेणता मुराळी, नगं देवूस बयाबाई

आडवी गावाला माझ्या लयमोठी नई
आडवी गावाला माझ्या लयमोठी नई
अंतगावात त्येला नाई.
अंतगावात त्येला नाई.

ती 'अंत गावत नाई, अंत गावत नाई,' गुणगुणत पीठ साळूत्यानं गोळा करू लागली. म्हातारीला नीज लागली होती.

तिचं दळून झालं. ती गेली.

गावातल्या बऱ्याच जणी मापटं चिपटं घेऊन दळू लागल्या.

दिवसभर जातं फिरू लागलं. म्हातारीला बरं वाटू लागलं.

आन्दूचा वडील ढोरांच्या दावणीत बघून तळमळत होता. माणूस असं दळून भाजून पोटाला काय तरी खाईल. ढोरांचा मोठा प्रश्न. त्यांना पोटाला काय?

भिक्का गल्लीतनं शिव्या देत निघाला; थोराताच्या डागतनं ढोरं कोण तरी चोरून चारून आणत होतं. नुकतं उगावलेला गवताचा मुगा पुसून टाकला होता.

तो पांडू शिंदेच्या दारातनं मोठ्यानं शिव्या देत निघाला ते पांडू शिंदेला लागलं; भिक्कालाबी आपणच डागत चोरून ढोरं चारून आणतो असं वाटलं का काय? मग त्येला आपल्याच दारात मोठ्यानं शिव्या देत जायाला कारण काय?

गावाशेजारी थोरातांच्या डागशिवाय जवळ चारा दुसरा नव्हता. लोकं त्यात ढोरं सोडून चारून आणत. भिका राखून; पावसात येजा करून, मेटाकुटीला आलता. थोरात त्याला दिवसातनं चार खेपा घालायला लावत होता. तरी रात्रीचं काम कोणी तरी केलतं; ढोरांचं पाय उमटलेलं. शिव्या कुणाला द्याच्या? त्याचं मोगमात शिव्या द्याचं चाललं होतं. त्याच्या शिव्या ढोरं चारणारी आणि न चारणारीही ऐकत होती.

आन्दूचा वडील त्याचं हे ऐकून मनातल्या मनात विचार करू लागला; आपण रात्री गेलो असतो तर भकाळीला गेलेली ढोरांची पोटं भरून आली असती. चार दिवसांत सापळं झालं त्यांचं. चार दिवसांची उपाशी आतडी भरून ढोरांनी पेतली असती. शिव्यानं काय? न सोडलेल्या ढोरांची पोटं भरणार आहेत थोडीच? नरसूच्या गाब म्हशीच्या पोटात काय नसल्यामुळंच तिला गारठा बादला नि मेली.

भिक्काला दसूच्या दुकानासमोर आल्यावर नाना पांगे म्हणाला, ''आरं आता रात्रीची राखाण ठेवा कंदील लावून तू आनि तुझा मालक.''

''आता तेवढंच ऱ्हायीलंय-'' भिक्का म्हणाला. त्याचं बोलणं वाढत गेलं. तो छप्परीत उभा राहून बोलू लागला. शिव्या देऊ लागला.

शामा तिथं आला होता. त्यानं रात्री आपला रेडा डागंतनं चारून आणला होता. त्याच्या पोराचा ताप आजून निवला नव्हता. तरी रात्रभर त्याच्या कपाळावर पाण्याच्या पट्ट्या ठेवून त्याची बायको दमली होती. त्याला पावसाचा वाढता जोर आणि पोराचा वाढता ताप यामुळं काय सुचत नव्हतं. भिक्काचं बोलणं वाढतच निगालं होतं. तो त्याला म्हणाला,

"ह्ये बाबा, लय बापय होवू नगोस. मगाधरनं बगतोय. गेलं आसंल हाणता मारता यकाद्याचं ढवॉर. तुमचं काय, पावसानं उगीवल्यालं गवताची पानंच खाल्लीत न्हवं? का केळीचं कोंब खाल्ल्यात? येळ गावावर कुनची आलीया आनि तुमाला लागलंया डागंचं. वरनं पडलेल्या पाण्यावर उगावलेला चारा. सगळ्या गावाचा शिवार एक झालाय. कुणाचा कुणाला पत्ता लागंना. नि तुमचं काय चाललंय?"

"तुला का राग येतोया?" भिका.

शामाला अगोदरच राग आलेला. त्याच्या डोक्यात विस्तू पडल्यागत झालं. "तू का घालून घेतोयास? तुझ्या 'बा'चं काय गेलंया? तुझ्या मालकाला दे जा लावून शिव्या द्याला. तू उगच फुक्कट आवसान दाखवू नगोस. गावाचा मार खाचील. मानसं आधीच कावल्यात पावसानं."

"मालक तरी भितोय काय शिव्या द्याला?"

"तू जा नि त्येला सांग जा. शिव्या द्याला तुला बलिवलाय म्हणावं. आनि त्येला सांग. मी माझी ढोरं घेवून डागंत जानार हाय. काय करायचं आसलास ते कर ये म्हणावं. तुमच्या बायला. इथं मानसांना मोकळं हालाय जागा वाटणीला ईना झालीया पाण्यानं. आनि तुमाला तुमच्या डागंच नि गवताचं लागलंय. गावात ऱ्हातासा का कुठं? इचार करा जरा, मानसंच हायसा का त्येचा." शामानं पावसागत ताड्ताड् चालू केलं.

तिथं पांडू शिंदे आला होता.

शामाचा आवाज ऐकून बरीच जमली होती. त्यात सर्ज्या रावणाला बघून पांडू शिंदेला भरतं आलं. म्हणू लागला. "शामा, गावात लय झाल्यात वैरणवाली. पावूस काय असाच लागणार हाय म्हणा की – पर गावात मुक्या जिवाचा आसिरवाद लागंल, चार पेंड्या द्याव्या असं बी कुनाला वाटंना?"

"मग काय आमची ढोरं वाऱ्यावर सोडू म्हणा की?" भिका भिजक्या आवाजात बोलला.

"वाऱ्यावर सोड जा, न्हाईतर नदीवरच्या पुलावर सोड जा. मी आज जातोय बघ सांजंला डागंत ढोरं घेवून माझी. सांग तुझ्या मालकाला. आनि आता तुझं त्वांड बंद कर." शामा.

भिका नरमला तसा नाना पांगे, ''जा आता तुझा मालक आनि तू शाणं व्हा. त्या थोराताला वाड्यातनं खाली उतरू नगोस म्हणावं. गावात काय चाललंय त्येचं बघू नगो म्हणावं. पर गप तरी बस म्हनून सांग. आरं घरात दाणं आसून शिजवून खायाला मानसास्नी मिळंना. आनि तुमाला लागलंय डागंचं. जरा तरी मानसात याचं बघा. न्हाईतर मानसं तुमच्याकडं येतील तवा थोराताला पळता भुई थोडी व्हील. गावचं म्होरके तुमची पोरं त्यास्नी पानी उतारल्यावर येतील तवा कस्पाटबी दिसायचं न्हाई.''

''पळायला भुईबी आता न्हाई रिकामी.'' दसू.

शामा, भिका तिथनं हालंना म्हणून पांडू शिंदेला मुद्दाम म्हणाला, ''आज रातीला तुझी ढोरं घेवून ये, मी गजाप्पाची ढोरं उपाशी टाचा घासत्यात ती आणतो सोडून आनि गावात आस्तील ती सांग, पाक सगळी न्याची. मला आता बघायचंच हाय कोन आडवाय येतोय तो.''

''शामा, ह्यो तुमचा दांडगावा म्हनायचा,'' भिका काळा कोळसून गेलेला चेहरा करून म्हणाला.

''उपाशी पोटी आमी न्हायल्यावं तुमी तुपाशी जेवणार? त्येला काय म्हनायचं?'' शामा.

''शामा दे सोडून. आपलं झालं की जगाचं झालं अशी म्हणणारी मानसं हायत. भिकाला बोलून काय उपेग? त्यो हुकमाचा गडी. त्येला का बिचाऱ्याला ताप.'' नानाला भिकाची दया आली.

भिका गदबळला. त्याच्या डोळ्यात पाणी उभं राहिलं, ''आता मालक म्हंतोय सगळ्या डागंवर अवशीद मार. मी काय करू सांगा नानासाब?''

नानाला राग आला. ''त्येच्यावर तेवढं अवशीद मार राच्चं.''

दसू म्हणाला, ''त्येला काय मारील अवशीद – वांझूटा मानूस मर्दाच्यानू.''

''शामा दे सोडून. मला सांग हमीद कुठं आला न्हाई?'' नानानं विचारलं.

''त्यो गेला आसंल डोंगरात. शेरडास्नी पाला आणायला. पावसात शेरडं सोडायची बंदच हायत. आनि पालाबी आणायचं आवघड झालंय. सगळा डोंगूए खचलाय म्हणीता हमीद. वाटच न्हाई वर जायाला.''

''माझं तेवढं पाणपट्टीचं बघचिला तू नी तो. रातभर डोळा न्हाई लागत. त्यात उंदराचं खांडच्या खांडं. मांजर भिवून पळतंय यवढं मोठं उंदीर सगळ्या घरातनं पळत्यात. त्यांनी तर डोस्कं उठिवलंय. कानाला उंदीर चावला मर्दा त्येला काय अवशीद घ्याचं त्ये सुचंना. भवडाची म्हातारी अवशीद देती म्हंत्यात ती हाथरुणाला चिकाटलीय. तेवढं पाणपट्टीचं काम करू या.'' नाना.

"हमीद आल्याव दुपारच्याला करू या की त्ये काम. त्येला शिड्या गोळा करून ठेवा." शामा.

भिका उठून गेला होता.

सर्ज्या रावणाला उठून जावं असं वाटत होतं. पण पांडू शिंदे तिथं असल्यामुळं तो आपल्या मागारी काय तरी बडबड करील म्हणून त्याला उठू वाटत नव्हतं.

पांडू ढोरांच्या आणि शिवारातल्या घराचा; रेडीचा, विचार करत होता; घरावर पाणी खेळत आसंल. रेडी गेलीच. खंडीभर धान्य, त्याला कोंब फुटतील. खायाचं काय? शेत सगळं पाण्यात जाणार. म्हैसीनं कासंत हात घालू दिलेला नव्हता. तो सगळाच उलागला होता. गुडघ्यात मान घालून बसलेला, त्याचं डोळं गळायला लागलं. चारचौघांना डोळ्यातलं पाणी त्याला दाखवू वाटंना.

दसू दुकानात काळ्यामाळ्या घातल्यागत करत होता. रिकामं दुकान त्याला खायाला उठल्यागत वाटत होतं. नातवाच्या काळजीनं त्याला दुसरं काही बोलू वाटत नव्हतं. त्याचा जरा जरी आवाज कानावर पडला तरी त्याच्या डोक्यात गिरमीट फिरल्यागत होत होतं.

"दसू, काय करायचं रं पोराच्या तापाला. उजडाय डाक्टरकडं गेलो तर त्येच्याकडं अवशीदच न्हाई आता शिल्लक. रातभर पोरगं तापानं जाबडाय लागलंय. इस्त्यागत त्येचं आंग लागतंय." शामा.

"शामा, गावात काय राम न्हाई, उनाळ्यात प्याला पानी न्हाई नि आता मेलं तर पानी पाजायला कोन न्हाई आशी गत हाय. माझ्या मनाला तर मुंग्या लागल्यागत झालंय." दसू बाहेर बघत राहिला. बराच वेळ एकसारखा पडणारा पाऊस त्याला सगळं गाव वाहून नदीला घालवू लागल्यागत दिसू लागला.

नरसू गवंडी आला. त्याला दसू म्हणाला, "नरसू, आरं यवढं मनाला लावून भागतंय व्हय?"

नरसू म्हणू लागला, "दसू, म्हशीला थोडा जरी आसरा उभा राह्याला मिळाला आसता कनाय, गारठा बादला नसता. पर गावात नाईच जागा कुणाच्यात. आनि त्यात पोटात तिच्या काय नसल्यामुळं गाब म्हशीला लवकर बादल. दुधाची म्हस बाहीर बांधावी तर तिचं दूध बंद व्हायचं म्हनलो, तेच अंगावर आलं. आनि आसा पावूस ऱ्हायला तर गावात लय ढोरं मरतील. देवळात नि आमच्या समाजमंदिरात पाय ठेवायला जागा नाई यवढी अंथरूणं पडल्यात. जायाचं कुठं?" तो काळजीत बोलत होता. नानानं त्याला, "नरसू शिवार एकजागी गोळा केलाय पावसानं, आता गाव कवा गाप्कीनं एकजागी करील तेचा

पत्त्या लागायचा नाई. तरी थोरात सगळं छातीला लावून कवटाळत बसलाय, याला काय म्हनायचं?'' सगळीच गप राहिलीत.

''आरं आपलं गाव बुडणार हाय, सगळी मानसं मरणार हायत'' गल्लीतनं एक पोरगं दुसऱ्या पोराला सांगत निघालेलं.

शाळा बंदच होती.

''आमच्या घरात म्हंत्यात आसा पावूस ऱ्हायला तर सगळं जगच बुडणार हाय.''

''काय व्हील रं जग बुडल्यावं?''

''काय हुनार? मग सगळं जगच मरणार.''

''आपुन या जगात नसायला पाहिजे हुतो.''

''व्हय, म्हंजे मग बुडलोच नसतो.''

''मग पावूस नाई नि पाणी नाई, शाळा नाई. सगळं मजेत.''

त्या दोघांच्या मागनं आणि सताठ पोरं दिसली.

नाना म्हणाला, ''दसू कुठं रं निगाल्यात पावसात भिजत पोरं सगळी?''

दसूनं त्यांतल्या एकाला दुकानातनंच हाक मारली आणि विचारलं.

''आमच्या गुरुजीच्या घरावर झाडं पडलंय-'' पोरगं म्हणालं.

शामा त्या पोराचं ऐकून चट्‌कन उठला. ''त्या तेल्याला सत्रांदा सांगिटलतं तेवढा घरामागचा आंबा तोडून टाक. चिकाट भोकार चार हाजारला मागून वटलं न्हाई, आता?''

''आता काय गुरुजी गावलं बिवलं आसलं म्हंजी? त्येला काम लागायचं.'' नाना.

''चल दसू. बघून तरी येवू या -'' शामा.

त्यांच्याबरोबर नानाही गेला.

गल्लीतनं पोरं आणि माणसं तिकडंच जात होती.

गुरुजी राहात असलेल्या मागच्या सोप्यावर आंब्याची एक ढापी पडली होती. गुरुजीचा संसार सगळा सोपा पडल्यामुळं उघड्यावर आला होता. सगळा संसार लोक उपसत होते.

बाथरुमावर ढापी पडल्यामुळं पाणी साठवायचं बॅरेल बंब चेपून फुटून गेला होता.

गुरुजींची बायको भिजून गार थरथरत पुढच्या सोप्यात पोरांना घेऊन बसली होती. असल्या पावसात सगळा संसार घेऊन राहायाचं कुठं? गुरुजींना काळजी लागली होती. गावात प्रत्येकाच्या घरात ढोरं गुरं आणि ओल भरली होती.

शामानं आंब्याची ढापी तोडणाऱ्याकडून कुऱ्हाड आपल्या हातात घेतली.

ढापीला वालं लावून सोप्यावर पडलेली ढापी खाली घेऊन गुरुजींचा संसार

सगळा काढायचा. तो सगळ्यांना सांगू लागला. सगळं साहित्य मदल्या खोलीत ओढलं.

शामाला पोरं विचारू लागली, ''जगदीपच्या आण्णा, जगदीपची तब्बेत बरी हाय?''

त्याला काय सांगावं कळंना. मग गुरुजींनी विचारलं. मग शामानं ताप उतरत नसल्याचं सांगितलं. तो चिंतेत पडला. गुरुजींनी आपल्या पडल्याल्या साहित्यातनं एक औषधाची बाटली काढली.

आणि सांगितलं, ''यातला एक चमचा तीन वेळा घाला, आमच्या मुलाला आणलेली होती.''

शामाला ती बाटली बघून बरं वाटलं. ''गुरुजी आता काय भ्याचं कारण न्हाई. पर जरा अडचण हुनार. काढा कसं तरी दिवस येवढं. म बगा दुसरं घर. आता सगळी गावातली घरं आशीच गळकी. भिजलेली. आनि ढोरांनी भरलेली. तरी बरं नहाणीत कोन न्हवतं.''

गुरुजींच्या अंगावर काटा उभा राहिला. ते नुकतेच नहाणीतनं बाहेर पडले होते.

ते म्हणाले, ''आमची वेळ बरी. आणि गावातली माणसं सगळी वेळंला उभी राहणारी म्हणून असल्या प्रसंगातनं आम्ही लगेच सावरलो. या वेळेला असंच एकमेकाला आधार देत जगायला पाहिजे सगळ्यांनी.''

''हा तुमचा इचार झाला, आमचा तसा पायजे न्हवं?'' नाना.

''नाही, संकटात येतात माणसं एकत्र.'' गुरुजी सांगू लागले.

दसू उठला. त्याचं मन लागत नव्हतं; त्याला आपल्या घरावर आलेली फणसाची ढापी बघायला पाहिजे असं वाटू लागलं.

शामा पोराला औषध घालावं म्हणून निघाला.

मग सगळीच उठलीत.

शामा घरात गेला. त्याच्या हातातली औषधाची बाटली बघून त्याच्या बायकोचा चेहरा धुतल्या चेहऱ्यागत दिसू लागला. शामा पोराला उठवत म्हणाला, ''आरं बाळ, तुझ्या गुरुजींनी अवशीद दिलंय.'' औषधाला तोंड वाकडं करणारं पोरगं लगेच उठून औषध प्यालं.

मग शामानं गुरुजींच्याकडं का गेलतो ते सगळं त्याला सांगितलं.

पोरगं उठून उभं राहिलं, ''आनि आमचं गुरुजी? त्यास्नी काय लागलंय? ते कुठाएत?''

''आरं त्यास्नी काय झाल्यालं न्हाई, बस,'' शामा म्हणाला.

‘‘बाळ तुला आता बरं वाटंल. जरा बस, लगीच निजू नगं.’’ त्याची आई.

ते बसलं. त्याचं डोळं आत गेलंलं. त्याला चहा दिला. ते चहा प्यालं. शामा त्याच्याकडं बघत; पोरगं लगेच हाडबाडलं. लगेच पाणी उतरल्यावर कोल्हापूर गाठायचं. चांगल्या दवाखान्यात दाखवून आणायचं. ताप अंगात मुरलेला चांगलं नसतंय. पुलाचं कठडं दिसाय लागलं की खांद्यावरनं त्येला घेवून भोगाव गाठू. चार दिवसांत पोराची हाडं दिसाय लागली. सगळं चोपटून गेलं.

‘‘व्हय वं थोरात डागंवर अवशीद मारनार हाय म्हंत्यात खरं हाय?’’ तिनं विचारलं. तो हालला.

‘‘तुला आनि हे कोन सांगीत आलं?’’

‘‘सगळ्या गावात आवय उठलीया. तुमास्नी ठावं न्हाई व्हय?’’

‘‘मारील की त्येला काय?’’ तो गप्प झाला. ‘‘मगाशी बोंबलतं भिक्या गल्लीनं, मी दिल्या शिव्या.’’

‘‘तुमचं काय जातंय? बोंबलंना तिकडं?’’

‘‘बोंबलंना म्हंजे, शिव्या दीत हुता. आपला रेडाबी सोडलाता त्येंच्या डागत. मग आयकू शिव्या त्येच्या? त्येला तेवढा काढलाय व्ही बापयानं?’’

‘‘त्येच्या डागंवर इस्तू पडू दे. न्हाईतर पाक नदीला जावू दे पर आपल्या ढोरास्नी तुमी सोडू नगोसा.’’

‘‘कोन निगालंय सोडायला. आपसवराती जात नोका. आनि अवशीद मारल्यालं या पावसात ऱ्हातंय?’’

‘‘ऱ्हावू दे न्हाई तर त्येच्यावर कुत्रं मुतू दे, त्यो म्हातारा मारील कसलं तरी जहाल अवशीद. त्येला मया का दया, वांझूटा नोका,’’ ती सांगत होती.

शामाला खरंच वाटलं. थोरात ती म्हणतीय तसं एखादं जहाल औषध मारील. आपण पांडूला आणि गावात कुणाकुणाला सांगावं. उपाशी राहू द्यात ढोरं पण थोराताच्या डागंत सोडू नका. तो पावसात त्यांना सांगायला बाहेर पडला.

लगाऱ्याचा हाणमा गळ्यात टॉवेलानं हात बांधून चौकटीत उभा असलेला दिसला. त्याचा हात सुजून मोदळा झालेला होता. शामा त्याच्याकडं गेला.

हाणमाला हाताला आलेल्या कळा सोसवत नव्हत्या. डोळ्यातनं पाणी काढत होत्या.

‘‘शामादा, पाक घर पाण्यात बसलं गा माझं, सोसाटीचं कर्जच्या कर्ज अंगावं आनि सगळं शेडच्या शेड बी गेलं उडून.’’ त्याला बोलताना हातातनं कळा सुटत होत्या.

‘‘तरी बरं, जायबंदी झाला न्हाईस. कर्ज फेडाय ईल – ढोरं कुठं बांधल्यातंस?’’

“हायतं न्हवं कुनाकुनाच्यात बांधल्यात. जागा गावंल तिथं. आनि यक दूद देनारी म्हस तेवढी बांधलीया हिथं.”

शामानं त्याला थोराताच्या डागंत औषध मारलेलं सांगितलं.

हणमंता सावरला.

मग शामानं सगळ्यांनाच सांगितलं. आणि तो दसूकडं आला.

पांडू शिंदे थोराताला घरात बसून शिव्या हासडू लागला, “त्येच्या आयीला, खरंच शामा म्हनतोय तसं त्याच्यावरच अवशीद माराय पायजे. मेल्यावर कोन उचलायला जायाचं न्हाई. किडं पडत्यात कनाय बग. निपुत्रीक नोका बेनं. प्वॉट पानी पिकलं आस्तं तर आनि काय ढवाँग केलं आस्तं? ह्यो पावूस तर मानसास्नी जल्मातनं उठीवणार आता. देवळाजवळ पानी आलं म्हनल्यावर सगळं झालंच आता, संपल्यात जमा. आपल्या इथं यवढं पानी म्हनल्यावं माळापुडे भोगाव पोर्ले गाव तर सखलात तिथं काय झालं आसंल? दैना दैना उडली आसंल.” तो उठला. ढोरं त्येच्याकडं बघून ओरडाय लागली. त्याला त्यांच्यापुढं थांबू वाटंना. आणि बाहेरही जाऊ वाटंना. मग त्यानं धोतराची भाल मारून गुडग्यात मान घालून घेतली.

त्याची बायको पावसाला बडबडू लागली, “लाग बाबा लाग, यकदा सगळी पिरतीमी तरी बुडीव म्हंजी सारीच काळजी मिटंल. तुझ्या नावावर शीरं ठोकलं काट्याचं ते. मानसाला मानूस का ढोराला ढवॉर म्हनू दीनास, जल्मातनं उठवायचा डाव मांडलायास त्यो पुराच कर आता. पाक ढगात आसंल नसंल तेवढा यकदम पड नि घालीव सगळीच दर्याला. म्हंजी तुझ्या मनाजोगं व्हील.” ती बडबडत भिजून गेली. पांडूला बघून विचारू लागली, “आसं का बसलायसा? काय व्हील त्ये व्हील साऱ्यासंगं, काय करायचं गजाप्पाच्या बायकूनं? त्यापरास तरी बरं!”

“काय व्हायचं आता. सगळं दाणंदुणं भिजून कुजून जातील. घर ऱ्हायलं म्हंजी बरं. न्हाइतर बघतोया गावातली चांगली चांगली घरं ढासळाय लागल्यात. तसं झालंबिलं तर काय डोस्कं वर निगतंया आपलं?” पांडूला घराची, शेतातल्या धान्याची आणि पिकाबरोबर म्हैस दूधच देईना त्याची काळजी वाटली. या वर्षी सगळ्या बाजूनं उलघल्यागत त्याला वाटू लागलं. आता आपली मान या कर्जातनं वर निघणार नाही असं त्याला वाटू लागलं. डोक्यात वारं शिरून सगळं त्याचं त्याला सैरभैर झालं.

“जे व्हील त्ये व्हील. पाण्याचा गराडा गावाला हाय, तुमी यवढं जिवाला लावून घेवून त्येचा उपेग तरी काय? मानसांसंगं काय बी झट्या झोंब्या खाता

आल्या असत्या नुकसान मानसानं केलं आसतं तर. आता कुनाला इचारायचं नि कुनाला सांगायचं? पूर्वीपासून चालतंच आलंय, राजानं मारलं नि पावसानं झोडीपलं तर मग न्याय कुनाकडं मागाय जायाचा?'' ती त्याला आधाराचं बोलत होती.

नाना पांगेनं शामाला आणि हमीदला घेऊन पाणपट्टीचं काम करून घेतलं.

पण नानाला पाऊस बंद झाल्याशिवाय उंदरं झोपू देणार नव्हती; उंदराच्या मागनं साप येतात या भीतीनं तर तो सगळाच गळटून गेला होता; कालच रावणाच्या घरात साप शिरलेला. सगळी गल्ली जमली. तेवढ्यात साप माळ्यावर. माळा सगळा लाकडानं भरलेला. सगळा माळा पालथा घातला पण साप बेपत्ता. सापाच्या धास्तीत रावणाचं घर जागं. माणसं मुतायला बाहेर यायला भ्याला लागली.

गावात मग साप चावून न म्हणता पान लागून म्हणत, पान लागलेल्या आठवणीतल्या गोष्टी उगळीत बसली. देवळात ठेवून बरी झालेली आणि एक जण देवळात ठेवूनही मेला त्याची आठवण. रावणाच्या घरात शिरलेल्या सापानं मेलेल्या माणसांची कधीकाळची आठवण जागी झाली. त्यानं गाव सगळं साप म्हणून भुई थोपटू लागलं.

नानांच्या घरात चहा पिऊन हमीद कांड्याळ पेराय तिथूनच निघाला.

नाना म्हणाला, ''हमीद जरा चांगला यकादा मासा मिळाला तर दे बरं का. त्ये पंड्या पैशाला लय चटावलतं.''

''मिळवू द्यात की चार पयसं. त्यास्नी शिवारात काय वापा बिपा हाय? पिकंल म्हनायला? तुमच्यासारख्यांनी चार पयसं दिलं तरच हातावरलं त्येंच प्वॉट चालनार. आता पंड्या मोडून पडलंय, तेचं सगळंच मोडलं कनाय बगा बघू?'' शामा नानाला म्हणाला.

''आरं बाबा, मी काय फुकट मागनार हाय म्हण की? का थोरात वाटलो तुला मी बी? ह्या हमीदचा 'बा' गावात आणला गावाला गरज म्हणून. नदीतनं पल्याड भोगावला जावून मुसलमान आणायचा नि बकरं कापाय लागायचं, त्यो आल्याठावनं हे सगळं थांबलं आणि त्यो बी गावाचा झाला. त्येला मी बेघरवाडीवर जागा द्याला लावली,'' नाना म्हणाला. हमीदला आसं गावातलं सगळं पुढारी म्हणतात ते ऐकून माहीत होतं.

''हा तस्सं म्हना, न्हाईतर फुकट राबवून घ्याची सव्व तुमच्यासारख्या मोठ्यांची गावात लय, मला ठावं हाय ते. आता बास करा. पोटावारी मानसं राबवून घ्याची सवय मोडा.'' शामा.

“खुळा का काय?” नाना कात्रीत सापडल्यागत झाला. शामा ‘चहावारी राबवून’ म्हणणार होता. खरं लगेच नानाला ताजा राग यायचा म्हणून तो ‘पोटावारी’ म्हणाला. त्याला गावातली मोठी जमीन असणारी सगळीच असं वागत असलेली त्याचा राग होता. टोपल्यात दाणा नि चुलीवं जाईना. अशी सगळीच थोरातासारखी ही मोठी, कमी जास्त वागत होती.

शामा दसूकडं आला.

दसूची बायको रडतच शामाला म्हणत होती; “पोराचं आमच्या खरं न्हाई, पानी कवा उतरायचं? नि कवा त्येला डाक्टरकडं दावायचं? कशात चित लागंना झालंय. मला तर शामूदा काय नि बायच म्होरं दिसतंय.”

शामाला आपण काय करू शकत नाही याचंच लागलं होतं.

पाऊस कोसळत होता.

दसू थकल्यागत डोक्याला हात लावून बसला होता. आतल्या आत नुसत्या पोराच्या विचारानं पाण्यानं जमीन खचल्यागत तो खचून गेला होता.

“लगाऱ्याच्या म्हातारीनं सांगिटलतं न्हवं अंगारा लावायला? लावलास?” शामाला आता काय विचारावं आणि काय सांगावं असं वाटत होतं.

“मापदा लावला नि बोललो,” दसूची बायको डोळं पुशीत म्हणाली.

शामा मग दसूला म्हणाला, “आरं तूबी तुझ्या ‘बा’च्या पोटूला लाव उदकाडी, नि सांग मी तुझं नाव ठेवतो म्हनून. खरं तर तुझ्या जावयाच्या बाच्या ‘बा’चं नाव ठेवतो म्हनून बग यकदा.”

दसूला वाटत होतं. सगळ्या पूर्वजांना सांगतो तुमचं नाव ठेवतो म्हणून. पण सगळ्यांची नाव तरी कुठं माहिती आहेत? तो थकल्या मनानं उठला. शामानं सांगितलेलं त्यानं ऐकलं. नातवाला अंगारा लावून तो बाहेर आला. आणि नातू खवळून उठला. त्याचा त्याला राग आला. त्याला तसा राग यायचा आणि आतनं उकमारल्यागत होऊन त्याचा त्याच्याकडं बघून गळा भरून यायचा. त्याचा जीव तळमळून रडायचा. तसाच मायलेकींचा जीव खालवर व्हायचा.

“दसू त्येला मधाचा चमचा पाजून बघितला तर–?” शामा

“लगाऱ्याची म्हातारी बोलली हुती. मद हुडीकला तिनं. कुनाच्यात गावला न्हाई.” दसू.

शामा मधाची सोय कुठं होईल याचा विचार करत म्हणाला, “मद असला तर आपल्या हमीदच्यात न्हाईतर वाळवकरांच्यात. तीच डोंगरात फिरणारी, मग कुनाच्यात मिळणार न्हाई.”

दसूला आपल्या हे लक्षात कसं आलं नाही याचंच आश्चर्य वाटलं.

तो लगेच हमीदच्यात निघाला.

"अगोदर हमीदच्या घरातच जा. त्येची बायको आसंल तेंच्यात नसलाच तर मग वाळवकरांच्यात जा. त्योबी आसल्यावं न्हाई म्हनायचा न्हाई," शामानं त्याला सांगितलं.

दसूला त्येच्या बायकोनं लवंडलेली औषधाची बाटली स्वच्छ करून दिली. तो गेला.

तिला दसूनं दिलेल्या शिव्या आठवल्या.

ती शामाला डॉक्टरचा विषय सांगू लागली.

शामा म्हणाला, "तेचं नाव काढू नगो. सातवीच्या वर्गात माझं पोरगं. त्येचा ताप त्येला तीन इंजीक्शनं दिली तरी उतरना. आणि सात दिवसाच्या पोराचं त्येला कळतंय? गुरुजीनं दिल्याल्या अवशीदानं जरा बरं वाटतंय. पोराच्या तोंडावर टकळाई आलीया."

दसू बेघरवाडीवर गेला; पोराला बरं वाटलं म्हणजे बरं, पाणी उतरायची चिन्हं नाहीत. पावसानं आसा तळ ठोकल्यावर कुठलं पाणी उतरतंय? गावाला गराडाच पडलाय पाण्याचा. पोराला बरं वाटल्यावर राहीना किती का दिवस. ते रडायचं तेवढं थांबावं. रडताना तेचं तोंड बघू वाटत नव्हतं. त्याला पावसापेक्षा त्याचं रडं तेवढं थांबावं असं सारखं वाटत होतं. पोरीच्या नांदण्यातली माणसं मानसातली नाहीत, आणि पोरगा म्हनल्यावर तर त्येंची जास्तच काळजी हेला लागली.

दसूला पावसात एकटा बघून हमीदची बायको दचकली; हमीद जाताना कांड्याळ घेवून हेंच्याकडंच गेला आसंल. आनि येतानाही दसूची भेट घेऊनच येतो. मग दसूभाऊजी का आलं? तिला असंख्य विचारांच्या सुया टोचल्यागत झालं. ती शेरडास्नी पाला घालत असलेली बावचाळून गेली.

"तुमी यकटंच आनि ह्ये कुठाएत?"

"हाय की! गेलाय कांड्याळ पेराय -"

"म -" ती दचकतच विचारू लागली. तिला हमीदची काळजी लागलेली.

दसूनं तिला सांगितलं, "तू येवढी बावचाळलीस का? मला मध असला तर पायजे होता."

आता तिला एकदम हलकं, मोकळं वाटलं. ती सावरली. ती म्हणाली, "हाय की मध, आजून ताईच्या पोरग्याला बरं वाटत न्हाई?"

"न्हाई वाटत. तू ईत जा की, पाजून जाईत जा. तेवढी शंका हाय ती तरी मिटंल. सगळ्यांचा जीव दमून गेला. जरा मध तरी पाजून बघा असं सगळ्यांचं मत

पडलं. पोटातल्याला बरं आसतंय म्हंत्यात.'' दसू म्हणाला आणि सांगू लागला. ''तुला हिनं बलीवलीया.''

''मी येनार हाय-खरं पोरगी बारकी तिला पावसातनं कशी घेवून याच्चं? अंगावर काय नगो?'' ती म्हणाली.

''मी हमीदकडं छेत्री देतो न्हाईतर प्लॅस्टिकचा कागूद. ये तू. आनि पोरास्नी घेवून ये.'' दसू.

तिनं मधाची बाटली काढली. बाटलीवरची धूळ झाडली. दसूनं आणलेली बाटली बघून तिनं घरातली मोठी बाटली घेतली. त्यात मध ओतला. दिला.

दसूनं सांगितलं, ''शेरडास्नीं सोडू नगोसा, पावसात गारठून जातीला. आनि डोंगरात जाताना सांग, शेरडं, थोराताच्या डागंत सोडचिल म्हणावं. त्येनं अवशीद मारलंय. न्हाईतर त्यो सोडील. त्येच्या ध्यानात ऱ्हायाचं न्हाई.''

''शेरडं सोडीत न्हाई, खरं राच्यान दोन शेळ्यास्नी बुळकांडीच लागलीया.''

''गारठ्यानं, इथं गावापेक्शा पावसाची नि वाऱ्याची दांडगी झड हाय, त्येनं आसंल,'' तो म्हणला. आणि मधाची तिनं दिलेली बाटली घेऊन बाहेर पडला. तो पावसातनं बेघरवाडीवरनं व्हलपटतच खाली आला; हातावर पोट जगवणारा हमीद सगळ्या गावाला उपयोगी पडतोय. आणि गावचा वतनदार थोरात कुणाच्या कापल्या करंगळीवर मुतायचा विचार करतोय. माणसाकडं कुठली गोष्ट आसून भागत नाही.

त्या गोष्टीची दानत असावी लागते. हमीदला गावातल्या नडल्या आडलेल्यांनी हाक मारली की तो हजर असतो. माणसांना घरातल्या माणसापेक्षा याचा आधार वाटतोय.

दसू गावात आला.

तेल्याच्या घरात गुरुजी राहात होते. तिथं बरीच पोरं जमली होती. दसूनं त्यांना जाता जाता विचारलं,

''का रं काय झालंय?''

''काय न्हाई, लगाऱ्याच्या बाजीरावाला नोकरीचा कॉल आलेला. त्येची मुलाखत उद्या हाय, मग जायाचं कसं याचा घोळ चाललाय.''

''आरं म आदीच जायाचं न्हाईसा?''

''कॉल आला त्येच्या दुसऱ्या दिवशी सकाळी पानी पुलावर म काय करणार?''

दसू गुरुजींना आत जाऊन विचारू लागला. ''आता काय करायचं गुरुजी?''

''काय करणार, फोन चालू असतं तर सांगितली असती अडचण. तेही नाही. आता पाणी उतरल्यावर जाऊन या म्हणालो त्यांना.''

बाजीराव निराश मनानं गुरुजींच्या समोर बसला होता. ''मला इतकी दिवस पानी राहील असं वाटलं न्हाई गुरुजी.'' परत परत तेच वाक्य बोलत होता.

''नाव आसती तर गेला आसता कनाय बाजीराव?'' दसू म्हणाला.

''व्हय - व्हय, शामादा सांगीत हुता तवा, सगळ्या गावाला थोराताच्या पोरग्यानं सांगितलं, पूल झालंय नावंचं काय काम हाय म्हनून. सगळं गाव माना हालवून बसलं आता आडकून,'' पोरं म्हणाली.

''आरं नाव आसती तर आज गाव जी झडती देतंय ती बरीच थांबली असती.'' दसू. ''गुरुजी, आमास्नी कळंना इथं मरायला आमच्या संगं कोन हाय त्ये. आमी सगळीच त्येंच झेंडं घेवून फिरतोय, आता बसा की रडत. शेरात राहून गाव हाकणारी मानसं कवा गावाचं भलं करतील गुरुजी? त्यास्नी काय कळतंय इथल्या अडीअडचणी.'' दसू म्हणाला आणि उठून पावसात मिसळला.

''हुता का न्हवता रं मध?'' शामा त्याला बघून विचारू लागला, ''आनि येवढा येळ बेघरवाडीवरनं जावून याला?''

''मिळाला की हमीदच्यात मध,'' दसूनं सांगितलं. मधाची बाटली बायकोकडं दिली. आणि तो लगाऱ्याच्या बाजीरावाच्या नोकरीच्या कॉलचं सांगू लागला.

शामानं मग सगळ्या गावाला शिव्या घातल्या.

थोराताची आई बहीण काढू लागला. पोराचा उतरणारा चढणारा ताप त्याला चैन पडू देत नव्हता.

''बघ मध पाजून काय फरक पडतोय का त्ये.'' शामा उठला.

सर्ज्या रावणाची बायको दसूच्या बायकोकडं उसनं तांदूळ मागायला आली होती.

ती म्हणाली, ''हमीदकडून मासं घेवून दोन दिवस चटणी मीठ लावून खातोय आमी.''

गावात बरीचजणं अशीच एक एक टायम ढकलत होती.

हमीदची वाट पाहत बसत होती.

देवळात साताठ बायका देवाला गाऱ्हाणं घालाय आल्या. त्या आल्या म्हणून त्यांच्या मागनं आणखी बऱ्याच आल्या. म्हणाल्या, ''गावावर तुझीच नदार आता. तूबी डोळा मिटवून बसलास तर आमी कुणाकडं जायाचं? बघ नाही तर आमी सगळीच लागतो पुराच्या पाण्यातनं व्हावंटळीला. गावातल्या पोराथोरांवर, ढोरागुरांवर, शेताशिवारावर तुझी सत्ता. मग आमी सत्तनं तुला विचारू तर कुणाला? आमचं हाय कोण? तूच अशी हेळसांड कराय लागल्याव कसं जगू आमी? तसं सांग, मग नाद सोडतो, जगण्याचा. कशाला तुला रोज आंघुळ पाणी

तरी? या रातीला पावसाला मान टाकाय लाव नाहीतर सगळंच बंद करू या. आमी उघडं पडल्याव तुला तरी कोण झाकाय ईल? आनि उद्याबस्न पावूस बंद होणार नाही तोवर तुझं अंघोळ पाणी बंद. आमी वरीस भर कवा तुझ्या अंघोळ पाण्यात हायगय केलीया ते सांग? बघ यक रोज कसं वाटतंय. कर बाबा टेंबका वाईच कमी.'' हात जोडत बायका उठल्या. ''ताटकळत तू बी नि आमाला बी ठेवू नगो. माप झाली झडती. घरटी योक नारुळ उद्याच्या आईतवारी देतो यवढं गळ्याचं पेंडं सोडीव. आणि गावाची हायगय झाली आसंल तर ते बी सांग.'' सगळ्याच फेरा फेरानं बडबडत होत्या. हात जोडत होत्या. उठून बसून आपलं म्हणणं कोर्टात मांडत होत्या. त्यातच एकजण हालाय लागली. मग तिचं सगळं परत तेच -

या गावावरची आपत मिटू दे देवाऽ
मग तिच्या पाठीमागून; मिटू दे देवाऽऽ
पावसाला तूच आता मान टाकाय लाव देवाऽऽ
लाव देवाऽऽ
गावच्या माणसांस्नी या फासातनं सोडीव देवाऽ
सोडीव देवाऽऽऽ
पिरतीमी तुझ्या आशेवर देवाऽ
आशेवर देवाऽऽ
पुलावरचं पाणी उतरू दे देवाऽ
उतरू दे देवाऽऽ
गावाला वाट मोकळी कर देवाऽ
कर देवाऽऽ
पावसाला आता थांबीव देवाऽ
थांबीव देवाऽऽ
देवा देवा, पावूस थांबीव. झालं गेलं सारं आंबीव.
झाडानं अंग सोडलं.
पावूस चिंबीव, चिंबीव म्हणत होता.
सगळ्या घराकडं निघाल्या. डचमळत. पाऊस देवाचं ऐकंल?
कोण थोर? मग सुरू झाली झुंबड. कोण थोर?
पाऊस थोर, देवापरास -

एकदा अशीच लागली भांडणं. पावसाची आणि देवाची; देव म्हणे, मी थोर! पाऊस म्हणे, मी सगळ्यांत थोर! पाऊस देवाला सांगून दमला. देव मग त्यासंगं

भांडला; आणि मीच थोर असल्याचा टेंभा मिरवू लागला. देवाला त्याच्या वागण्याचा इंगा दावतो, पाऊस म्हणू लागला. तरी देवाचा टेंभा वरमला नाही. मग पावसाचा नाइलाज झाला. तो गेला. साता समुद्रापल्याड जंबू बेटावर बसला. बारा वर्षं झाली. दगडांच्या लाह्या फुटू लागल्या. सगळी देवासहित तडफडू लागली. पाणी पाणी म्हणू लागली. पिरतीमीतलं देव गोळा झालं. गांड धुवायला पाणी नाही. दगडाच्या लाह्या फुटत्यात. आमी काय करावं? देवाचं थोरपण. देव सगळं विचार करू लागलं. पावसाच्या शोधासाठी मग बाहेर पडलं. त्यांना एक बाई भेटली. तिनं सांगितलं. पाऊस. सातासमुद्राच्या पल्याड जंबू बेटावर आहे. तिथं एक गाढव आहे. ते पावसात, पावसानं झालेल्या चिखलात लोळतंय. तिथं गेला तर तुमाला पाऊस भेटंल. देव गेलं. गाढव चिखलात लोदळून आलेलं त्यांच्या नदरंला पडलं. त्याला विचारू लागलं. त्यानं आपलं नाव न सांगण्याच्या बोलीवर सांगितलं. पावसाचं ठिकाण. देव तिथं गेलं. पावसाला गाढवाचा राग आला. गाढवाशिवाय माझा ठाव ठिकाणा माहीत नव्हता. त्यानं गाढवाच्या नाकावर लाथ मारली. त्याच्या नाकाच्या दोन नाबुळ्या झाल्या. तू जल्मोजल्मी वझी वढचील, पावसानं गाढवाला शाप दिला. देवानं पावसाला दंडवत घातला, साकडं घातलं. तू आमच्यापरास थोर! तू चल. पावसानं सांगितलं. आता हादगा आलाय. मला, आलो तर सगळ्या नवखंड पिरतीमी आणि दहावा खंड काशीला थंड कराय लागंल. तवा मी येतो. खरं हादग्याचं पंधरा दिवस मला पुरणार नाहीत. एक दिवस आगाव द्या. सोळा दिवसांचं हे नक्षत्र करा. देवांनी लगेच माना हालवल्या. थोर पाऊस, आला. हात्तीच्या पायागत बरसू लागला. देवांनी मागार घेतली. पाऊस देवापरास थोर.

– देवळातनं आलेल्या बायका गच्च भिजून गेल्या.

पाऊस थोर, देवापरास.

देवापरास – पाऊस थोर!

थोर पाऊस!

थोर थोर पाऊस!

थोरात थोर पाऊस!

बायका आणखी बुचकाळल्या. शेवटच्या ओळीत. आणि पाऊस उसळू लागला. बरसू लागला. हात्तींच्या पायागत धारा बरसू लागला.

पंड्याचं मात्र हाल चाललं होतं; त्याची मोडलेली हाडं सोडून सगळी हाडं दिसू लागली होती. त्याला काय खावं असं वाटूनही तो खात नव्हता.

बायकोच्या आधाराशिवाय त्याला लघवीलाही जाता येत नव्हतं. त्याचा पाय-हात जरा जरी हालला तर लघवी आपोआप होत होती. मग तो स्वत:च कळा सोसत कसाबसा फरफटत मागच्या दाराशी चौकांड्यात जाई. तिथं उंबऱ्यावर बसून लघवी करी. लघवी पिवळीजर्द. कुथून लघवी करताना वेदनेनं कळवळू लागे. कधी कधी रात्रीची अंथरुणातच लघवी होई. मग बायको शिव्या देई. लघवी झाली तरी तो तिला सांगत नसे. सगळं अंथरुण कुबट वासानं भरून गेलं होतं. तो तसल्या अंथरुणात सुजलेला हात पाय घेऊन रडत पडला होता; त्याला जीव नकोस झाला होता.

गावतुडव्या पाऊस.

०००

.. ११ ..

शेळ्यांना बुळकांडी वाढू लागली. हमीद काळजीत पडला.

तो वाळकरांच्या सपरात गेला; बेघरवाडीवर कोणाची वस्ती नव्हती तेव्हा हे सपार वाळवकरानं घातलं होतं. खंडी दोन खंडी शेरडं मावत होती. सपरात वाऱ्याची जराही झुम लागत नव्हती. एवढं बांधबंदिस्त सपार. बैठं. त्यावरनं वारा, पाऊस पळत जाई. तेचा आवाजच कानावर घोंगावू लागे. वाळवकर जेवायला तेवढाच घराकडं जाई. तेही फक्त संध्याकाळीच. सकाळचं जेवण दिवस उगवायच्या अगोदर त्याची बायको घेऊन यायची. मग तो दिवसभर डोंगरात. शेरडांबरोबर. दिवस काळूबाईच्या डोंगरावरनं खाली उतरेपर्यंत तो उतरायचा नाही.

हमीदची शेरडं त्याच्या शेरडांतनंच डोंगरात फिरायला असत. वाळवकरानंही शेरडं सोडली नव्हती.

हमीदला बघून तो म्हणाला, ''हमीद, शेरडं बुळकांडीनं पाक लेपटून गेल्यात, लेंडी म्हणून टाकीनात शेरडं. आनि आनल्याल्या पाल्याला त्वांड बी लावीनात.''

''त्येच तुला इचाराय आलतो. आता काय करायचं?''

''अवशीद हाय त्येला, खरं त्याला कळकीच्या बेटातला पाला काढून आणाय पायजे.''

''आणू या की –''

''पर तू काल न्हवतास, कळकीची बेटं हायत तिथं आता पानी हाय. भपडाच्या परड्यात ब्यॉट हाय. तिथं डोसक्याच्यावर पानी खेळतंय. डोंगरात यकदोन ठिकाणी हायत पर तिथं सगळं खचून गेलंय. आता आनायचा कुठनं पाला?''

''पर आसं यकदम झालं कशानं म्हनायचं?''

''गारठा बाधला शेरडास्नी. यवढा यकदम पावूस नि वारा सोसतोय व्हय शेरडास्नी? त्ये बघ की बांधलेल्या पाल्याच्या डाहाळ्यावर तुटून पडत्याली शेरडं, याक पान मोडंनात. गप पडल्यात माना टाकून.''

‘‘माझ्या बी शेळ्या तशाच करत्याता.’’

‘‘वव्याचं पानी बी पाजत्यात, खरं यवढा ववा आणायचा कुठनं?’’

‘‘अवशीदाला किच्चा लागतोय? मी बघतो की मिळतोय का दुकानात ववा.’’ हमीद.

नेहमीप्रमाणं शेरडं सोडत नसला तरी वाळवकराची बायको जेवण घेऊन आली. ती विचारू लागली, ‘‘काय खाल्लं का शेरडांनी?’’

‘‘कुठलं खात्यात नि कुठंल काय? राती थोरली शेरडी आनि त्येची दोन पालवी खाइती ती बी आता मिचकत मिचकत खात्यात. सगळं सपार सारीवल्यागत झालंय. पाक भट्टीच बिगाडलीया त्येंची.’’

ती जेवण बांधलेलं फडकं सोडीत हमीदला विचारू लागली,

‘‘तुझी तरी शेरडं धड हायता का बाबा?’’

‘‘तेच इचाराय आलाए,’’ वाळवकरच म्हणाला.

‘‘म्हंजी ओ, रोगच आलंय का काय म्हनायचं? ह्याला काय करायचं तरी काय?’’ तिनं आणलेल्या भाकरीतली अर्धी भाकरी त्यावर भाजी घालून हमीदला देत विचारलं. आणि म्हणाली, ‘‘खा वाईच भाकरी, घरातलं पीठ सपलं हुतं तेवढं, आनि तांदूळ बी, काय शिजवायचं त्येची काळजी पावसानं लावलीया.’’

हमीद भाकरी नको म्हणत होता; एकच भाकरी होती त्यातली अर्धी भाकरी ती देत होती.

दोन भाकरी खाणारा वाळवकर आज अर्ध्या भाकरीवरच भागवणार होता. हमीदला वाळवकरानं जोरा करून भाकरी दिली. हमीदनं रात्री नुसतं मासं उकडून खाल्लं होतं.

‘‘माणसं काय पावूस उघाडला न्हाईतर जुंधळं न्हाईतर मक्कं भाजून खातील, खरं ढोरांचं काय? त्येंचं उपाशी मराण येनार,’’ वाळवकर अर्धी भाकरी संपवत म्हणाला, ‘‘शिवार सगळा पाण्याखाली. काळूबाईचा डोंगूर सगळा खागलून गेलाय. नि शाबूद थोराताच्या डागंवर त्येनं अवशीद मारलंय.’’

‘‘त्येला आवशीद मारायला काय हुतंय? त्यो मानसावरनी अवशीद मारील नि यकटा राहील,’’ वाळवकराची बायको म्हणाली.

‘‘मी बघतो गा दसूच्यात ववा तरी हाय का?’’ हमीद उठला, ‘‘तेवढं अवशीद पाजून तरी बघू या.’’

‘‘आमास्नीबी जायाला पायजे घराकडं. वरतीकडची भित लय भिजलीया. कागूद तरी बांधू या चला. पावूस थांबायची वाट बगून भागायचं न्हाई. पाक भित गरवत गेलीया आढ्यापातूर.’’ वाळवकराची बायको.

त्या दोघा नवरा बायकोंना सगळी काळजी लागून राहिली. शेळ्यांचं हे असं. भिंतीचं ते तसं.

"म बघायला पायजे लवकर, बघितलास न्हवं, भवडाचा मागचा सोपा पाक गाप्‌दिशी बसला. नि पंड्याच्या भिंतीचं पंड्याला केवढ्याला पडलंय. त्येचं काय सळ्ळ न्हाई गा. पाक ढुंगाण घसटून सगळं करतंय. मी जावून काढल्याल्या खापऱ्या सरळ्या बसीवल्या. न्हाईतर त्येचं नवं घर बसलं असतं," हमीद त्याला सांगू लागला.

"मी परवाच्या दिशी बघिटलं पर भितीत कुठनं पानी मुरतंय त्येच गावंना? खापरीबी फुटल्याली न्हाई आनि गिलावा मारलाय सिंमेटाचा तरी पानी आत येतंय म्हंजी आगाव झालं," वाळवकर म्हणाला.

"मी बघतो तवर ववा, आनि तू गावात गेलास घराकडं की मला बलिव. बघू या सरळं जरा," हमीद त्याला सांगून निघाला.

एवढ्या मोठ्या भिंतीला कागदं बांधायला आणायची कोठून? सिमेंटाच्या गिलाव्यातनं आत पाणी गेलं आसंल. आत चिखलमातीचं बांधकाम. गेलं आसंल गरवत. एकदा आतून भिंत भिजली आणि वाऱ्यानं फुगत गेली तर कधी ढासळंल सांगता यायची नाही. वाळवकराच्या डोक्यात चिखल झाला.

ती दोघं सपराचं दार लावून गावातल्या घरात आली.

तो माळ्यावं चढून पावसाचा आडोसा म्हणून गावलं ते साहित्य माळ्यावरनं खाली काढू लागला. अडगळीत त्याला एक बऱ्यापैकी प्लॅस्टिकचा कागद गावला, सपरावर घालाय आणलेला पण त्यानं उसाच्या पाल्यानंच सपार शेकरलं होतं; निम्मी भिंत भागंल!

त्याचं पोरगं आणि बायको शिड्या गोळा करू लागली.

तीन शिड्यांची एकामेकीला जोडून मोठी एकच शिडी वाळवकरानं केली.

डोक्याला बांधलेली पोत्याची नि कागदाची टापर परत त्यानं आवळली.

पोरग्यानं आणि त्याच्या बायकोनं भिंतीला शिडी लावली.

तो शिडीवरनं वर चढला. कागद वाऱ्यानं फड्‌फड्‌ वाजू लागला.

त्यानं खिळा मारला की सिमेंटच्या गिलाव्यात खिळा शिरायचा नि सगळा भिजलेल्या भिंतीचा रवकाच घेऊन खिळा खाली पडायचा. आत भिजून चिंब झालेली भिंत दिसत होती. सिमेंटाचा गिलावा, त्याला पडलेल्या भेगा आणि त्यातून शिरणारं पाणी, चांदीच्या पाखाडीवरची वाऱ्यानं उडून गेलेली कौलं आणि त्यातून खाली येणाऱ्या पावसाच्या धारा. थेट भिंतीत निघालेलं पाणी. पाण्याचा दिसणारा प्रताप. वाळवकराला काय सुचंना. मारलेला कागद खाली घसरून फडफडू लागायचा. त्यातनंच त्यानं निम्मा आर्धा कागद कसा तरी मारत आणला. निम्मा कागद खाली लोंबत होता. पोरगं खाली होतं. त्याला लागंल तो खिळा कागदावर मारायला लागणारी कामटं, पट्ट्या ते देत होतं.

पावसाची सर मोठी आली. वारा वाजू लागला. लोंबणारा कागद वाऱ्यानं उधळला. तसा मारलेला कागद उचकटला. खिळ्याजागची भिंत रवकंच्या रवकं सोडू लागली. शिडीला धरून तो कसाबसा राहिला. पोरानं शिडी आवळून धरली. वाऱ्यानं धुमचक्री केली. धाड्दिशी निम्मी भिंत खाली कोसळली. तो शिडीवरनं खाली कधी कोसळला त्याचं त्याला कळलं नाही. पोरगं भिंत पडलेली त्यात मुजलं होतं. तो निम्मा आर्धा त्यात होता. पोरगं दिसंना. तो ओरडाय लागला, ''पोरगं मेलंऽ मेलंऽ'' त्याच्या बायकोनं बोंब ठोकली. ''माझंऽ पोरगंऽ आता मी काय बगूऽ'' ती पावसात लोळू लागली. ''दार लागलं त्या पावसाचं, माझ्या पोराला काढा, माझं पोरगं. हाय का बगा,'' आभाळाकडं हात करून पावसाला शिव्या देऊ लागली. उभ्या पावसानं आकांत मांडला.

माणसांनी वाळवकराला वर काढला; तो भेदरून गेलेला. त्याला बोलता येत नव्हतं. बडूद्यापर्यंत भिंत ढासळली होती. आढं मोकळं झालं होतं. सगळं घर वाऱ्यापावसानं भरलं होतं. तो एका बाजूनं अंतराळी दिसणाऱ्या आढ्याकडं बघत राहिला. थरथर कापू लागला.

मातीचा आणि विटांचा ढीग माणसं पावसात उपसत होती. सगळा चिखल झाला होता.

वाळवकराच्या बायकोला चारपाच बायकांनी धरून समोरच्या घरात बसवली होती. ''माझं पोरगं, आता कसं आसंल. या वाऱ्याचं दार लागलं, या पावसाला काय म्हनू? वाद्या माझं घर बुडीवलंस,'' तिचं चालू होतं, ''मी आता काय बगू? माझ्या घराचा चिखूल केलास रं वैऱ्या, सारीकडंच घर रिकामं केलंस माझं.'' तिला बायका गप बसवत होत्या. ''आगं मी कशी गप बसू? माझा गोळा मातीखाली गप झाला की गं. त्यो बोलतोय का त्ये तरी बगा की गंऽ''

शामा म्हणाला, ''ढिगात खोरं बिरं मारचीला. हातानं उपसा आता,'' तो स्वत: हातानं माती उपसू लागला. माती निवडल्यागत सगळी निवडू लागली.

ढिगातली तिसरी शिडी मोडलेली सापडली. सगळी डोळ्यात जीव आणून माती उपसू लागली. कोणच कोणासंगं बोलंना. बायकांनी वाळवकरांच्या बायकोला जोमानं गप्प बसवली. आता पाऊसमाती उपसण्याचा वेग सगळ्यांना दिसत होता. पोरग्याचं काय नजरंला पडतंय या विचारानं सगळ्यांनाच हुरहूर लागली होती.

मध्येच तिचं रडणं चालू होत होतं. शामा तिच्यावर खेकसला. ती गप्प झाली.

त्याचा हात दिसला तशी सगळीच जमली. गलका झाला. शामा ओरडला, ''सगळी गप्प बसा.'' त्याच्यावरचा सगळा मातीचा थर हातानं बाजूला केला.

त्याला उचलून बाहेर काढला. त्याची आई सगळ्या बायकांच्यातनं सुटून थेट त्याच्याजवळ कधी पोहोचली ते कळलंही नाही.

सगळ्यांच्या मनात नव्या भीतीचा खड्डा पडला.

सगळीच पोरग्याभोवती पोटात भीती घेऊन जमली.

त्याला मातीनं चिखलानं माखलेला धुऊन काढला. त्याची आई ओरडू लागली.

धुतल्यावर त्याची थोडी हालचाल झाली. तशी सगळीच एकमेकाला, ''दंगा कमी करा,'' सांगू लागली. तो भेदरून गेला होता. गुदमरून त्याला दम लागला होता.

त्याच्या आईनं त्याला मिठी घालून हंबरडा फोडला. ''आरं माझ्या बाळा कसा रं हायस? मी आता काय बगायची हुतो? आरं माझ्या चांदाऽ'' तिला बायका, ''आता का रडतीस? तोंडानं सांग. तुझी कूस लय थोर न्हाईतर काय बघायची हुतीस?'' म्हणू लागल्या.

पोरगं रडू लागलं. ''त्याला तू गप बसव,'' असं सांगू लागल्या, ''ताज्या रगताचं प्वॉर आधीच भ्यालंय. तू आदी रडं बंद कर.''

पोरग्याला बराच मुक्का मार लागलेला.

हमीदनं पडलेला, फाटलेला कागद गोळा केला. मारत्या सुतार हत्यारं घेवून आला होता. आढ्याला ठेप देऊ लागला होता. वाळवकरासंगं झालेलं भांडण विसरून.

शामा चारपाच गडी घेऊन कागद बांधू लागला.

शामानं आणि दसूनं वाळवकराच्या माळ्यावं असणारी लाकडं, चिवं घेतलं. ओतणाऱ्या पावसात येणारी झड थोडी थांबवली; कागद वाऱ्यानं टिकणार नाही. वाऱ्यानं फाटणार, तरी तेवढाच आधार.

वाळवकराची भिंत पडली तशी गावात आणखी काळजी भरली.

घरपाड्या पाऊस. माणसंमाऱ्या पाऊस.

घरात दिवा लावून न भिजलेल्या भिंतीही लोक चाचपू लागली.

भिजून गरवत निघालेली रातरातभर झुरत उंदरांनी माती पाडली तरी सगळ्या घरातनं दिवा घेऊन फिरू लागली. दचकू लागली. उठून पावसात घराभोवती फिरू लागली. पावसाला थांब म्हणून विनवता विनवता शिव्या देऊ लागली. वाळवकरला शामानं सांगितलं, ''तुमी आता सपरात जावून ऱ्हावा. उगच इथं ऱ्हानं बरं न्हाई.'' मारत्या सुतारही तेच सांगू लागला.

त्यानं पोत्यातनी थोडंबहुत पसारा भरला.

तो बायकोला आणि पोराला घेऊन आंतराळी आढ्याकडं बघत बेघरवाडीवर सपरात गेला.

सपरात गेला आणि त्याला घर, पोरगं, शेरडं बघून हुंदकाच फुटला.

मग त्याची बायको आणि पोरगंही रडत त्याला थांबवू लागलं.

प्रत्येक घरात पाऊस आणि पाऊस हाच विषय होता.

माणसं तेच तेच बघून कैगाटून गेली होती. पाण्यातनं कायतरी वाहून आल्याल्या बातमीनं पळत जाणारं गाव थिजल्यागत होऊ लागलं होतं. सगळ्यांची मनं संतापून गेली होती.

प्रत्येक दिवस नव्यानं पुसून ठेवत होती. तरी प्रत्येक दिवशी तापल्या काचेवर थेंब पडल्यागत चिरकत होता. काळजाला नवी डागणी देत होता.

''पावसाचा काय तरी गावावर कोप झालाय.''

''तर काय दुनयेत नसल्यागत गावाचं झालंय म्हटल्यावर कोपच म्हणाय पायजे.''

''पावूस जरा बी मान टाकीना म्हनल्यावर काय व्हायचं?''

''लागू दे पर भांगा जरा तरी पायजे.''

''आपल्याइथं आसं तर बाकीच्या गावांत काय झालं आसंल?''

''काय, नदीजवळची गावं पाक बुडाली आसतील?''

भवडाच्या म्हातारीला जास्त झालं होतं.

हाडस म्हातारी एकाएकी पाकच धरणीला टेकली होती.

माणसं तिला बघायला येत होती. ''म्हातारीनं पावसाचं नि घराचंच लय मनात घेतलंय.''

''तसंच हाय, पाक घरात बसायला म्हटली तरी वाळकी जागा न्हाई.''

''त्या वलीनंच तिला बाधलं आसंल.''

''भवडानं न्हायाचं कुठंतरी दुसरीकडं.''

''गावात आता जागा हाय कुनाच्यात?''

''व्हय माप घरं मोठी आसून काय उपेगाची? जेची तेची ढोरं गुरं माणसं मावंनात.''

''सगळंच घरात म्हनल्यावर कुठलं मावतंय?''

''त्ये बी हाय नि कुनाच्या घरात वलं न्हाई?''

''व्हय, आता तर खालनं वर वली चढायला लागल्यात भितीवरनी सापागत.''

माणसं बोलत होती.

''मला दवाखान्यात न्ये,'' म्हातारी रात्रीपासून म्हणत होती.

''उद्या नेतो, आता रात हाय,'' आन्दूचा वडील, ''आनि पावूस आग्या.''

"मी पावूस बघिटल्याला नाई व्हय? माप आसल्या पावसात तुला पोटात घेवून मणभर भाताची रोपं लावली. गुडग्याभर चिखलातनं कंबार वर केली न्हाई. पदरचं सपवून म्हैनाआदिक रोजगारासाठी रोपा लावल्या; मला सांगतोयास पावसाचं नि वाऱ्याचं? माझ्या पोटचा तू का मी तुझ्या पोटची? सक्काळनं माझी मी जातो. माझं चित्ताक हाय त्ये देतो कुनाला तरी, रोजगार करून मिळीवलंया," म्हातारी म्हणू लागली, "तुला मला न्याचं वझं पडलंय."

आई कधीच अशी बोलत नव्हती. आणि आताच?

"आई, वाट न्हाई, पानी हाय."

"माप वाटा हायता. सगळ्या मला ठावं हायता," ती तापानं बडबडत होती. खोकल्यानं तिला दम लागत होता. आन्दूच्या वडलाला म्हातारीला कशी आणि कुठं न्यावी, प्रश्न पडला होता. त्यांची म्हातारी बोलली, "आरं मी तुला नगो हाय, मरतोय तरी दवाखान्यात ने म्हंतोय नी नेईनास?" आन्दूचा वडील गळागळा डोळं गाळू लागला.

"आती आसं का कवाच न्हाईनी बोलतासा? पाण्यानं सगळं गाव खुळांबलंय, वाटा सगळ्या मुजीवल्याता ठावं बी हाय. आमी तुमास्नी न्याला न्हाई म्हंतोय असं का बोलतासा?" आन्दूची आई म्हणाली. म्हातारी सगळी आतडी पिळवटून खोकू लागली. छाती वर खाली करू लागली. खोकल्यानं तडपडू लागली. छातीच्या खालच्या भागातली हालचाल थांबली. वरच्या भागात उबळ सरकली की म्हातारी गुदमारायची, तिला घाम फुटायचा. ती आपली सुटका करून घेण्यासाठी धडपडायची. एकदा खोकला बाहेर पडला की तिला मोकळं वाटायचं. मरण दिसायचं. आणि ती बडबडायची. रडायची. रडताना तोंडातून आवाज फुटायचा नाही. नुसते डोळे पाझरत राहायाचे. मग आन्दूचा वडील, आन्दूची आई डोळं पाझरत ती बडबडती ते ऐकत बसायची. येणाऱ्या जाणाऱ्या बायका डोळं गाळीत जायाच्या.

काहीही करू शकत नाही, तडपड बघण्याशिवाय. सगळ्यांना माहीत होतं.

मरणाला रात आडवी म्हणून आन्दूला त्याच्या वडिलानं डॉक्टरकडं पाठवला होता.

तो आला, "डाक्टर हाणमा लगाऱ्याच्यात हाय, त्यो म्हनला मी येवून काय करू? मी आजारी पडलो तरी मला खायाला गोळी माझ्याकडं न्हाई."

"म हाणम्याच्यात काय करतोय?" तिथं असणाऱ्यांनं विचारलं.

"हाणमा, सपार उडून गेल्याबस्नं हात मोडलेला सुजलाय ठो ठो बोंबालतोय, आनि रासारी पळतोय. 'मला सोडा मी मरणार हाय,' म्हनीत."

" म आता रं, त्याचं नि पंड्याचं हाल बगवंना."

‘‘हाणमाच्या अंगावरची बेघरवाडीवरची जत्रा डाक्टरनं काढल्याली ती आज लगीच केली. तिथं बरीचजण हायत.’’ आन्दू.

‘‘डाक्टरला गावची मानसं आता देवच करनार. त्येचा धंदा डाक्टरकी पेक्शा जोरात चालणार, आनि त्यो डिटेल सांगणार. मानसास्नीबी काय काम न्हाई,’’ तिथं आसणारा एकजण म्हणाला.

नातू उठलाय म्हणून दसू बायकोला बोलवायला आला. ती उठली नि पळतच गेली.

दसू तिथं थांबला. म्हातारीचं चलन चांगलं नव्हतं.

‘‘वरच्या गल्लीत जावा. तिथं चोरांनी घरं पाडल्यात चार. तेल्याच्या घरातलं चांदीचं रुपयं नेलं. नेणार की वरच्या डोंगरातली कुठली कुठली माणसं धनगरं गाऽ ती याची पावसाआदी तेल्याच्या दुकानाला तवा ठेवून जायाची पैसं इस्वासानं मग तेचा ‘बा’ मातुर इस्वाशी बरं का. पुढं थोरल्या दिवाळीच्या येळा ती माणसं याची नि पैसं ठेवल्यालं न्याची. पर आता घर फोडलं आनि चांदीचं रुपयं नेलं म्हंतोय. म ह्यो चांदीचं रुपयं आलं कुठनं? ते बी गेलं. पर वाट बंद हाय म्हंत्यात नि घर पाडून चोरी कराय चोर आलं कुठनं? मी बहादरीन उद्या पाण्यावरनं जातो नि वाट करतो. म झालं. मी उद्या थांबायची नाई. उगच रोज आता जातोय-जातोय म्हनीत आजून थांबवून ठेवलीया. पाण्यासंगं नि आगीसंगं खेळूने म्हंत्यात. खरं हाय पर पाण्याचं नि आगीचं माझ्यापुढं चालत नाई. पाण्यात पाणी नि आगीत आग हुनारी मी आनि किच्च्या माझ्या जोडगणी त्या बघ. आगं मी आलोच. तुझा घसा बसलाय मला हाका मारून नि माझा राहिलाय? माझ्या पोटच्या पोराला पटंना. सांग पावसाचा इस्वास कसा सांगायचा?’’ म्हातारी दम लागेपर्यंत बडबडत. खोकला आला की घोटमाळत.

आन्दूची आई म्हणाली, ‘‘मी काय म्हंतोय, डाक्टरकडं तुमीच जावून या. गोळी ऱ्हाईना का तिकडं. त्येला बाकीचं काय दिसतंय का त्ये तरी इचारून या. यकायकी म्हातारी हाथरून धरतीया हेला काय म्हनायचं?’’

डॉक्टरच्या देवरसपणावर बोलणाऱ्याचं बोलणं पावसात वाहून गेल्यागत गेलं.

दसू गप उभा राहिला.

नाना पांगे बिडी ओढत भवडाच्या घरात आला.

‘‘काय म्हंतीया म्हातारी?’’

‘‘डाक्टर येनार हाय,’’ दसू म्हणाला.

‘‘त्यो येवून काय करनार आता? सगळी अवशदं संपल्यात त्येच्याकडची

न्हवं?'' नाना बिडीचा थोटका टाकत म्हणाला.

''अवशदं संपल्यावर त्येचा धंदा तेजीत चाललाय.''

''हा त्यो धंदा त्येचा तेजीत चाललाय म्हणा,'' नाना म्हणाला आणि सांगू लागला, ''काय हाय दसू त्येच्या इस्वासावर मानूस जगतंय. त्येंचं त्येंच्यासंग. तू नि मी सांगून त्यास्नी पटत न्हाई.''

तो गेला. त्याच्या पाठोपाठ दसू आणि सगळीच.

घरंपाड्या पाऊस.

०००

.. १२ ..

वाळवकरांच्या बायकोनं, दिव्यांच्या उजेडात पोरग्याला उघडं करून हळदी मिठाचा गरम करून लेप दिला. तिचा जीव आजून धडधडत होता. अंधार सगळं सपार भरून वळवळत होता. दिव्यापुरता पडलेला उजेड जीव वाचवण्यासाठी धडपडत होता. वाऱ्या-पावसानं उजेड सारखा हलत होता.

पोरगं घाबऱ्या पालीच्या मिचमिचल्या डोळ्यागत डोळं करून अंग निरखत होतं. आपलं आपण.

तिला; आता आपल्या पडक्या घराचं काय? असल्या वाऱ्यावावटुळात तेचा टिकाव लागणार नाही. मग आपलं काय? शेरडांचं हे असं? सगळा अंधार भरून तिच्या मनात लवंडू लागला.

सपरात, अंधार पावसातनं कोणतरी आल्याचं तिला जाणवलं. ती सपराच्या दाराकडं बघू लागली.

हमीद आला होता. ओवा आणलेला देत तो म्हणाला,

"मी पाजलाय पानी करून. तू बी पाज. बघू सकाळपातुर काय गुन हाय का?"

वाळवकर चुलीम्होरं बसला होता. शेरडांना आणलेल्या मक्याच्या लाह्या तव्यात भाजायचं तेचं चाललं होतं. लाह्या चटाचट् उडत होत्या. तो फडक्याचा बोळा त्यावर सारखा फिरवत होता. सुपात लाह्या काढत होता. त्याच्या मनात लाह्यागत विचार उडत होते.

त्याच्या बायकोनं हमीदला बसाय सांगितलं.

"पावूस काय थांबंना बाबा, कसं व्हायचं? नि कुठं पळायचं?" हमीद.

"आता कसं, आनि पळायचं-" वाळवकर अर्धच बोलला. आणि त्यानं बायकोला सुपातल्या लाह्या ताटली भरून हमीदला द्यायला सांगितल्या.

ताटली भरून हमीदच्या हातात देत ती म्हणाली, "ने जा घराकडं, पोरं बी खातील."

ताटली घेत हमीदनं विचार केला, हे चांगलं आहे. लाह्या खावून एखादी दिवसातली वेळ काढता येईल. मक्कं गावातनं आणावं मागून. कोणही दील.

तो अंधारपाऊस तुडवतच, ताटलीवर शर्टाचा पुढचा सोगा झाकून, घरात गेला.

बायकोला सांगावं. लाह्या भाजून पोरांना घाल. आणतो मक्कं.

घरात गेल्या गेल्या बायको पोरं आणि तोही लाह्यावर तुटून पडली. पाणी पिऊन त्यांची पोटं भरली; बायकोला तो सांगणार होता. पण बायकोच त्याला मक्क्याचं सांगू लागली, ''मक्कं आणा पायलीभर कुनाच्यातनं तरी.''

''पसारा सगळा उघड्यावर पडलाय, कुठला कागूद ऱ्हातोय, भित ऱ्हायली न्हाई, सगळं इनारत झालं. पावसाचं दार लागलं त्या, जल्माची मिळकत घटकंत घालिवली मातीत.'' वाळवकराची बायको अंथरुणावर तळमळत होती.

''काय व्हील त्ये व्हील. नीज आता, पोराचं काय बरं वाईट झालं असतं म्हंजी? आनि राच्ची पडली आस्ती तर सक्काळच्यालाच मला ठावं पडलं आस्तं. आसल्या पावसात कोन उठतोय? रोज चाललंय. सगळी भ्यानं घरातनं बाईरबी पडंनात नि घरातबी थरंनात. नुसत्या भ्यानंच मेल्यागत झालंय गाव.'' तो.

पोरगं कण्हत होतं. त्याचं सगळं अंग ठणकत होतं.

मध्यान्ह रात झाली तरी दोघं बोलत होती. एकामेकाला समजावीत, सपरावरचा भणाण वारा कानात शिरल्यागत करत होती, सावरत होती.

रात झोडप्या पाऊसवारा.

सपराच्या कुडाला वारा धडका मारत होता.

सपरावर मध्येच घुटमाळल्यागत वारा करी. मग पावूस धुवाँ उडवी. सपराच्या दाराला लावलेलं तडकं तुटून वाऱ्यानं व्हलपटलं. वाळवकर हालला. वारं आत शिरलं – सगळं सपार हालाय लागलं. तो उठला. मग तीही उठली.

त्यानं तडकं लावलं. ते वाऱ्यानं परत पडलं. मग दोरीनं त्यानं अंधारातच तडकं बांधायला चालू केलं. ''तू नीज. त्येला काय हुतंय?'' तो तिला म्हणाला.

वारा कधी खालतीकडून तर कधी वरतीकडून येत होता. त्यापाठोपाठ पाऊस.

खालतीकडून वारा आला आणि वाऱ्यासंगं गावातला आवाज त्याच्या कानावर पडला. तो तडकं बांधता बांधता थांबला. वाऱ्यानं आवाज घुमत होता; रात्रीचा आवाज? रडण्याचा, कधी हाका मारण्याचा.

आपलं सगळं राहिलेलं घर तर पडलं नाही?

तो बायकोला म्हणाला, ''गावातनं आवाज येतोय का तुला?''

ती अंथरुणावर चट्कन उठून बसली. कानोसा घेऊन मग ती दाराजवळ आली. आवाज येत होता.

दम रोखून ती तडकं उघडं ठेवून कानावर पडणारा गावातला आवाज ऐकू लागली; सगळं गाव हाकानं आणि रडण्याच्या आवाजानं ढवळून निघालेलं; आपलं घर पडलं बिडलं का काय कुनाला दखल? तिच्या मनात पाल चुकचुकली. ''वसी, वसी आणली या पावसानं. रात ध्याड बिचारा सारखाच करतोय. कवा हेचं बी मोडतंया नि कवा हेचं दावं खाली पडतंया, त्या वरच्यालाच ठावं. काव आलाय!'' ती अंधारात बडबडू लागली.

''जरा आयीक तरी, काय घडलंय त्ये समाजाय मारगं न्हाई.'' भर रात अंधारानं आवळल्यागत पावसानं झोडीपल्याली नि वाऱ्यानं फासावर टांगलेली. त्याला वाटलं. ''आणि असल्या वेळी कोण उठायचं?''

ती थोडी थांबली.

मग परत सपराच्या वळचणीला उभा राहून तो गावाकडं कान देऊन बघू लागला.

''आरं उठाऽ आरं उठाऽ भवडाचं घर सगळं पडलंय.''

''शामादाऽ शामादाऽ!''

त्याला आवाज येऊ लागला. तो हालला.

''भवडाच्या घराचं काय तरी झालंय.''

''मदघराच्या हुंबऱ्याला पानी, आनि सगळं घर पाक गरावलतं -'' ती.

''हमीद, हमीद!'' हमीदच्या दारात कोणतरी पावसात चिंबत हाका मारू लागल्याचं त्याला स्पष्ट ऐकू आलं. तो तसाच हमीदच्या घराकडं गेला; हमीदचा गावातल्यांना केवढा आधार वाटतो. तो लगेच हाकेला धावतो. त्याचा बाप इथं आला. मोलमुजरी करता करता, बकरी कापता कापता गावाचा होऊन गेला. त्याच्या मागं हमीदनं एक पाऊल पुढं टाकलं. गावात नाही घर नि शिवारात नाही वावर तरी माणसांना ठेच लागली की त्याचा आधार वाटतोय. वाळवकरानं गावातनं आलेल्याना विचारलं. त्यांना धाप लागली होती; ती सांगू लागली, ''भवडाचं घर सगळंच पडलंय. सगळी आत गावल्यात. त्यात अंधार सगळा. गावात कुणाचं कुणाला काय कळंना?''

हमीद त्यांना घेऊन अंधारपाऊस तुडवत गावात गेला.

वाळवकरही गेला.

शामा ओरडत होता, ''आरं राकील आसंल त्येनी आणा, कंदील आसंल त्येनी आणा, दिवं दिवटं करू या. उजेडाबिगार काय करणार?''

गाव सगळं घरातलं असणारं चिमणीभर रॉकेल आणून दसूच्यात जमलेल्या कंदिलात, दिवट्यावर ओतू लागलं. कंदील दिवटं धरून शामा सगळ्या गावाला घेवून ढिगारा उपसू लागला.

समोरच्या सोप्यातली ढोरं कशीबशी बाहेर काढली.

मातीचा ढीग त्यात पडणारा पाऊस आणि अगोदरच भिजलेली भिंत; सगळा चिखलाचा गारा झाला होता. पावसाच्या धारागत लोकांच्या डोळ्याला धारा लागल्या होत्या.

''म्हातारीच्या दुखण्यानं त्यास्नी काय चार दिवस सुचलं न्हाई.''

''आन्दूचा 'बा' म्हनीता पाक गरावलंय घर, कुनाच्यातरी सोप्याला जावून ऱ्हावू या, तर म्हातारी साप न्हाई म्हनाली. म आन्दूची आईच म्हणाली. दुखणंकरी म्हातारीला घेवून कुठं जायाचं?''

''त्यात म्हातारी भानात नव्हतीच रातीधरनं. कायच्या बायच बडबडत होती. तिला कवाच अशी बडबडल्याली पाहिली नव्हती.''

''आता काय बगायचं?''

बघता बघता माणसांनी चिखल उपसला. आन्दूचा वडील त्यांना सापडला. त्याला उचलून आणला.

बायका त्याला पाणी पाजू लागल्या. तो थोडा हालला. गप पडला.

बाकीची चिखल उपसत होती. त्याला बघून जो तो गाडलेला आन्दू, त्याची आई, म्हातारीला लवकर काढली तर जिवंत असतील म्हणून धडपडू लागला. चिखलपाऊस. अंधारवारा.

त्यातच दसूचं मोठ्यानं चाललं, ''आणा जावा डाक्टरला बलवून. का आलाय बगा इथं. काप म्हणावं कोंबडं न्हाईतर कुत्रं. आनि कर बरी आन्दूच्या म्हातारीला नि त्येच्या घराला.''

सगळीच धडधडत्या छातीनं काम करत होती.

पावसाला नेत चढल्यागत झालं होतं.

आन्दूची आई सापडली. सगळीच कंदिलाच्या उजेडात मातीच्या ढिगात शिरली. बघू लागली. दम कोंडल्यागत सगळ्यांना झालं; तिच्या डोक्यावर घराची तुळी पडली होती. सगळं डोकं रक्तानं चिखलमातीनं भरलं होतं.

तिच्या तोंडावर पाणी मारलं. ती हालू लागली.

रक्त आजून वाहू लागलं. ती ओरडू लागली. सगळ्या गावाला प्रश्न पडला. हिला न्याला पाहिजे दवाखान्यात. पण आता न्याची कशी? करायचं काय? सगळीच काळजाचा टवका निघून पडल्यागत रक्तबंबाळ झाली.

तिचं डोकं फडक्यानं बांधलं. ती विव्हळू लागली. कळवळू लागली.

बायकांचं डोळं तिचं हाल बघून पाझरू लागलं.

सगळं गाव तिची हालचाल बघून हालून गेलं. भीतीनं भरून गळू लागलं.

गडी माणसं आणि शामा, हमीद चिखलात आजून चिखल चिवडत होती; आन्दू आणि त्येची म्हातारी त्यांना मिळाली नव्हती.

आन्दूच्या वडलाला थोडी चांगली सूद आली. तो ओरडाय लागला. त्याच्या समोर अंधार भरलेला.

तो ओरडता ओरडता गप झाला. माणसांचं लक्ष त्याच्याकडं नव्हतं.

म्हातारी मिळाली. शामाला तिचा चेंदामेंदा झालेला बघून भरून आलं. हमीदनं तिला उचलली. ते प्रेत बघून बरीच भ्याली. मागं सरली. मग शामानं आणि हमीदनं म्हातारीचं प्रेत बाहेर काढलं.

''आन्दू कुठाय?'' सगळीच आपापसात बोलू लागली.

सगळा माती चिखलाचा ढीग पालथा घातला. आन्दू नव्हता.

उभ्या पावसात सगळ्यांना घाम फुटला. शामाला कळंना, आन्दू गेला कुठं?

फडकं बांधूनही आन्दूच्या आईच्या डोक्यातनं रक्त वाहत होतं. जखम मोठी होती. ती तडफडत होती. आणि आन्दूच्या वडिलाला दसू विचारात होता, ''आगा आन्दू कुठाए? बोल की.'' तो मात्र गप होता कोरडच्या नजरनं बघत.

दसूनं त्याला हालवून विचारलं, ''आगा राती आन्दू निजताना हुता का?'' त्याचं एक नाही की दोन नाही. त्याला प्रत्येकजण तेच विचारू लागलं तरी तो दगडागत तसाच.

''आगा तुजी म्हातारी मेली. रड तरी – आगा काय सांगतोय, तुझा आन्दूबी दिसंना,'' एकजण मोठ्यानं त्याला म्हणू लागला. मग शामा त्या ओरडणाऱ्याला कावाय लागला. मग ओरडणारा शामाला म्हणू लागला, ''शामादा आगा ह्यो रडाय पायजे न्हाईतर कामातनं जाईल. ह्यो बग पाकच भान गेल्यागत बघतोय.''

''आगा, आन्दू देवळातबी निजायला जाईता आता चार रोज, तिथं हाय का बगा,'' गर्दीतलं कोण तर म्हणालं.

दसूनं देवळाकडं दोघांना पळवली.

''गावात काय दंगा उसाळलाय नि कसल्या देवळात त्यास्नी निजा लागल्याता म्हनायचं?'' गर्दीतला एकजण म्हणू लागला.

आन्दूच्या आईच्या तोंडात पाणी घालायचं चाललं होतं.

''डाक्टर मिळाय पायजे हुता.'' बायकांतली एकजण.

"त्या पावसाचं दार लागलंय नि पूल झाकून त्येनं टाकल्यावं कुठला डाक्टर नि कुठलं काय?"

ती आता पाण्याचा घोट कसातरी गिळत होती.

तिची हालचाल मंद होत निघालेली सगळ्यांना जाणवत होती.

सगळ्यांना नावंची आठवण झाली; आता नाव आसती तर कुठंबी पळवाय आली आसती. मराण उघड्या डोळ्यांनं बघायची वेळ गावावर आली.

शामा भडकून बोलत होता. सगळं गाव गप होतं. सगळीजणं बोंबलून काही करू शकत नव्हती.

बायका टिपं गाळू लागल्या.

काळा पाऊस. काळतोंड्या पाऊस.

कंदिलाच्या मिणमिणत्या उजेडात आन्दूच्या आईच्या तोंडात पाण्याचा थेंबही जायाचा बंद झाला.

सगळ्यांचा जीव धडधडू लागला.

आन्दूच्या वडलाला, तिच्या तोंडात पाणी घालायला उठवून आणला.

तो चोराला धरून आणल्यागत बसला. एकटाक भिरभिरत्या नजरनं फक्त बघू लागला.

आन्दू आला आणि त्यानं बघून हंबरडा फोडला. मग त्याचा वडील त्याला मिठी घालून कोसळाय लागला. सगळ्या गावाचं काळीज चिरत गेलं. फाटलं आभाळ ओतू लागलं. अंधारभरल्या डोळ्यानं पाऊस गाव तुडवू लागला.

आन्दूला आईसमोर बसवला.

त्याला पाण्याचा घोट तिच्या तोंडात घालायला लावला.

तिनं डोळं विस्फारलं. आणि उचलता हात त्याच्या तोंडावरनं फिरवत तिचा हात शांत होत होत खाली गेला. मग पाय ढोपरं मरत सगळं अंग शांत होत होत कळवळून विव्हळून बघणारं डोळं शांत होत गेलं. तोंडात घातलेलं पाणी परत आलं. आन्दूनं आभाळ फाटल्यागत परत हंबरडा फोडला. सगळं गळणारं गाव मोठ्यानं कोसळू लागलं.

सगळ्यांनाच रुतल्या चिखलात आणखी रुतल्यागत, रुतत निघाल्यागत वाटू लागलं. गुदमरून गाव टाचा घासू लागलं.

माणसंमाऱ्या पाऊस.

आन्दूला बायका समजावू लागल्या.

धुवाधार पावसात गाव थिजून गेलं.

प्रेतं आता न्यायची कुठं? सगळ्या जागा पाण्यात. शाळेच्या मागं नाही तर

शाळेसमोर प्रेतं जाळावी असं मग ठरलं.

रात्र उलटून गेली.

शामा, हमीद, दसू गावभर लाकडं गोळा करत होती.

प्रत्येकानं लाकडं आणून दिली.

धन द्याला भगाटलं.

पावसानं सगळ्या गावावर अवकळा पसरली. सगळ्यांच्या मनाचा पोतीरा झाला.

गाव आतून बाहेरून हादरून गेलं.

आदीच घरातला साधा भिंतीवरचा मातीचा खडा खाली पडून वाजला की हालणारी माणसं, रात्ररात्रभर जागीच राहू लागली. गावाची झोप उडाली.

झोपउडव्या पाऊस.

वाळवकर सपराकडं जाताना घर बघून गेला; घर कुठलं टिकतंय?

तो सपरात गेला तर बायको शेळ्यांच्या पुढ्यात बसली होती. शेळ्या गप्पगार होत्या. एरव्ही त्याला बघून चटाचट् उठून उभ्या राहणाऱ्या शेळ्या त्याच्याकडं बघत बसून माना टाकून होत्या. त्याला पोटात कालवल्यागत झालं. त्याला तिथं थांबू वाटंना.

त्यानं भवडाचं सगळं बायकोला सांगितलं; ती अचंबित होऊन त्याच्याकडं बघतच राहिली. तिच्या पोटात पावसानं पाडलेला खड्डा मोठा झाल्यागत तिला वाटू लागलं.

तो मग टापर बांधून हमीदकडं गेला.

हमीद आपल्या शेळ्यांचं तेच सांगू लागला.

ती दोघं डोंगरात कळकीच्या बेटावरच्या पाल्यासाठी गेलीत.

थोराताच्या डागंतनं खाली येणारं पाणी अंगावर धावल्यागत येत होतं.

ती वर चढलीत, डोंगरात बऱ्याच ठिकाणी खचलेलं, तुटलेलं. नेहमीच्या वाटा मोडून मुजून गेलेल्या. खचून, तुटून गेलेल्या जागी पाणी साचलेलं. तळी झालेली. काही जागी घळी पडलेल्या. पडणारं पावसाचं पाणी त्या घळीत गप होत होतं. रान तुटून लहानशी रोपं, झुडपं, उलथी झालेली. मोठी झाडं मुळ्या वर करून उथाणी पडलेली बघून त्यांना पुढं जायाचं धाडस होईना.

वाळवकरला डोंगरातला खडान्‌खडा ओळखीचा. तो त्याला अनोळखी वाटू लागला. त्याच्या पायाखालच्या वाटा भुलल्यागत झालेल्या. त्याला माहीत असलेलं कळकीचं बेट तो अदमासानं बघत हिंडत होता. त्याच्या मागून हमीद होता. डोंगरातला पाऊस बघून त्यांना थांबू वाटंना. डोंगराला

टाळा फोडाय पावसानं लावलेलं. वाळवकराला सगळं आचाटच वाटलं. असं तो पहिल्यांदाच बघत होता.

ती कशी तरी तिथं पोहोचली. आणि वाळवकर कळकीचं पालथं पडलेलं बेट बघून म्हणाला, "आररऽ ह्ये रं काय? सगळा डोंगूर आसा खाली गेला तर गावाला पालथा घालील."

हमीद बघू लागला. तिथं बरीच मोठी व्हगाळ पडलेली. आणि डोंगर खाली सरकलेला. त्यात कळकीचं बेट पालथं झालेलं. आणि बरीच बारकी मोठी झाडं पडलेली. नजर पुरत नव्हती. एवढा डोंगर करवतीनं कापल्यागत तुटून गेलेला. पडणाऱ्या पावसानं मोठी तळी साचलेली.

कळकीच्या बेटाजवळ पोहोचताना त्यांचा जीव नकोसा झाला.

ती पोहोचली. पाला कसाबसा काढून भारं डोक्यावर घेऊन निघाली.

मगाशी जाताना गेलेली वाट सापडत नव्हती. मिळंल त्या वाटंनं ती डोंगर जमंल तसा उतरू लागली. भणाण वारा आणि पाऊस डोक्यावरच्या भाऱ्यानं त्याला खाली उतरू देत नव्हता.

थोराताच्या डागंतनं खाली उतरली. मग त्यांचा जिवात जीव आला.

पण वाऱ्याच्या वाहाण्याबरोबर त्यांच्या कानावर रडण्याचा आवाज आला.

ती दोघंही त्या आवाजानं थांबून अंदाज घेऊ लागली. मग झपाट्यानं खाली उतरू लागली. आवाज त्यांच्या कानावर चढू लागला.

त्याचं पाय भरून आलं होतं. ते वाळवकरांच्या सपरातनं आवाज स्पष्ट कानावर पडू लागल्यावर आणखी जड वाटू लागलं. ती हमीदच्या दारात आली. हमीदचं दार बंद.

त्यानं दारात भारा टाकला. वाळवकराच्या मागनं त्यांच्या सपराकडं गेला.

वाळवकरानं भारा टाकला. तशी त्याची बायको त्याला बघून, "पाला आणलासा, पर आता कुनाला घालतासा? दावण तुमची पाक मुकी झाली, आवं याक तरी शेरडू तुमाला बघून बलीवतया का बघा?" ती रडत सांगू लागली. "आगं माझा बापय आसल्या पावसातनं की गं उजडायच्या आदी डोंगरात गेला. न्हाई न्हाई ती अवशदं घाटली. याश आलं न्हाई, देवानं जरा तरी वळख ठेवायची हुती की गं. दर वरसाला याक बकरं की गं देतोय."

निम्मी आर्धी शेरडं घुटमाळत होती. काहीचं पाय घासणं चालू होतं.

"आगं, या पावसावर का गं रोग पडंना? त्याला कोन कसं नेईना? त्येचं नाव सांदीला का गं पडंना?"

गाभण शेळ्यांना त्यानं मेणकागदाच्या खोळी अंगावर शिवून घातल्या

होत्या. त्यांनाही बुळकांडी लागली होती. वाळवकर शेरडातनी फिरू लागला. बसू लागला. उठू लागला. रात्री हालणारं जीव आता शांत होतं.

पाय घासणाऱ्या शेरडीजवळ आला. तिला धरून बसला. तिचं पाय घासणं हळूहळू कमी झालं. बायकोचं रडणं आणि शेरडाचं हाल बघून त्याला हुंदका फुटला. पोरगं अंथरुणावर बसूनच रडू लागलं.

जमलेल्या माणसांनी मेलेल्या पाय घासणाऱ्या शेळ्यांतून दोन शेळ्या चांगल्या होत्या, त्यांना बाजूला घेतलं. पण त्यांनाही बुळकांडी लागली होती. चालता येत नव्हतं. हमीदनं त्या शेळ्यांच्या पुढं आणलेल्या पाल्याची मूठ धरली. त्यातल्या एकीनं एक पान मोडलं. मग हमीद हालला.

त्याच्या बायकोला उठावं की उठूने असं वाटू लागलं; आमच्या शेळ्यांचं काय? ती काळजीत पडली. ती उठली. हमीदही तिच्या मागोमाग गेला; त्याच्या छातीत हालू लागलं.

घराचं दार उघडलं. पण सपराचं दार उघडायचं धाडस त्याला होईना. त्याच्या मनाची कालवा कालव झाली. दार उघडून बघू लागला. शेळ्या गप्प पडलेल्या. त्यांना बघून साधी मानही हालवली नाही शेळ्यांनी. त्याला जास्तच भीती वाटू लागली.

त्यानं दारातल्या पाल्याची पेंडी आणाय सांगितली; शेळ्यांची पोटं आत गेलेली. हाडं वर आलेली. अंगावरची केसं उभी राहिलेली. डोळ्यातनं पाण्याची धार लागलेली.

त्याच्या बायकोनं आणलेला पाला बघून एका शेळीनं मान हालवली नाही; हमीदला खात्रीच झाली, वाळवकरांच्या गत आपलंही सपार रिकामं होणार.

त्याच्या बायकोचं मन उकमारल्यागत झालं. उकलू लागलं.

हमीदनं डोक्याची टापर सोडली. तो गप झाला. उंबऱ्यावर बसला. असला एकाएकी रोग कसला म्हणायचा? तो तिथनं उठला पुढल्या उंबऱ्यावर गेला. त्याच्या जिवाचं पाणी पाणी झालं.

तिथून गावाला झोडपून काढणारा पाऊस, दडपून टाकणारा पाऊस, धूर उसळणारा पाऊस बघून त्याला भरून आलं. त्याचं डोळं गळू लागलं; मरणाऱ्या प्रत्येक जिवाची तडफड बघत बसण्याशिवाय आपल्या हातात काहीच नाही. त्याला असल्या पुरातनं नावंत घालून नेलेली माणसं, औषधासाठी पळत गेलेलो आपण, पेशंट, आणि बरंच दिसू लागलं.

''आवो थोरली शेळी कशी कराय लागलीय त्ये तरी बगा,'' त्याची बायको म्हणू लागली.

''आता कुठल्या शेळ्या ऱ्हात्याता?'' तो म्हणत आत गेला. डोळं पुसतच.

शेरडीचा जीव निघालेला. तिच्या तोंडातनं पाणी गळू लागलं होतं. तिचं डोळं आत आत निघालेलं होतं. मान हालत घासत ती शांत पडत निघाली. त्याच्या बायकोनं दाबून ठेवलेला हुंदका भवंडा फुटल्यागत फुटला.

थोरली शेळी गेली. हमीद आणि त्याची बायको पोरं तिच्याभोवती बसून रडू लागली.

त्या शेळीनंच त्याचा गोठा भरला होता. त्याचा संसार म्हणजे शेळ्या होत्या. आणि बाकीच्या शेळ्याही निपचिप पडल्या होत्या. सगळा गोठा संपणार. हमीद सगळाच हालून गेला.

तो उठला. वाळवकराचं पोरगं बोलवाय आलेलं. तिकडं निघाला.

डोळं पुशीत तो दारात आला. शामा दारात आलेला, त्याच्यामागं दसू. त्यांना बघून हमीद ढग गडगडून पाऊस पडाय लागल्यागत रडाय लागला.

शामाच्या गळ्याला पडून राहिला.

शामानं त्याला समजवला. तरी तो हुंदके देतच होता.

दसू म्हणाला, ''आरं त्या भवडाच्या आन्दूनं काय करायचं?''

सगळं गाव पाण्याखाली गेलं आसतं तर बरं झालं असतं असं वाटतंय एकदा एकदा. रोज मरणाचं भ्या. रोज येणाऱ्या नव्या दिवसाची नवी भीती.

पावसानं चांगलीच वाट मळलेली तो बदलीना.

हमीद म्हणाला, ''वाळवकराचंबी लय वाईट झालं. घर पडलं तवर खंडी दोन खंडी शेरडं गेली. सपरात बघू वाटंना त्येच्या.''

ती वाळवकराच्या सपरात गेली. शामाला बघून त्याची बायको टाहो फोडू लागली. ''शामूदा, भित पडली तवाच सगळ्याचं आमचं डोळं झाकलं आस्तं तर बरं झालं आस्तं. देवानं ह्ये बघायला ठेवलंय आमास्नी. आमच्या संसाराची राख झाली. माझ्या संसाराची सारी दावणच बसली. पुरा वस बुडीवला देवानं. पाक 'बी'च मोडलं सारंऽ. आता आनिक काय काय बगाय लावतोय ह्यो वाद्या. जल्माच्या वैरी आसल्यागत गावाचा वैरी झालाय. जरा बी सबुरी खाईना का मागं सरंना. पिरतीमी बुडीव, खरं यकदम तरी बुडीव म्हणावं. आनिक मनाजोगं झालं तरच म थांब म्हणावं. माझ्या प्रपंच्याची सगळी चाकंच मोडली त्येनं. त्याला कवा जायाचा फोड उठतोय कुनाला दखल?''

''हमीदची शेरडं दोन हायत ती बी टिकायची न्हाईत.'' शामा.

''दोन चार दिवस मुसांडीच लागली शेरडास्नी. पाक लेपटून गेली. त्वांड म्हनून कशाला लावलं न्हाई. गारठाच बाधला त्यास्नी. हमीदची तरी वाचतील म्हनलं तर-'' वाळवकर.

शामानं त्यांना समजावलं.

तो गावात आला. सताठ गडी घेऊन बेघरवाडीवर गेला.

दसू हमीदच्या घरीच थांबला होता. हमीद एकसारखा डोळं गाळीत होता. त्याच्या बायकोनं तर गोठाच सोडला नव्हता.

वाळवकराच्या सपरामागं खड्डं मारून शामानं त्यात शेळ्या पुरल्या.

हमीदच्या शेळ्या हमीदच्या घरामागं पुरल्या.

शेरडंमाऱ्या पाऊस.

दसूला बघून हमीदची बायको कोसळू लागली. दसूचंही डोळं भरून आलं.

बेघरवाडीवर हमीदला आणि वाळवकराला थांबू वाटंना.

काळूबाईच्या डोंगराकडं जरा देखील बघू वाटंना.

सगळ्या गावाला; असा पाऊस कोसळू लागला तर आता आपला गाव संपणार वाटू लागलं होतं. कुणालाच दुसरं काही सुचत नव्हतं. पाऊस आपल्या गावाला गिळून टाकणार याशिवाय समोर चित्रच दिसत नव्हतं. कालच्यापेक्षा आज वेगळंच. भयाण, भेसूर, गुदमरून टाकणारं.

हुरदंभऱ्या पाऊस.

०००

.. १३ ..

मळलेली वाट पावसानं थोडी बदलली होती. थोडासा जोर कमी झाला होता.

गावाच्या मनातली पावसाची पाल कधी झटकून टाकेल असं झालं होतं. माणसं मनं स्वच्छ पुसून टाकत पण पावसाचा कल्लोळ चालू होई. मनं विटून जात. गेली आठ-दहा दिवस हा खेळ चालू होता.

आता कोरडं वारं झाडीत होतं. सगळं गाव उदास वाटत होतं. जुनी जाणती झाडंही वाऱ्याला कंटाळली होती; कोरडं वारं झाडलं की पाऊस बळावतो. माणसांना गेल्या काही दिवसांतल्या गोष्टी उकमारू लागल्या. आजून काय काय बघायला लागतंय त्याचा पत्ता नव्हता. माणसं आतल्या आत बोलत होती. पावसाचा भरवसा नव्हता. सगळ्यांना धास्ती वाटू लागली होती.

पुलावरनं वाट मोकळी झाली की कितीही लागू दे!

गाव सोडून जगात काय घडलंय ते राहू दे पण नदीच्या पलीकडं या दिवसांत काय घडलंय त्याचा पत्ता नव्हता. असाच पाऊस लागत राहिला तर सगळंच मिटणार. गावाचं नाव पुसणारा पाऊस.

शामानं पावसाचा भांगा बघून रेडा सोडला.

त्याच्या पोराचा ताप कमीजास्त होत होता. त्याला काही सुदरत नव्हतं.

रेड्याला त्यानं पावळणीला भरलेल्या भांड्यातल्या पाण्यानं धुवायला चालू केलं. रेड्याची हाडं त्याला दिसू लागली. रेड्याच्या अंगावरचं शिप्पीभर मांस त्यानं उतरू दिलं नव्हतं. आता रेड्याच्या पाठीचा कणा त्याच्या हाताला लागत होता; त्याला गावात एकामागं एक घडलेल्या गोष्टी आठवू लागल्या. रेड्याच्या अंगावरच्या मळागत उकमारू लागल्या. मोडलेली माणसं, मोडलेलं संसार, अगदी पुलावर पाणी आल्या वेळापासून सगळं! आणि काय घडतंय ते आता पावसालाच ठावं.

तो रेड्याच्या अंगावर हात फिरवू लागला. त्याला कढ दाटून आला.

"आगा शामादा, शामादा कुत्र्याला हाण, हाण." त्याच्या कानावर पोरांचा

गलका आला. तो हालला. पण कुत्र्यानं रेड्याच्या पायाचा लचका तोडला. कुत्रं गल्लीनं पळत तो, ''हाडऽ हाडऽ'' म्हणेपर्यंत गेलं. कुत्रा वारं झाला होता.

कुत्र्याच्या मागनं लागलेली पोरं, त्याच्याजवळ आली. त्यांना दम लागलेला.

रेड्याच्या पायातनं रक्त गळू लागलेलं.

''आगा त्ये कुतरं पिसाळलेलं हाय, कुठनं आलंय कुनाला दखल? गावात बऱ्याचजणांना चावलंय. पांडू शिंद्याला नि त्येच्या म्हशीलाबी. सगळ्या गावातनं आमी त्येच्या मागनं पळतोय, त्येला मारायचं म्हनून तानतोय तर त्ये गावंना. आनि गाव बी सोडीना,'' शामाला पोरं सांगू लागली.

त्यांच्या हातात काठ्या होत्या, दगडं होती, मात्र कुत्रं बेपत्ता होतं.

त्यातलं एक पोरगं म्हणालं, ''पांडू शिंद्याच्या पिंढरीचा लचकाच तोडलाय, त्याची बायकू रडायला लागलीया, त्येला लगीच इंजीक्शन घ्याला लागतंय, भोगावला न्याचा कसा? सरकारी दवाखान्यातच मिळालं तर मिळंल इंजीक्शन.''

''त्याला लय तांगडू नगा, दमानं त्ये गावतंय का आदी बगा नि मग त्येला हाणा!'' शामा पोरांना सांगू लागला. पोरं कुत्रं गेलं तिकडं गेली.

मग तो रेड्याचा पाय निरखून पारखून बघू लागला; आता हे आणि नवं दुखणं, हेला आणि काय करायचं? पिसाळलेलं कुत्रं चावलेलं चांगलं नसतं. भोगावातच लस मिळाली तर मिळाली. पण पाणी वसरल्याशिवाय काय चालतंय? हाकंवरचं गाव खरं, काय करायचं?

पाणी लवकर उतरलं तर बरं, नाही तर रेड्याचं काय कमी जास्त झालं तर?

पांडू शिंदे डॉक्टरकडं गेला.

डॉक्टर म्हणाला, ''मी कालपासून आजारी पडलोय, मला खातो म्हणलो तर गोळी नाही. आणि कुत्रं चावल्यावर लसच घ्यावी लागणार. ती लस सरकारी दवाखान्यात मिळेल. पण पाणी उतरल्याशिवाय तुम्हाला जाता कसं येणार?''

पाणी कधी उतरणार? पाऊस उघडेल तेवढा परत आला की ओतायचा.

पाणी पाणी व्हायचं. गावाचं पाणी. चिंदी चिंदी व्हायची.

डॉक्टरकडं थंडीतापाची रीघ लागली होती. औषधाविना तो तडफडत होता. माणसं जात होती.

पांडू उठला; आता आपली धडगत नाही. या पावसानं डोळा उघडलाता तवर हे दुसरंच. त्याला चैन पडंना. त्या जखमंपेक्षा 'पिसाळलेलं कुत्रं चांगलं नसतंय' हीच जखम त्याच्या मनाला करवत लावल्यागत सारखी कीस पाडीत होती. नव्या म्हैसीला चावलं. तिचीही आता वाट लागणार. एका जागेला

त्याला बसू वाटंना. तो घरात आला तरी घरभर फिरत होता. सैरभैर. त्याला कायच्या बायचं आठवत होतं.

पाऊस भांग्यावर असल्यानं गल्लीत माणसांची येजा थोडी वाढलेली.

पण आभाळ मोकळं नव्हतं. ते भरत होतं. भरलं की सांडत होतं. परत भरत होतं.

''पाक उगाडला तर तीन चार दिवस पानी उतराय लागतील. असा उगडून लगीच कुठलं उतारतंय?'' गल्लीतनं कोण तर बोलत गेलं.

''पावसानं किच्चं काढला गावाचा. माणसं कुचमून गेलीत. आता तरी उगाडतोय का न्हाई? वारं आलं म्हंजी सगळं गाव हालतंय.'' गल्लीतलं आवाज पांडूला ऐकू वाटतं नव्हतं. तो आता भिंतीला पाठ लावून गुडघ्याभोवती वेढून घेतलेल्या हाताच्या मिठीत मान खुपसून बसला होता.

''देवा परमेश्वरा उगड बाबा आता, माप बगिटलं तुझं अवतार. आता नगो दाखवू आनि, भोगाव न्हाईतर कोल्लापुरातनं यकदा इंजीक्शन घेवून येतो. तेवढी वाट दे, आनि लाग बाबा लागायचा आसलास तर, पर यकदा भांगा पडू दे पुलावरनं. त्येला गाठ उठली त्येला, कुठनं उगावलं आमच्याच मुळावर, याक याक निस्तारतोय तर दुसरंच म्होरं, वसाड पडला त्यो धंदा,'' पांडूची बायको बडबडत होती.

''शामाच्या रेड्यालाबी चावलंय म्हनत्यात कुतरं,'' तो मान वर करून तेवढंच बोलला.

''सगळ्या गावाला चावंल, त्येला मारून टाकाय पायजे. इंजीक्शन घेटल्यावं काय न्हाई, खरं या पान्यावर कवा इस्तू पडतोय कुनाला ठावं?'' ती.

''आसा पावूस उगाडला तर उतरंल – खरं उगाडाय पायजे.'' तो उठला. ''मी आलो जांभळटेकावरनं,'' म्हणून गेला. त्याला शेतातलं घर, त्याची रेडी दिसत होती.

तो निघाला. आता कुठली म्हैस वटतीया? त्यात तिलाच कुत्रं चावावं?

सगळा शिवार भूईसपाट दिसत होता; माणसाला शेतात पेरल्यालं बी मिळायचं नाही.

आजून महिना अधिक पाऊस. शिवारात काय करायचं तेही चालणार नाही.

पाणी उतारतंय! खरं वेग मंद. पाऊस उतरल्यावर पाणी उतरंल. खरं त्येचा नेम काय?

पावसाची सर आली. तो जांभळटेकावरनं परत फिरला.

सर आली तशी पळत गेली. आभाळ एकदम लोटल्यागत स्वच्छ झालं, बायका म्हणू लागल्या.

सूर्य दिसला. किरणं सगळ्या शिवारावरनं गावावर आली; सूर्याचं किराण आणि पावसाला फुराण! बायका काळजीचा सूर काढू लागल्या.

शिवारातलं साचलेलं पाणी चमकू लागलं. गाव लख्ख उजळल्यागत दिसू लागलं.

पोरं गल्लीत आली. नाचू लागली.

मोठी माणसं सुस्कारा सोडत बाहेर आली. दारात.

सगळं गाव आतल्या आत मोकळं झाल्यागत झालं. वाकून गेलेलं गाव सरळ झालं.

थोडावेळ गल्ली बोळातून ऊन खेळलं. मोठा ढग सूर्यावर सरकला. सावली गावावर सरकली. काळवंडून आलं. ढग गळाय लागला. गळतागळता ओताय लागला.

गल्लीतला गाव सगळा घरात गुडुप झाला. सूर्यकिरणागत.

पांडूच्या बायकोला उनानं बरं वाटलं. पाणी उतरंल, वाट होईल. सगळ्यात आदी भोगाव नाही तर कोल्हापूर गाठायचं. तिनं ठरवलं. लस घेवून मग सगळं.

पण लगेच आलेल्या पावसानं; आता असा ऊनपावसाचा खेळ राहिल्यावर पाणी कुठलं उतरतंय? जास्त दिवस झाल्यावर कुत्र्यांचं विष भिनत जातंय म्हणतात. आणि तिला माहेरचा कुत्रं चावून कुत्र्यागत पिसाळलेला माणूस आठवला; त्या माणसाला बांधून घातलेला. त्याच्या तोंडातून गळणारी लाळ. त्याचं चवताळून कुत्र्यागत ओरडणं. कुत्र्यागत त्याचं पळणं. कुत्र्यागत बघणं. कुत्र्यागत धापलणं. तिला घाम फुटला. मग त्या माणसाला मरायचं इंजेक्शन दिलं म्हणतात. तिला धाप लागली. छातीची धडधड वाढली. ती घरातल्या घरात फिरू लागली. तिला घर फिराय लागल्यागत जाणवू लागलं.

तो घरात आला. तिला त्याच्याकडं बघून कसंच वाटू लागलं. हुरहूर लागली.

‘‘पानी उतरंल, खरं सावकास.’’ तो

‘‘उतरू दे कसंबी, खरं उतारलं म्हंजी बरं.’’ ती.

‘‘पन शिवाराकडं बगू वाटंना झालंय. पाक शिवार सुपडासाप झालाय.’’ तो.

ती काहीच बोलली नाही.

वाट कधी मोकळी होईल आणि त्याला कधी इंजेक्शन देईल असं तिला वाटू लागलं होतं. तिला बाकीचं काहीच सुचत नव्हतं.

दुसऱ्या दिवशी पावसाचा जोर आणखी कमी झाला.

पाऊस मोठा भांगा टाकू लागला.

माणसं पुलावरचं पाणी बघायला जाऊ लागली.

पाण्याखालचा शिवार हळूहळू श्वास मोकळा करत होता. मात्र गाळानं भरलेली पिकं गुदमारली होती. गाळाचं सपाट मैदान म्हणजे सगळा शिवार वाटत होता, कुजल्या शिवाराचा कुबट वास शिवारभर होता.

शिवारबुडव्या पाऊस. शिवारकुजव्या पाऊस.

पुलावरचं पाणी बघून चर्चा चालू होती.

''आज उतरायचं न्हाई.''

''उद्यापातुर दाटकी वाट व्हील?''

''कालधरनं बरंच तरी उतारलं, निम्याला अधिक.''

''पावसाचा जोर चांगलाच मावळाय लागलाय.''

''आता वरनं नदीचं येनारं पानी बी लाल दिसत न्हाई, म्हंजे वर बी पावूस वसारलाय?''

''वर पावूस नसल्यावर सांजंपातुर पुलावरनं वाट व्हील.''

दुपारनं तर चांगलाच पाऊस उघाडला.

खूप दिवसांनी ऊन मोकळं मोकळं पडलं. आभाळ उंच गेलं.

पावसानं वाकलेलं गाव, शिवार सरळ होऊ लागलं.

शामा पुलाजवळ आला होता; रेड्याला घेवून जाता यायचा नाही. उद्या सगळी वाट मोकळी होईल. भोगावच्या दवाखान्यात लस असली तर बरं. नाही तर रेड्याला न्याचा कुठं?

तो परत आला. पांडू शिंदेच्या घराकडं गेला. त्याचा पाय बांधलेला सुजला होता. त्याला चालता येत नव्हतं. शामाला बघून तो विचारू लागला, ''वाट व्हील न्हवं? रेड्याला कवा नेतोस? मलाबी जायाला पायजे.''

''म्हसीच्या आदी तू कोल्लापूर गाठ, पाय लयंच सुजलाय.'' शामा.

पांडूनं फडकं सोडलं. लचका तोडलेला जागा बघू वाटत नव्हता. परत बांधत तो सांगू लागला, ''गावठी अवशीद देतोय यकजण माळापुड्यात. पर पुलावरचं पाणी उतारल्याबिगार माळापुड्याला तरी कसं जायाचं.''

शामाला आठवलं. नाव होती तेव्हा पलीकडची माळापुड्याची माणसं पलीकडं थांबून नावंतल्या माणसाकडं सांगावा द्यायची, पाव्हण्यापैचं देणं घेणं व्हायचं. आणखी नावंतनं पलीकडं अलीकडं जायला यायला त्रास होणाऱ्या वयस्कर माणसांना गावपाळकाचा दिवस नदीकाठावरचा दिवस व्हायचा. मग माळापुडचा पाव्हणा त्या काठावर आणि गावचा या काठावर बसून सगळी विचारपूस चालायची. मधी नदी आणि दोन्ही तीरांवर बसून जिवाभावाचं बोलणं. पूल नसतानाची गोष्ट.

''त्ये का येशेल तेल बी पित्यात न्हवं? जेचं कुत्रं हाय त्येच्यातलं.'' शामा.

''पर पोरं म्हंत्यात कुतरं कुनाचं हाय त्ये ठावं न्हाई, आनि आता त्ये दिसंना बी कुठं.'' पांडू.

''प्याचं येशेल - तवर तेवढाच आधार.'' शामा गेला.

पांडूनं पोराला घेतलं आणि तो काठी घेऊन शेताकडं निघाला. लंगडत. त्याला पाणी उतरलं म्हणल्यावर कधी एकदा घराकडं जाईल असं झालेलं.

शामा दसूच्या घराकडं आला.

आन्दू आणि त्याचा वडील दसूच्या दारात एका बाजूला खुण्या रोवून ढोरं बांधत होती.

शामा दसूच्या घरात न जाता बोळातनं भवडाच्या घराकडं गेला. सगळं घर अस्तव्यस्त. बोडकं. भकास. आन्दूचा वडील आला. शामाजवळ उभा राहून डबडबल्या डोळ्यानं बोलू लागला, ''आता आन्दूची आई नि म्हातारी आसती तर आमास्नी उमज खावू दिली नसती. उचला दगडं, उचला लाकडं, आणा जावा ढोरास्नी वैरण. आनि -'' त्याला बोलता येईना.

शामानं त्याला गप केला. डोळं पुसत तो म्हणू लागला. ''शामा, सगळीच आमी मेलो असतो तर बरं झालं आसतं रं, आता आमी काय करायचं नि कसं जगायचं?'' परत त्याला भरून आलं. मग शामाही गहिवरला.

आन्दू तिथं आलेला बघून त्याच्या वडलानं डोळं पुसलं.

गुतपळून टाकलेलं त्याचं मन गुदमरून गेलं.

दसूच्या बायकोनं त्यांना चहासाठी बोलवलं. आन्दू, त्याचा वडील तिथंच जेवायला झोपायला होती.

शामा आणि ती दसूच्या घरात गेली.

दसूचा नातू खेळत होता. त्याला मधाचा गुण आला होता.

त्याच्या पोरगीचा चेहरा उजळला होता. तो ऊन पडल्यामुळं आणखी लख्ख झाला होता.

सगळं गाव सावरलं; भवडाला, गजाप्पाच्या बायकोला, कावणे आबाच्या बायकोला, पंड्याला, वाळवकराला, हमीदला, आणि पांडू शिंदेला, लगारेला, सावराय येळ लागणार होता. यांतल्या काहींना तर पाऊस उघडल्यावर अंधार दाटून आल्यागत वाटू लागलं होतं.

हमीद आला. दसूच्या बायकोनं त्याला चहा दिला.

शामा दसूला विचारू लागला, ''कुत्रं चावल्यावर किती दिवसांत इंजीक्शन घ्याला लागतंय?''

''मला बी त्यातलं काय ठावं न्हाई. खरं तू उद्या लगेच जावून रेड्याला दावून आण.''

''मारलं त्या कुत्र्याला,'' हमीद म्हणाला.

''मारलं? कवा?'' शामाला बरं वाटलं नि त्येनं विचारलं, ''कुनाचं रं त्ये?''

''वाळवकराचं. त्ये गावात कवा नसायचं, शेरडासंगंच कायम. पर पिसाळलं कसं काय? कुनाला ठावं.''

शामा म्हणाला, ''त्या पांडूला तेवढं सांगाय पायजे. काय म्हणं जेचं कुतरं आसतंय त्येच्यातल गोडं त्याल प्याचं आसतंय.''

''तुमी बी रेड्याला आणून पाजा,'' दसूची बायको ''चावल्याल्या जाग्याला चुना लावलासा न्हवं?''

''लावलाय, खरं येवढं वाळवकरांच्या घरातनं त्याल आणायचं?'' शामा.

''अवशिदाला किच्च लागतय?'' दसूची बायको.

पोरगीला आता कोणाजवळनं सांगायचं? का फोन करायचा? आणि काय सांगायचं? पाणी उतरलं ही बातमी त्याच्या कानावर पडल्यापासून आन्दूचा वडील सारखा विचार करत होता. पोरगीला आईची राखबी सावडायला मिळाली नाही. पाऊस लागला, लागतो. पण या वर्षीचा पाऊस उघडा करूनच गेला आम्हांला. सगळी विसरतील, आम्ही कसा विसरू? त्याचं बसल्या जागी डोळं भरलं. पाऊस उघडूनेच असं त्याला वाटू लागलं.

''हमीद, बायकूला खाईत जा म्हणावं. उगच इचार करीत बसू नगोसा. बगायला ईल यकादी शेळी भोगावच्या बाजारात.'' दसू म्हणाला आणि शामा सांगू लागला, ''मी बी त्येला सांगिटलंय तेच.'' पण लगेच शामाला आपल्या आणि दसूच्या बोलण्याचं भवडाकडं बघून वाईटही वाटलं. आपण हमीदला हे सांगू शकतो. पण भवडाला काय सांगायचं? सगळं आणाय येईल पण आन्दूच्या आईला, भवडाच्या आईला आणता येईल?

भवड उठला. त्याच्या डोक्यात जातं फिरू लागलं.

ढोरं बांधलेली त्यांच्याजवळ जाऊन उभा राहिला.

''वाळवकरांच्यातलं त्याल आनाय येतोस का मी आनून देवू? त्या पांडू शिंदेला बी सांगाय पायजे,'' हमीद शामाला म्हणाला आणि तो उठला.

''मी येतो चल.'' शामाही उठला. दोघं बेघरवाडीवर निघाली.

हमीद पाणी उतरलंय म्हणल्यावर मासं खेकड्याला पळत असे. पण त्याची इच्छाच नव्हती. त्याच्या लक्षात आलं; पंड्या मिसाळाकडं जायाचं होतं. आता संध्याकाळी जाऊ. तो शामाला म्हणाला, ''पंड्याचं काय? त्याला न्याला पायजे.''

''त्येला आता गाडीतनंच न्याला पायजे, कोल्लापूर बिगार त्येला काय चालतंय. हाडांच्या डाक्टरला दावाय पायजे.''

शामाला बघून हमीदची बायको डोळं गाळू लागली.

शामा थोडा थांबला. मग वाळवकरांच्या सपराकडं गेला.

हमीदला आपलं सपार भयाण वाटू लागलं. बोडकं सपार. एकटं एकटं वाटू लागलं. तो तसाच बसून राहिला. शेरडाची दावी मुकी झाल्यागत निपचिप पडलेली. त्याला रडूच आलं. डोळं पुशीत तो बसला. ''यकटंच का बसलाय सपरात? आत चला,'' बायको म्हणाली.

काहीच होत नव्हतं. मात्र बरं वाटत नव्हतं. बाहेर ऊन पडूनही सगळं काळवंडून आल्यागत झालतं. मनाला वंधप आल्यागत झालतं. तो आणि त्याची बायको तिथंच बसली. पोरं आली. तीही तिथंच बसली. त्यांच्या डोळ्यापुढनं शेळ्या हालत नव्हत्या. डोंगरात त्या चरायला गेल्यात असं वाटत होतं.

शामा वाळवकराच्यात गेला; पाऊस वैरी, गावाचा, शिवाराचा, माणसांचा, ढोरागुरांचा, शेरडाकरडांचा, सगळ्यांच्या जगण्याचा. पाऊस मरणाचा मैतर. पाऊस जगण्याचा वैरी.

वाळवकर खालवर घोंगडं घोलमोडून पडला होता.

सपराच्या कुडाला पाठ लावून त्याची बायको चितागती बसली होती.

सगळं सपार भकास दावी पसरून बसलं होतं; वाळवकराच्यात शेळ्या पालवी बघायला पाच धा गावातनं माणसं येत. खूप पूर्वीपासून त्याच्यात शेळ्या होत्या.

शामाला बघून वाळवकराची बायको म्हणाली, ''ये बाबा, जळला आमाला उघडी करून आज उघाडला.'' वाळवकर उठला नाही. ''आमचा घास मातीत कालवून रिकामा झाला. साऱ्या पिरतीमीत आमीच दिसलो. गावाचा सपारामा केला. त्येचं दार लागलं त्येचं. लाग की म्हणावं. आता का वाचा बंद पडली का काय तुझी? का तुझं चाक रुतून पडलंय गाळात? आमच्यावर फिरीवल्यावं त्येचा कणा मोडून पडला का काय? नुसती पाठ, पाठ घेटली आनि आखिरीला आपलंच खरं करून गेला. खऱ्यापतानं आमी वागलो, खरं, खऱ्यापताचं तुझ्याकडं काय न्हाई.'' ती पावसाला बडबडत होती. एकसारखी.

शामा तिचं ऐकत गप बसला होता. त्याला काय बोलावं ते कळत नव्हतं.

''माझ्या बापयाला दुखणं लागलं. माझं काय, मी कशातबी शेताशिवारात जीव रमवील. खरं पोरायवढा आसल्यापासून शेरडातनी आसणारा जीव त्येंचा.

त्येला काय वाटत आसंल? त्येचं काळीज काय म्हनीत आसंल? कसा त्या जीवाला गम पडंल नि कसा ईसूर तरी पडंल? याक तरी शेरडू देवानं ठेवायचं? आसा कसला रोग म्हनायचा? सारी दुनिया धुवून घालीवली आनि येवढाच रोग कसा धुवून घालीवता आला न्हाई? माझ्या बापयाचा सारा जल्म पाण्यात घालीवलास. आनि आता तुझा जीव थंड पडला. तुझा मुडदा बसीवला त्यो.'' ती आपलं हुरदं रिकामं करत होती. शामाला आपण तिच्याकडं गोडं तेल मागावं का नको हे समजत नव्हतं. पावसागत ती पावसावर कोसळत होती.

वाळवकरानं तोंडावरचं घोंगडं काढलं. आणि तो पडूनच म्हणाला, ''शामा, लय वाईट झालं. मला तर काय करूबी वाटंना. पाक 'बी'च मोडलं. आता मी काय करू?''

'बी' मोडा पाऊस.

पांडू शिंदेची बायको आलेली शामाला दिसली. ती वाळवकराच्या बायकोला दिसली आणि वाळवकराची बायको रडाय लागली. मग तिला समजावत पांडू शिंदेच्या बायकोनं कुत्र्याचं सांगितलं. आणि ती म्हणाली, ''त्येला, तुमी तरी काय करचीला ? पर पानी उतारल्यावर इंजीक्शन घ्याला जायाचं हाय तवर कुनी कुनी सांगिटल्याला अवशीद काल धरनं करतोय. बापयाचा पाय मोदळ्यागत झालाय. लगाऱ्याच्या म्हातारीनं सांगिटलंय तुमच्यातलं त्याल आणून प्याला दे म्हनून.''

वाळवकर; कुत्र्याला मारलं, कुठं टाकलं मारून, या विचारात पडला.

''त्याल दिलं असतं त्येला काय? माझा प्रपंच्या सगळा सांडलाय. आमटीला काय घालतोय नि काय न्हाई त्येची सूद न्हाई. दसूच्यातनं ने जा मी त्येला पैसं देतो,'' वाळवकराची बायको म्हणाली.

''त्येच्याच काय, गावातल्या कुनाच्याच दुकानात त्यालंच काय कुठलीच वस्तू आता न्हाई, पाक रिकामी दुकानं झाल्यात. चार दिवस तरी गणू वाण्यानं रुपायाची वस्तू पाच रुपयाला विकली. येळंला मानसांनी घेटली, काय करनार?'' शामा म्हणाला, ''आनि पानी उतरंल उद्यापातुर, पांडूदाला म्हणावं पानी उतारल्यावर लगीच जावून इंजीक्शन घे, कुत्र्याचं चांगल नसतंय.''

ते ऐकून तिची काळजी आणखी वाढली; कुत्र्याचं चांगलं नसतंय, चांगलं नसतंय कुत्र्याचं. तिच्या डोक्यातला पाऊस नि कुत्रा, वसरणाच झाला.

वाळवकराला कुत्र्याच्या आठवणीनं सगळी शेरडं, डोंगर, कुत्रा आणि गेलंलं दिवस समोर दिसू लागलं. त्याला उमाळा फुटल्यागत झालं. सपरात त्याचा जीव रमंल असा एकही जीव राहिला नाही. तो उकलू लागला.

गावात गेलेलं त्याचं पोरगं पळत आलं.

"आय्ये, लाईट आलीया चल लवकर, गिरणीला दळपा कांडपाची धार लागलीया," ते म्हणालं. ती उठायच्या अगोदर शिंदेची बायको उठली. ती म्हणाली, "गिरण ठेचंल आता." आणि गेली. गिरणीकडं बायकांची रीग लागली. गिरणवाल्यानं नेहमीगत लाईट आपल्या जोखमीवर चालू केली. रावणाच्या घराकडचा सपलाय मात्र त्यानं बंदच ठेवला होता. त्यानं वायरमनला फोन करून सांगितलंय, असं तो म्हणत होता. मात्र त्याला गजाप्पाची चौकशी झाली तर काय करायचं ते लागलं होतं.

शामा गावात येऊ लागला; तो गजाप्पाच्या दारात आला आणि त्याला कसंच वाटू लागलं. या लाईटीनंच गजाप्पाचा घात केला. गजाप्पाच्या बायका पोरांचं कसं? पोरी लग्नाला आलेल्या, सताठ वर्षांचं पोरगं. कशी ओढायची हे सगळं गजाप्पाची बायको? शिवारात पोट भरंल अशी जमीन नाही.

तो जड पावलानं घरात आला.

पाणी उतरायचा वेग चांगला होता. गाव सगळं शेत शिवारात पळू लागलं होतं.

पांडू शिंदे लंगडत लंगडत घाईनं गेला.

त्याला घर केव्हा गाठंल असं झालं होतं. रेडीचं काय झालं असंल? डोक्यात, गिरमीट फिरल्यागत रेडी फिरत होती.

धडधडत्या छातीनं कोंडरात शिरला.

आजून थोडं पाणी होतंच. घरात पायाच्या घोट्याएवढं पाणी होतं. चिखलानं भरलेलं घर; आत साचलेला पाण्यावरचा कातवेर. तो पोराला म्हणाला, "पायाकडं बघीत चल-सापा किरड्यांचं, नि इंचवा बिंचवाचं भ्या, शिडी घेवून तेवढा माळा बग."

पोरानं माळ्याला शिडी लावली. त्याची काळजी डोक्यात ठणका मारू लागली. कान टवकारलं.

पोरगं म्हणालं, "दादा रेडी बसलीया."

सुजल्या पायानं तो शिडीवर चढला. त्याचं रेडीकडं बघून डोळं पाणवलं. मग त्या दोघांनी रेडीला खाली घेतली. आणि पांडू शिंदे कुत्रं चावलेचं विसरून पोराला म्हणाला, "जा घराकडं आनि तिला म्हणावं सगळी ढोरं घेवून ये, सांजपातुर सगळं पानी जाईल घरातलं, ढोरांच्या पोटात जरा काय तरी जावू दे."

खडंग ऊन पडलं. आता पाऊस होता हे पटंना. असा पाऊस लागून उपेग

नाही. वर्षाचा एकदम चार आठ रोज. आलं पाणी वाहून गेलं. मुरव्या, जिरव्या पाऊस गेला. संपला.

सगळा शिवार माणसांनी फुलला. सगळ्यांचं मनाचं कोळसं झालं. गाळात पिकांनी माना टाकलेल्या बघून सगळा गाळ मनावर लिपल्यागत वाटू लागलं.

हमीद शामाकडं आला. गप बसला. त्याला बसूही वाटत नव्हतं. उठूही वाटत नव्हतं. तो काय करावं म्हणे. पण त्याला काय करू वाटंना.

शामा त्याला घेऊन पुलाकडं गेला.

समोरनं नाना पांगे येत होता; शामानं त्याला पाण्याचं विचारलं.

तो म्हणाला, ''उतरंल पानी – पन थोरात गेलाय पानी बघायला, त्येला तेवढा द्या ढकलून पाण्यात, त्येच्या आयीला त्येच्या, आपल्या मळ्याकडं बगून म्हंतोय लय वायीट झालं.''

''गावातली माणसं ढोरं गेली त्येचं किच्चं वायीट वाटतंया? त्ये वाटत आसतं तर आपला जीव शाबूत ठेवून बसला नसता वाड्यात.'' शामा.

नाना गेला. समोरनं आता थोरात काठी टेकीत भिक्क्याच्या खांद्यावर एक हात ठेवून आला. हमीदला बघून थोरात म्हणाला, ''व्हय रं पोरा, पाक तुजीबी नि वाळवकराची शेरडंबी मेलीत. लय वायीट झालं. गावाला सताठ दिवस येटीला धरलं पावसानं. आता व्हील वाट.'' शामाकडं बघत, ''शामा गड्याऽ रातध्याड नडल्याअडल्यासाठी पळालास. तुजा सगळ्या गावाला आधार वाटतो. मी आयीकतो, खरं माझं गुडगं काय चालू देईनात. व्हील वाट. निसरगापुढं कुनाचं चालत न्हाईऽ बाबा, हेच खरं हाय,'' थोरात चालत बोलत गेला.

शामा हमीदला म्हणू लागला, ''खरंच थोरातानं डागंवर अवशीद मारलं होतं का भिक्क्यानं आपल्याला डाग राखाय लागतीय म्हनून उठीवलं हुतं तसं.''

''मला तर तस्संच वाटतंया, पर सर्ज्या रावणाला इचाराय पायजे खरं काय त्ये?'' हमीद. ''त्येच्या आयीला गावातली ढोरं उपाशी मरताना या भिक्याला थोराताची डाग मोठी वाटली?'' शामा नदीकडं जाताना भिक्काला शिव्या देतच निघाला.

पुलाचं कठडं दिसू लागलं होतं.

शामाला आबा कावणे आठवला. तो वर आभाळाकडं बघू लागला. स्वच्छ आभाळ. त्याचं पाण्यातल्या झाडावर लक्ष गेलं. त्या झाडावर चार वानरं होती. झाडाच्या बुंध्यापर्यंत पाणी होतं. पण त्या झाडाला एक पान शिल्लक नव्हतं. सताठ दिवस जून पानंही त्यांनी खाल्ली होती. ती खाली पाण्याकडं बघत होती. मग एकमेकांकडं. जवळ दुसरं झाड नव्हतं. पावसानं जागच्या जागी थिजून

गेलीली वानरं. उतरत्या पाण्याची वाट बघत बुंध्यापर्यंत येत होती आणि वर जाऊन फांदीवर बसत होती.

हमीद, शामा त्यांच्याकडं बघत मागं फिरली.

''सक्काळी वाट मोकळी व्हील पाक.'' शामा.

''उद्या वार कुंच्या गा?'' हमीद.

''उद्या...'' पावसानं त्यांच्या वारही लक्षात नव्हता. शामा थोडा वेळं थांबून ''बुधवार'' म्हणाला.

''भोगावचा बाजार उद्या.'' हमीद.

''व्हय उद्या आपून रेड्यालाबी नेवू या. नि तुला यकादी शेळीबी बाजारात घेवू या.'' शामा.

''शेळी?'' हमीद गडबडला. ''आता चांगली शेळी माझ्या थोरल्या शेळीसारखी घ्याची म्हनलं तर चारपाच हजाराखाली येनार न्हाई.''

''हमीद, तू आमच्यासंगं यायच्चं फकस्त, दसू नि मी बगतो काय करायचं त्ये.'' शामा बोलला. हमीदला भरून आलं; मी कुनाचा कोण? आणि मला ही दोघं पडंल तिथं उभा करत्यात. आमचं नातं कोणचं? तो म्हणाला, ''शामादाऽ दसूला बी आता मोठा खर्च हाय. त्याची पोरगी बाळातीण घरात. माझ्या शेळीचं मागनं बघू, आनि तुला तरी घरचा खर्च बारका हाय?''

''तू आमच्या घरचा न्हवंस? मग का आमास्नी काटा लागला की पळत येतोस? हमीद तुला आमी परकं वाटतोय काय? आरं दसूच्या बायकोनं तिच्या पोरीला दूध न्हाई म्हनून तुझ्या बायकोला सांगावा दिला. ती त्याधरनं आपली पिती पोरगी उपाशी ठेवून त्याच्या नातवाला दूद पाजतीया ती काय परकी म्हनून? तू कसला इचार करू नगोस,'' शामा बोलला तसं हमीदचं हुरदं भरून आलं. भरलं आभाळ गळू लागल्यागत तो गळू लागला.

ती गावात आली. देवळाच्या कठड्यावर बरीच बसली होती.

''शामा, तुजं खरं हाय, गड्या, पूल झाला तरी नाव पायजे गावाला. यंदा आक्कल घेटली.''

''आशी लय गावं हायत पूल झाल्यावर आडाकल्याली.''

''गावात चांगला डाक्टर पायजे बाबा.''

''हाय की डाक्टर, अवशीद सपल्यावर त्यो काय करील?''

''त्येला खायाला गोळी त्येच्याकडं नाई, त्यो काय करील?''

मग एकजण नेहमीच बोलणारा बोलला, ''टाक की म्हणावं लिंबवाचा उतारा; बघ बरं वाटतंय का?''

''पुढारी सांगीत हुता, आपल्या गावात सरकारी डाक्टर योक ठेवायचा हाय. त्यो कवा मानसं सपल्यावर?''

''आता बांधल्याल्या दवाखान्यात ह्या पावसात कुत्र्यांचा खांड उकीर काढून बसलाता. त्यात कुत्री व्यालीती मागं. त्यास्नी आपलं बरं हाय.''

शामा, हमीद चर्चा वाढत निघाल्यावर तिथून निघाली.

दसूच्या घरात गेली.

नाना पांगे बिडी ओढत होता. तो शामाला म्हणाला, ''शामा काय म्हण सिगारेटपेक्शा आता बिडीच बरी वाटतीया.''

''मग बरंच झालं म्हणायचं. पावसानं बाकीचा न्हाई निदान तुमचा ह्यो फायदाच केला म्हनायचा,'' शामा म्हणाला.

''सगळ्या गावाला धान्य भाजून खायाची सव्व लागली आसती, आजून थोडे दिवस पावूस पायजे हुता,'' नाना हसत झुरका मारत बोलला.

''आता या वर्सीचं धान्य ठेवायला जागाच नको.'' शामा भुईसपाट शिवाराचं बोलला.

हमीद निघाला. त्याला दसू बस म्हणत होता. तो म्हणाला, ''ती दळाय आलीय. पोरं घरात आसतील, सांज पडाय लागलीय, जातो.'' तो गेला.

''शामा, उघाडला म्हनून बरं पावूस, न्हाईतर आजून लय हानी झाली आसती.'' दसू.

''आजून? धावीस घरं आनि घाईला आल्याली मानसं ढासाळली आसती. ढोरं पाय घासून उपाशी मेली आसती,'' नाना पांगे म्हणाला. त्यानं बिडीचं थोटकं बाहेर टाकलं.

''रेडकू जगलं इतकीदी म्हंजी आगावच झालं म्हनायचं?'' दळप घेऊन निघालेली एकजण म्हणाली.

''पांडू शिंद्यानं म्हणं त्येला माळ्यावं बांधलं हुतं?'' दुसरी तिला सांगू लागली.

रेडकाला बघून पांडूची नवी म्हैस मोठ्यानं ओरडत त्याच्याजवळ गेली. रेडी कासंत गेली. पाण्याव घातला. पांडूचं मन चरचरलं. कुत्रं चावलेली म्हैस? रेडीला आणि काय तरी झालं म्हणजे? कासंतनं तो रेडीला ओढू लागला. ती काय केल्या येईना. पण त्यानं तिला ओढून काढली. म्हैस आणि रेडकू दोन्ही ओरडू लागली. त्याच्या पोटात कालवलं. त्यानं दुसऱ्या म्हैशीचं दूध रेडीला पाजलं. त्याच्या बायकोचं आणि पोराचं घरातली सगळी गहाण काढायचं चाललं होतं.

हमीद सांज पडल्यावर पोरांना घेऊन दारात आला. त्यानं मागच्या सपराकडचं घराचं दार उघडलंच नव्हतं. त्याची बायको दळपाची पाळी येणार

नव्हती म्हणून दळप ठेवून घराकडं येऊ लागली होती. शामाच्या बायकोनं दळून घेतलेलं पीठ तिला भाकरीसाठी दिलं होतं.

ती घरात आली. पावसाची दिवसभरात एकच सर आली. हमीदच्या पोटात कळ आली.

पण सर लगेच गेली. तेवढीच. गाव त्या रात्रीला शांत झोपलं.

पाणी पुलाखाली गेलं.

उजडायला थोराताचा पोरगा, सरपंच, सर्कल, तलाठी, ग्रामसेवक गावात हजर.

या सगळ्यांना घेऊन तो गावातनं नोंदी घेऊ लागला. त्याच्यामागनं पाच पन्नास जणं फिरत होती.

''मला काळजी लागली होती, मी दोनदा भोगावातनं येऊन गेलो. पाणी कधी उतरेल असं झालं होतं. तुम्हांसाठी मला मिळवता येईल तेवढं मिळवून देतो,'' तो सांगत होता.

माणसं, आपल्या पडक्या भिंती, पडलेली घरं, मोडकं संसार, मोडकी सपरं, फुटकं पत्रं, आणि बरंच दाखवत होती. नाना पांगेच्या दारावरनं सगळी गेल्याली त्याला दिसली. त्याला थोराताच्या पोरग्यापेक्षा मागनं फिरणाऱ्यांचा राग आला.

आबा कावणेच्या घरात सरपंच गेला. त्याचा पोरगा नुक्ताच आलेला. नंतर गजाप्पाच्यात, भवडाच्यात गेला. वाळवकराकडं, हमीदकडं गेला. प्रत्येकाची बराच वेळ थांबून विचारपूस केली.

मग त्यानं आपल्या गाडीत पंड्या मिसाळ आणि लगारेला बसाय सांगितलं. पंड्या मिसाळला चौघांनी पालखी करूनच गाडीत ठेवला. तो ठोठो बोंबलू लागला. कोल्हापूरला सरकारी दवाखान्यात नेणार होता सर्वांना. त्यांच्या घरातल्यांना सांगितलं. लागंल ती मदत करतो. त्यातच लगाऱ्याचा हाणमा त्याला सांगत होता, ''माझं सपार नवं होतं. त्याचा पंचनामा तेवढा सरळा करा म्हनून सांगा सायबांना.''

कोतवाल त्याला सांगू लागला, ''हाणमा, त्याची नोंद नाई ती आदी करायला पायजे. आता सायबानं मान धरली तर पंचनामा.'' तसा हाणम्या गाडीतनं खाली उतरून सगळ्यांच्याच पाया पडू लागला. मग सरपंच त्याला म्हणाला, ''हाणमा, आसं आसतंय. तुमचं सरळ काम वाकडं करायला लावता. आता अगोदरच्या नोंदीवर वरच्या साहेबाची सही आणायची आणि मग तुझ्या

सपराचा पंचनामा करायचा. तो साहेब मागच्या तारखेची सही करील? त्येच्या पाया पडायचं. आणि ते म्हणतील ते होय म्हणायचं. त्याचं काय आसंल ते म्हणतील ते होय म्हणायचं. त्याचं काय आसंल ते तू आणि कोतवाल बघून घ्या. मी पंचनामा कराय सांगतोय. पण त्याची नोंद तेवढी आणा.''

मग हाणमानं कोतवालाला आपण साहेबाला तू सांगचील तेवढं पैसे देवू म्हणून सही आणाय सांगितली. तेव्हा कोतवाल म्हणाला, ''मी सांगतो पर मागनं हात वर करू नगा म्हंजी झालं. मला रोज सायबाचं तोंड बघाय लागतंय.''

''मी त्यातला मानूस न्हवं. येवढा बरा हुतो तू सांगचील तेवढं देतो. खरं लाखाचं नुकसान झालंय बरं का माझं. पाक डसपार गेलं. कस्पाट जाग्याला नाई. म्हातारी घरात हाय तिला इचार सगळं सांगील.''

सरपंचानं देवळात जाऊन देवाचं दर्शन नेहमीप्रमाणं घेतलं.

मग तो वाड्यात गेला.

वाड्यात बरोबरच्या सर्वांना जेवण केलं होतं. सर्कल, तलाठी, ग्रामसेवक जेवण घेऊ लागली.

''संध्याकाळचं इथंच जेवण आपल्या शेडात करू. मी येतो परत. तोपर्यंत नोंदीचं बघा,'' सरपंच त्यांना म्हणाला.

बाहेर बरीच गावातली माणसं बसली होती.

ती जेवून बाहेर आली.

सरपंच म्हणाला, ''मी लगेच निघतो. संध्याकाळी माणसं जमवा. मी फोन करतो.''

''सरपंच, आमी हायच गावात. सांजंला न्हवं?'' त्यांतला एक.

''तरी सहासात वाजतील. अगोदर पंड्या नि कोण तो...'' सरपंचाला हाणमाचं नाव आठवंना. कोण तर म्हणालं, ''हाणमा. लगाऱ्यांचा वाऱ्यासंगं कुस्ती धरणारा.'' मग सरपंच, ''हां हाणमा, त्यांना दाखवतो चांगल्या दवाखान्यात आणि येतो. माझं तसं काय काम नाहीच. येतो लवकरच.''

''हा म, मकाय पाक गाव हाय त्या वक्ताला, आनि आता शिवारात कायच न्हाई म्हंडल्याव सगळी घरातच हायत.''

सगळीच त्याच्या बरोबर वाड्यातनं बाहेर पडली. गाडी गेली.

सर्कल तलाठी ग्रामसेवक ऑफिसात गेली. सरपंचानं दिलेल्या नावाच्या पीकपाण्यांच्या नोंदी करू लागली. ज्याचा ऊस नव्हता त्याचा ऊस. एका एकराच्या ठिकाणी चार एकर. न पडलेली घरं पडलेली असं सगळं. आपल्या जवळच्या माणसांची नोंद करायला सरपंचानं सांगितली होती.

कोतवालानं पंचनामे करायला आलेल्या दोघांना भोगावला पाठवून संध्याकाळची सोय करायला लावली होती. आणखी एकाला चार बाटल्या आणाय सांगून त्याची वाट बघत नोंदी चालल्या होत्या.

तो आला. मग पेग भरून टेबलावरची कागदं शिवारातल्या नि गावातल्या नुकसानीच्या नोंदीनं भरू लागली. नाव निघंल त्याचा सातबारा कोतवाल वाचत होता. सरपंचाच्या डायरी उताऱ्यात नोंद नसली की बाजूला करायला सांगत होता.

नरसू, एक म्हस मेली त्या दोन नोंद करा, म्हणत होता. तलाठ्याला त्याचा राग आला. नंतर कोतवालाला ते मिटवायला लावलं. तलाठ्यानं नरसूला, "आसं मिटवलं तर घराचाही पडलं म्हणून पंचनामा करू," आसं सांगितलं.

प्रत्येकाचं दिवसभर आसंच चाललं होतं. सगळेजण ऑफिसभोवतीच फिरत होते.

शामाला, हमीदला भोगावला जायाची घाई झाली होती.

लवकर बाजारात गेलं तर शेळी चांगली बघता येईल. दसू रात्रीच त्यांना म्हणाला होता.

दसूनं बऱ्याच पिशव्या, बारदान बाजारासाठी घेतलं होतं. त्याला रिकाम्या दुकानाचं डोक्यात भरलेलं ते डोक्यातनं रिकामं करायचं होतं.

बाजार माणसांनी फुलून गेला होता.

गावोगावच्या पावसातल्या नवीन बातम्या समजत होत्या.

शाळंची चार पोरंच ओढ्यातनं गेली.

एक गावच सगळं सरकलंय पावसानं.

नदीत पडलेला एक जण दोन दिवस झाडाच्या फांदीला धरून बसलेला जगला.

गावात पाणी आलं. दोन रात्री सगळं गाव घरदारं सोडून शाळेत एकत्र राहिलं.

मुतायला म्हणून ओढ्याच्या पलीकडं एकजण गेला नि आठ रोज पलीकडंच आडकला. घर सगळं मेला म्हणून रडत होतं. तो आठव्या दिवशी आला.

असं बरंच आणि बरंच काही. कुणाचं घर पडलं. कोण मेलं, कोण बेपत्ता झालं.

शामा रेड्याला घेऊन जनावरांच्या दवाखान्यात गेला.

डॉक्टर आला नव्हता. रेडा तिथंच बांधला.

मग ती बाजारात फिरू लागली. हमीदसाठी शेळी बघू लागली. भाव बघून त्यांना धक्का बसला. बाजारात कोणतीच गोष्ट स्वस्त नव्हती.

डॉक्टर आल्याचं समजलं. ती दवाखान्यात परतली.

डॉक्टरनं वाळवकरांच्या आणि हमीदच्या शेळ्यांविषयी विचारलं; त्याचं तिथं बसून वरती पाठवायची माहिती घ्याचं चाललं होतं.

शामानं रेड्याला दाखवला.

''लस आता नाही. पण मी दोन दिवसांत आणून देतो,'' डॉक्टर म्हणाला.

शामाला राग आला. तो निराश झाला. आता काय? परत दोन दिवसांनी तरी मिळंल न्हवं? न्हाईतर?'' त्यानं विचारलं.

''मी देतो.'' डॉक्टर खात्रीनं बोलला.

ती दोघं बाजारात गेली. शामाचा भोगावचा पाव्हणा गाठ पडला. पावसातल्या गोष्टींची विचारपूस झाली. मग रेड्याचा विषय निघाला. ''डॉक्टरकडं लस नाही म्हणतोय डॉक्टर.'' शामा म्हणाला. पाव्हणा शामाला घेवून परत दवाखान्यात गेला. हमीद नि शामा रेड्याजवळच थांबली. पाव्हणा थोड्या वेळातच बाहेर आला. डॉक्टरनं लस रेड्याला टोचली. पाव्हण्यानं शामाकडून पैसे घेतलं. डॉक्टरच्या हातात घातलं. डॉक्टर पैसे घेवून म्हणाला, ''कुणाला सांगू नगा.'' शामाला पांडू शिंदेची म्हस दिसू लागली. त्याला काय बोलावं ते कळंना. मग त्यानं पाव्हण्याला सांगितलं. पाव्हणा म्हणाला, ''मी होतो म्हणून तुमचं एवढ्यावं भागलं. सरकारी माणसं, त्यास्नी कोन विचारतोय? माझ्या सलगीतला आसल्यामुळं डॉक्टर तेवढ्या पैशाला तयार झाला. जावू द्यात पैसं पण लस मिळाली. कुत्र्याचं चांगलं नसतंय. देताय लावून उद्याला कोण त्यो पांडू शिंदे हाय त्येला. माझ्याकडं ये म्हणावं. मी सांगतो डॉक्टरना. पर त्येला तुमी दिल्यालं पैसे सांगू नका. तेवढ्याला डॉक्टर तयार व्हायचा नाही.''

शामा नि हमीद परत बाजारात गेली. दसूची सगळी खरेदी झाली होती.

हमीदला चांगली शेळी त्या दोघांनी घेऊन दिली.

हमीद, पुढच्या बाजारला जरा स्वस्त मिळंल, आता राहू दे, म्हणत होता. शामानं शेळी ठरवली. दसूनं खिशातनं पैसे काढलं. शेळीचं दावं हमीदच्या हातात दिलं. हमीदचं भरल्या बाजारात डोळं भरलं. दसूनं दोघांना बाजारातनं रेडा आणि शेळी घेऊन बाहेर काढली. तो आपला दुकानाचा माल रिक्षातून घेऊन गावाकडं निघाला.

बाजार उलागला.

हमीद रेड्याला हाणीत, शेळीला ओढीत म्हणाला, ''शामादा, पुराचं नुकसान मिळंल म्हंत्यात, खरं हाय?''

‘‘तू हाण रेड्याला, आता येवून काय करणार हायत?’’ शामा.

‘‘आसा का म्हंतोस? सक्काळी माझ्याकडं आलतीत तवा सांगून गेल्यात खंडीभर शेळ्या मेल्यात म्हनून सांग, धा हुत्या म्हनून सांगू नगोस. आनि खंडीभर शेळ्या मेल्या असं लिवून घेतलंय त्येनी.’’

शामा काहीच बोलला नाही.

रेडा भरभर पाय उचलत नव्हता म्हणून त्याला तो ओढत होता, रेड्याला वेसणीला दावं बांधावं म्हणजे पाय उचलील. त्याला वाटू लागलं.

वाटंला माणसांची वर्दळ होती; माणसं विचारत होती. ‘रेड्याला का आणलास?’’ शामाच्या ओळखीची.

‘‘शेरडी केवढ्याला घेटलीस?’’ हमीदच्या मागनं येणाऱ्या शेळीकडं बघून.

ती पुलाजवळ आली. झांजड पडू लागली.

मागनं भरधाव आलेली गाडी पुलावरून गावाकडं गेली. थोराताचा पोरगा.

शामा, हमीद रेड्याला आणि शेळीला धरून पुलाच्या कठड्याजवळ थांबली. सगळ्यांचाच जीव कोंडल्यागत झालं.

‘‘शामादा, पुलावर जराबी सरपंचाची गाडी थांबली न्हाई? पूर आलता म्हनून आल्यात न्हवं?’’ हमीद.

‘‘मेल्यावर पानी पाजाय सारी जमत्यात, हमीद.’’ शामाच्या रेड्याला आता वाट ओळखीची होती. तो त्याच्या मागनं आपोआप येत होता.

शेळीचं दावं ओढलं तरी ती टांगल्यागतच करत होती. हमीद तिला ओढत होता. नवी वाट. नवं गाव. नवी माणसं. ती बिथरली होती.

सरपंच आलेला समजलं तसा तलाठी वाड्यात गेला.

सर्कल भागातनं फिरून थेट भिक्कानं शेडात पेटवलेल्या चुलीकडं गेला. ‘‘झालं का नाही,’’ विचारू लागला.

तलाठी सरपंचांना दिवसभराच्या नोंदी दाखवू लागला.

सरपंचानं त्या नोंदी बापूसाब थोरातांना दाखवल्या. बापूसाबानं आपल्या डागंत शंभर कलमी आंब्याची नोंद करून वाहून गेल्याची नोंद करायला गावच्या नोंदी बघून सांगितलं.

पांडू शिंदे लंगडत आला. सरपंचाला भेटला. सगळं सांगितलं. मग सर्कल त्याला म्हणू लागला, ‘‘आम्ही नोंदी केल्यात. शेवटी वरच्या टेबलावर कायतरी ठेवल्याशिवाय हे मंजूर होणार नाही. आणि सरपंच हे तुमाला कसं बोलतील? मग बघा. तुमी म्हणाला तर आम्ही वरच्या साहेबाला सांगू.’’

मग सरपंच सर्कलना म्हणाला, ''याचं एवढं बघा. तो लागलं वरच्या साहेबाला तर द्याला नाही म्हणायचा नाही.'' सर्कल सरपंचाच्या बोलण्यावर तरतरीत झाला. पांडुदाचा व्यवहार मिटला. त्याच्या शेतागावातल्या घरांचा पंचनामा केला.

वाड्याकडं गावातली बरीच येजा वाढली.

कागदं रंगू लागली. रंगलेली कागदं बोलीवर फाडू लागली.

हमीद नि शामाला गावात यायला अंधार पडला.

शेळीनं त्यांना बरंच दमवलं होतं. रेडा त्यांच्या मागनं आला होता. लंगडत.

लचकंतोड्या पाऊस.

०००

* 9 7 8 8 1 7 1 8 5 5 5 3 7 *
FCW - #0044 - 061026 - C0 - 216/140/13 - PB - 9788171855537 - Matt Lamination